વીજળી અને ટાઇટેનિક

અભ્યાસપૂર્ણ સંશોધનાત્મક છણાવટ

પ્રફુલ શાહ

મુખ્ય વિક્રેતા :

નવભારત સાહિત્ય મંદિર

જૈન દેરાસર પાસે, ગાંધી રોડ, અમદાવાદ - ૩૮૦ ૦૦૧

૨૦૨, પેલિકન હાઉસ, ગુજરાત ચેમ્બર ઓફ કોમર્સના કંપાઉન્ડમાં,
આશ્રમ રોડ, અમદાવાદ - ૩૮૦ ૦૦૯

☎ (૦૭૯) ૨૨૧૩૯૨૫૩, ૨૨૧૩૨૯૨૧
© ૯૮૨૫૦ ૩૨૩૪૦

e-mail : info@navbharatonline.com
www.navbharatonline.com
fb.com/NavbharatSahityaMandir

VIJALI ANE TITANIC
by Praful Shah

Navbharat Sahitya Mandir
AHMEDABAD
2021

ISBN No. : 978-93-93223-21-0

પ્રથમ આવૃત્તિ: ૨૦૨૧

પૃષ્ઠ: ૧૭૬

પ્રકાશક
મહેન્દ્ર પી. શાહ
નવભારત સાહિત્ય મંદિર
જૈન દેરાસર પાસે, ગાંધી રોડ, અમદાવાદ-૩૮૦૦૦૧
ફોન: (૦૭૯) ૨૨૧૩૯૨૫૩, ૨૨૧૩૨૯૨૧
E-mail : info@navbharatonline.com
Web : www.navbharatonline.com
fb.com/NavbharatSahityaMandir

અર્પણ

દરિયાઈ સાહસકથાઓના પિતામહ સમાન
'ગુરુજી' ગુણવંતરાય આચાર્યને

અંધકારગ્રસ્ત વીજળી સામે નાનકડી દીવડી

મુંબઈમાં રહેવાનું એટલે દરિયાની નવાઈ નહીં, પણ આકર્ષણ અને કુતૂહલ બહુ. કેટલો વિશાળ અને શક્તિશાળી છતાં મોટે ભાગે શાંત. સતત આપે, પણ વીફરે ત્યારે કોઈનોય નહીં.

દરિયાના આવા રૌદ્ર અવતારે અનેક કરુણાંતિકા સર્જી છે. એમાં ટાઇટેનિક ડૂબીને અમર થઈ ગઈ. જ્યારે આપણી વીજળી ઉર્ફે વૈતરણા પર કાળા ડિબાંગ પાણી સાથે વિસ્મૃતિનું ઝેર ફરી વળ્યું. એ તો ભલું થજો ઝવેરચંદ મેઘાણી અને ગુણવંતરાય આચાર્યનું કે તેમણે આ ટ્રેજેડીના પીડિતોના આંસુને શબ્દદેહ આપ્યા. નહીંતર આપણે સાવ અજાણ રહી ગયા હોત.

ઇતિહાસને અવગણવાના જિન્સના પ્રતાપે આપણે વૈતરણાના કાટમાળ, મૃતકોના હાડપિંજર કે દુર્ઘટનાના રહસ્ય સુધી પહોંચવાની ક્યારેય પહેલ ન કરી. હા, રાજકોટના મ્યુઝિયમના માજી ક્યુરેટર અને ઇતિહાસકાર વાય. એમ. ચીતલવાલાએ આકરી મહેનતથી અંધારાં ઉલેચવાનો સન્નિષ્ઠ, આવકાર્ય પ્રયાસ કર્યો. એના પરિપાક રૂપે ઘણી હકીકતો વૈતરણાની એકમાત્ર તસવીર બહાર આવી. થેન્કયુ, સર.

વીજળી અને ટાઇટેનિકની સરખામણી થકી ઘણા રસપ્રદ અને આઘાતજનક તથ્ય સપાટી પર આવે છે. બસો વર્ષ જૂના ઐતિહાસિક અખબાર 'મુંબઈ સમાચાર'ના વાચકોએ આ શ્રેણીને ઉમળકાભેર આવકારી. એમાં જ 'વીજળી'ના નાયક હાજી કાસમના વારસદાર એવાં વયોવૃદ્ધ પ્રપૌત્રી શરીફા અબ્દુલ અઝીઝ સાબુઆની સુધી પહોંચીને અલભ્ય માહિતી અને દુર્લભ તસવીરો-પેઇન્ટિંગ સાંપડ્યાં. આ માટે અખબારના તંત્રી નીલેશ દવેનું પ્રોત્સાહન ક્યારેય નહીં ભુલાય.

લેખક સાથે હાજી કાસમની પ્રપૌત્રી શરીફા અબ્દુલ અઝીઝ સોબુઆની

અનોખા વિષય ઉપરાંત ત્રણ કારણસર આ પુસ્તક મારા માટે અતિ મહત્ત્વનું છે.

એક, આ પુસ્તક સામુદ્રિક સાહસકથાઓના શહેનશાહ અને 'ગુરુજી' તરીકે ઓળખાતા મારા પ્રિય લેખક આદરણીય ગુણવંતરાય આચાર્યને અર્પણ કર્યું છે.

બે, આચાર્યસાહેબનાં દીકરી અને નામાંકિત લેખિકા વર્ષાબહેન અડાલજાએ, નાદુરસ્ત તબિયત છતાં, પોતાની લાગણી વ્યક્ત કરી છે.

ત્રણ, વૈતરણા પરના એકમાત્ર અને વિશ્વસનીય સંશોધક વાય. એમ. ચિતલવાલાએ આશીર્વચન પાઠવ્યાં છે. બંને વડીલોનો હૃદયપૂર્વક આભાર.

આશા છે કે ભવિષ્યમાં ભારતનું દરિયાઈ મહત્ત્વ પુનઃસ્થાપિત થશે અને આ પુસ્તક મારા જેવા જિજ્ઞાસુ માટે ગોળના ભીલાં જેવું સાબિત થશે.

...અને દિલથી વંદન દરિયાદેવને.

પ્રફુલ શાહ

E-mail: prafulshah1@gmail.com

મો. ૯૮૬૯૯ ૦૦૨૦૦

કરુણાંતિકા અને ભાવનાત્મક બંને દુર્ઘટનાને સંબંધ

સાઉધમ્પ્ટન એક સમયે ઇંગ્લૅન્ડનું વ્યસ્ત બંદર હતું, પણ તે આજે તેનું ઐતિહાસિક મહત્ત્વ ખોઈ બેઠું છે. આ બંદરેથી વિશાળકાય ઉતારુ જહાજોની અવરજવર થતી. આજે તેની જગ્યાએ ઑઇલ ટેન્કર અને યુદ્ધપોતોની આવ-જા થાય છે જે બદલાયેલા આર્થિક પરિપ્રેક્ષ્યનો નિર્દેશ કરે છે. ગઈ સદીના આરંભમાં ઇંગ્લૅન્ડમાં મહાકાય જહાજોની બાંધણી તરફ મૂડીરોકાણકારોએ ધ્યાન કેન્દ્રિત કર્યું, જેમાંનું એક ટાઇટેનિક હતું. ઇંગ્લૅન્ડ જેવા સંસ્થાનવાદી દેશને તેની આર્થિક તાકાત અને તકનિકી ક્ષમતાનું પ્રદર્શન કરવું એ સ્વાભાવિક આવશ્યકતા હતી. સને ૧૯૧૨ની એપ્રિલની ૧૨ તારીખે સાઉધમ્પ્ટનની જેટી પર લાંગરેલી ટાઇટેનિકને જોવાનાં ટોળાં એકઠાં થયેલાં તે તેની ન્યૂયૉર્કની પ્રથમ યાત્રા કરવાની તૈયારી કરી રહી હતી. તેના ઇજનેરોએ તેની સંરચના સંપૂર્ણપણે સુરક્ષિત બનાવી હતી અને કોઈ પણ સંજોગોમાં તે ડૂબે નહીં તેવું માળખું તૈયાર કર્યું હતું. તેના કૅપ્ટન મિસ્ટર સ્મિથ કુશળ અને અનુભવી નાવિક હતા અને તેની દોર સંપૂર્ણ રીતે સુરક્ષિત હાથોમાં હતી, પણ એપ્રિલની ૧૫મીએ મધરાતે અફાટ મહાસાગરના ઘૂઘવતા જળ વચ્ચેથી રસ્તો કાઢતી એ મહાકાય સ્ટીમર ઉત્તર અટલાન્ટિકમાં ફરી રહેલી હિમશિલાઓમાંથી એક જોડે અથડાણી અને બે કલાક સુધી સપાટી પર ઊંચકાયેલી હાલતમાં તરતી રહ્યા પછી ધડાકાભેર સમુદ્રમાં અદૃશ્ય થઈ ગઈ. તેના પર સવાર ૨૨૦૦ યાત્રી સહિતના લોકોમાંથી ૭૦૦ને બચાવી કઢાયા. અન્ય ૧૫૦૦એ સ્ટીમર જોડે સમુદ્રમાં સમાધિ લીધી. વ્હાઇટ સ્ટાર કંપનીના બેનમૂન જહાજની જળસમાધિને કારણે હાહાકાર મચી ગયો. તેની અંતિમ ક્ષણો વિશે મુસાફરોના અહેવાલોના આધારે અનેક લેખો લખાયા અને લોકોના મન અને દિમાગ પર એ કરુણાંતિકાએ અવિસ્મરણીય

છાપ છોડી છે. પરિણામે જેમ્સ કેમરૂન જેવા ફિલ્મ નિર્દેશકે હાથ ધરેલા સંશોધન અને જહેમતના ફળરૂપે 'ટાઇટેનિક' નામની અતિ સંવેદનશીલ ફિલ્મ ૧૯૯૭માં બનાવી જેને પ્રેક્ષકોએ વધાવી અને તેનાં ભાવનાત્મક ચિત્રો આજે પણ આપણા માનસપટ પર અંકિત છે.

ટાઇટેનિકની હોનારતનાં ૨૪ વર્ષો પહેલાં સૌરાષ્ટ્રના કાંઠે આવી એક હૃદયદ્રાવક હોનારત બનેલી જે આપણે ભૂલી ગયા છીએ. તેના સંબંધી એકમાત્ર વિગત 'હાજી કાસમ તારી વીજળી મધદરિયે વેરણ થઈ'ના આધારે લોકોને તે અંગેની ધૂંધળી જાણકારી છે. સ્ટીમર વીજળી જેનું અસલ નામ 'વૈતરણા' હતું તે અંગે સંશોધન કરવાનો વિચાર મને ૨૦૦૧માં આવ્યો અને ૨૦૧૦માં એ સંશોધનની એકત્રિત માહિતી 'વીજળી હાજી કાસમની' પુસ્તક રૂપે પ્રકાશિત થઈ. સને ૮ નવેમ્બર, ૧૮૮૮ની રાત્રિએ વૈતરણા પોરબંદર પાસેથી રવાના થઈ ૭૬૬ પેસેન્જરો સાથે અરબી સમુદ્રમાં આવેલા ચક્રવાતમાં અદૃશ્ય થઈ. નવાઈની વાત એ હતી કે ન તો કોઈ કાટમાળ મળ્યો, ન કોઈ ઉતારુની લાશ. લંડનથી પ્રકાશિત થતા લૉઇડ્ઝ રજિસ્ટર ઑફ શિપિંગમાં તેને 'Missing' કે લાપતા કહી છે. મારા પુસ્તકમાં મેં ઘણા અનુત્તર પ્રશ્નોના વિગતવાર જવાબો આપ્યા છે અને એ ઘટના પરથી પડદો ઊંચકવાનો પ્રયત્ન કર્યો છે.

આનંદની વાત એ છે કે શ્રી પ્રફુલ શાહે મેં પેટવેલી મશાલને આગળ ધપાવવા પુસ્તક લખી મનનીય પ્રયાસ કર્યો છે જેને હું બિરદાવું છું. પ્રફુલભાઈની ઓળખ તો તેમણે લખેલા અસંખ્ય લેખો અને પુસ્તકોના આધારે આપી શકાય તેમ છે, પણ જે વિશિષ્ટ છે તે એ છે કે તેમણે લેખક તરીકેની મેળવેલી ચાહના અને 'મુંબઈ સમાચાર' જેવા માતબર અખબારમાં લખેલા ઇતિહાસ વિશેના લેખોથી પત્રકારિત્વના ક્ષેત્રે ઊંડું ખેડાણ કરનારરૂપે તેઓએ લોકચાહના મેળવી છે. 'ટાઇટેનિક'ની સરખામણીએ 'વૈતરણા' ઘણી નાની હતી, પણ કરુણાંતિકા અને ભાવનાત્મક બંને રીતે જોડાયેલી છે. બંનેમાં અનેક લોકોએ જાન ગુમાવ્યા હતા. 'હાજી કાસમ તારી વીજળી' ગીતમાં કહે છે:

"દેશ પરદેશ તાર વછૂટ્યા, વીજળી વેરણ થાય કાસમ,
મામો-ભાણેજો ડૂસકે રૂએ રોયે ઘરની નાર કાસમ.
સગા રોવે ને સગવા રોવે, બેની રોવે બાર માસ કાસમ,
પીઠી ચોળેલી લાડકી રોવે, માંડવે ઊઠી આગ કાસમ."

શ્રી શાહે બંને જહાજનો તુલનાત્મક અભ્યાસ કરી ઘણી અજાણ બાબતો પર પ્રકાશ ફેંક્યો છે. હું તેમના પુસ્તકમાં સામેલ અભ્યાસ અંગે અભિનંદન

આપું છું. શ્રી શાહસાહેબની માતબર કલમે લખાયેલું પુસ્તક ઊંડાણને ઉલેચી લખાયેલું હશે તેમાં કોઈ શંકા નથી. તેઓ ભવિષ્યમાં પણ આપણા નજીકના ભૂતકાળમાં બનેલી ઘટનાઓને ઉજાગર કરતા રહે તેવી આશા સાથે તેમને વધુ એકવાર અભિનંદન આપું છું.

૨-૭-૨૦૨૧

યુનુસ ચીતલવાલા

ધોરાજી

(જાણીતા ઇતિહાસકાર, રાજકોટ મ્યુઝિયમના માજી ક્યુરેટર અને વીજળી દુર્ઘટના પરના સંશોધનાત્મક એકમાત્ર પુસ્તકના લેખક)

જળસમાધિની બે કરુણાંતિકાઓ

૧૪મી એપ્રિલ, ૧૯૧૨ની ઢળતી સાંજ. દરિયો શાંત હતો. હવા ખુશનુમા હતી. ૬૬ હજાર ટનની વજનદાર અત્યંત વૈભવી બ્રિટિશ લક્ઝરી લાઇનર 'ટાઇટેનિક' સમુદ્રના તરંગો પર એક સામ્રાજ્ઞીની છટા અને ખુમારીથી સરકી રહી હતી. સાઉધમ્પ્ટનથી ન્યૂયૉર્ક જતા આ જહાજમાં ક્રૂ સાથે ૨૨૪૦ મુસાફરોમાં અનેક સેલિબ્રિટીઝ અને શ્રીમંતો, એ સમયના સૌથી વિશાળ, તોતિંગ જહાજમાં મુસાફરી કરી રહ્યા હતા.

જહાજમાં મોજમજા, ખાણીપીણીની છોળંછોળ હતી. આ તેની પ્રથમ જ મુસાફરી હતી. જેમ જેમ સાંજ ઢળતી હતી, મુસાફરો જલસામાં ગુલતાન હતા ત્યારે દરિયામાં એક અત્યંત વિશાળ હિમશિલા તરતી આગળ વધતી હતી. અત્યાર સુધી તેણે ન્યૂફાઉન્ડલૅન્ડના દરિયામાં ત્રણ હજાર કિમીના સફરની તય કરી લીધી હતી.

'ટાઇટેનિક'ના કૅપ્ટનને ચેતવણીઓ આપવામાં આવી હતી, સાવાધાન, પણ કૅપ્ટન અને સાથીઓનો દૃઢ વિશ્વાસ, ટાઇટેનિકને તે વળી શું થવાનું હતું! દરિયાદેવ તે અભિમાન સાંખતા હશે? દરિયાલાલે તેનો ભોગ લીધો. ૬૬ હજાર ટન વજનનું જહાજ ૧૨૦ ફૂટ લાંબી હિમશિલા સાથે ટકરાયું અને તેના બે ટુકડા જ થઈ ગયા અને કદી ન ડૂબે એવા જહાજે રાત્રે ૨.૨૦ વાગ્યે જળસમાધિ લીધી. આખું જહાજ પાણીમાં અદૃશ્ય થઈ ગયું. ૧૫૦૦થી વધુ મુસાફરોએ સાગરમાં સોડ તાણી. જોકે ટાઇટેનિક બંધાતું હતું ત્યારે આઠ માણસો મૃત્યુ પામ્યા હતા. એ આવનારી દુર્ઘટનાનો કાદચ સંકેત હતો.

પછીની લાંબી કથા છે. બે કલાક અને પાંચ મિનિટ સુધી સંગીતકારો સંગીત વગાડતા રહ્યા અને 'ટાઇટેનિક' ડૂબતું રહ્યું. બીજી એક અજીબોગરીબ વાત એ

છે ટાઇટેનિક ડૂબી ગયું તેના ચૌદ વર્ષ પહેલાં મોર્ગન નામના લેખકે આવા જ જહાજના ગોઝારા અકસ્માતની નવલકથા લખી હતી અને કાલ્પનિક જહાજનું નામ હતું યસ, ટાઇટન. જે બચી ગયા, લાઇફબોટમાં તરતા રહ્યા, એમની વ્યથાકથા અને હિંમતની પણ અનેક કહાની છે.

અનેક જહાજોની જળસમાધિની, અકસ્માતની ઘણી સત્યકથાઓ છે. 'ટાઇટેનિક'ની જળસમાધિ ખૂબ પ્રસિદ્ધિ પામી, ૧૯૯૭માં જેમ્સ કેમરુનના દિગ્દર્શનમાં તેના પરથી અદ્‌ભુત ફિલ્મ બની જે ખૂબ લોકપ્રિય થઈ, આજે પણ છે.

એવી એક બીજી કરુણાંતિકા આપણા સાગરકાંઠે થઈ.

૧૮૮૮ની આઠમી નવેમ્બર.

એસ.એસ. વૈતરણા જહાજ 'વીજળી'એ પણ દરિયાઈ સમાધિ લીધી, પણ એની ગાથા, લોકકથા અને લોકગીતોમાં જ સમાઈ ગઈ. એ પણ ભારતમાં દંતકથારૂપ ઐતિહાસિક ઘટના બની ગઈ.

'વૈતરણા' પર પહેલી જ વાર વીજળીના દીવા ઝળહળ્યા હતા એટલે એનું નામ પડ્યું વીજળી અને ઝગમગ થતા જહાજનું કૌતુક જોવા કાંઠે કાંઠે લોકો ભેગાં થતાં અને એ જોવાની ફી પણ બે રૂ. ચૂકવતા. એ સમયે તો અધધ આગબોટ ગ્લાસગોથી થઈ માંડવી, દ્વારકા વગેરે બંદરો પર થઈ મુંબઈ જવાની હતી.

કોઈ પણ દરિયાઈ અકસ્માત કરુણાંતિકા તો છે જ, પણ આ જહાજના મુસાફરોની વિશેષતા એ હતી એમાં તેર-તેર હોંશભર્યા વરરાજા અને જાનૈયાઓ હતા એ જહાજમાં વરરાજાઓની આશા, અરમાન સાથે પોરબંદર પાસે ડૂબી ગયું. આખા સૌરાષ્ટ્રમાં હાયકારો વ્યાપી ગયો. લોકગીત રચાયું જે રાવણહથ્થાના સૂર સાથે આજે પણ ગામેગામ ગવાતું રહ્યું છે ત્યારે આજેય આંખભીની થઈ જાય છે.

જમીન પર વસતા માનવીની સમજ દરિયો ઊલટપૂલટ કરી નાખે છે, અહીં મનુષ્યની નહીં, દરિયાદેવની આણ પ્રવર્તે છે. ગુણવંતરાય આચાર્ય, દરિયાને કોલ દીધો હોય એમ અનેક સાગરકથાઓ ગુજરાતને ચરણે ધરનાર એકમાત્ર ગુજરાતી નહીં, એકમાત્ર ભારતીય સર્જક છે. એક લેખક તરીકે વાચકની ચેતનાને જાગ્રત કરવાનો, એની સંવેદનાને ઢંઢોળવાનો એમનો સતત પ્રયાસ હતો. ગુજરાતી પ્રજા દાળભાત આરોગનારી પ્રમાદી અને સાહસવિહોણી છે એ મહેણું ભાંગવાનો સતત પ્રયત્ન એમની નવલકથાઓમાં તેમણે કર્યો છે.

આવડી મોટી કરુણાંતિકા થઈ, પણ આશ્ચર્ય એ છે કે એના સગડ કાઢવાનો

અનુક્રમ

વીજળી

ટાઇટેનિક

વીજળી

વીજળી ઉર્ફે વૈતરણા સાથે હાજી કાસમ

૧

એ આઠમી નવેમ્બર

અહીં વાત કરવી છે ૧૮૮૮ની આઠમી નવેમ્બરની. આ તા. ૦૮-૧૧-૧૮૮૮ એટલે વિક્રમ સંવત ૧૯૪૫ કાર્તિક સુદ પાંચમ, છોગામાં કહી શકાય કે લાભ પાંચમ હતી, જ્ઞાન પાંચમ હતી એ દિવસે.

આ દિવસ ભારત, દેશી વહાણવટા ગુજરાત અને ખાસ તો કચ્છ માટે અત્યંત વિષાદમય દિવસ. પરંતુ આપણી ઉદાસી, અજ્ઞાન અને પૂરતી માહિતીના અભાવે આ દિવસને સાવ જ ભુલાવી દીધો છે. એ દિવસ કેવો હતો અને શું થયું એ જાણવા કાળખંડમાં પાછા જવું પડશે.

અવરજવર કરવા માટે વાહનવ્યવહારના એક સાધન તરીકે વહાણ-જહાજ ખૂબ મહત્ત્વનાં ગણાતાં એ દિવસોની આ વાત. ભલે હતી લાભ પાંચમ, પણ કચ્છના માંડવી શહેર અને બંદરમાં હજીય દિવાળી જેવો માહોલ હતો. આનંદ, ઉત્સાહ અને ફટાકડાની હાજરી વર્તાતી હતી. માંડવી બંદરની જાહોજલાલી જોવા જેવી હતી. ત્યાં ચોરાશી બંદરના તો વાવટા ફરકે.

એ દિવસે જાણે શહેરના અને બંદરના વાતાવરણ સાથે તાલ સાધતો હોય એમ દરિયો પણ મસ્તીએ ચઢ્યો હતો. કોઈક મોજું એક પળ આકાશે ઊછળતું, તો બીજી પળે પાતાળને ફાડી નાખવા નીચે ધસી જતું.

પ્રજાજનોના મનમાં વધુ એક આનંદ હતો. અગાઉ ગૌરવ સમાન જહાજ 'વૈતરણા' બુધવારે માંડવી આવવાનું હતું, પરંતુ લાંબી મુસાફરી માટે બુધવાર શુકનિયાળ દિવસ મનાતો નહોતો, બુધવારે ભાઈ-બહેનથી છૂટા ન પડાય વગેરે વગેરે, પરંતુ 'વીજળી'ના નામે વધુ લોકપ્રિય 'વૈતરણા' ગુરુવારે માંડવી આવવાનું હોવાથી સૌની ખુશીનો પાર નહોતો.

ફાનસના એ દિવસોમાં બલ્બ જડેલા જહાજને સૌ 'વીજળી'ના નામે ઓળખવા

માંડ્યા હતા. આ 'વીજળી' સાથે સેંકડોનાં સપનાં, આશા અને મહત્ત્વાકાંક્ષા જોડાયેલાં હતાં.

કચ્છના તેર-તેર વરરાજા સજીધજીને જાનૈયાઓ સાથે 'વીજળી' પર સવાર થઈને મુંબઈ પહોંચીને નવો સંસાર શરૂ કરવાનાં મીઠાં સપનાં જોતા હતા. મુંબઈમાં મૅટ્રિકની પરીક્ષાનો દિવસ પણ ઢૂંકડો આવતો હોવાથી મોટી સંખ્યામાં વિદ્યાર્થીઓ પણ નવી જિંદગીની નવી આશા સાથે 'વીજળી' પર પહોંચી જવા થનગનતા હતા. આ બધાય જ્યોતિષીઓ પાસે સારું મુહૂર્ત કઢાવીને-જોવડાવીને નીકળ્યા હતા.

કચ્છી માંડુઓનો ઉત્સાહ ક્યાંય માતો નહોતો. સૌ માટે 'વીજળી'ની મુસાફરી એક દુર્લભ તક હતી, લહાવો હતી લહાવો. ખૂણેખાંચરે એક જ ચર્ચા કે 'વીજળી' કેવું ભવ્ય જહાજ હતું. કેટલું મોટું હતું, કેટકેટલી સગવડો હતી, કેવી ગજબની ગતિ હતી. ક્યારે આવે 'વીજળી' અને ક્યારે એમાં બેસી જઈએ અને બાદશાહી મુસાફરી કરતા-કરતા પહોંચી જઈએ મુંબઈ...

બ્રિટનના ડંડી બંદરેથી આવેલી 'વીજળી'ની સફરનો માર્ગ હતો કરાચીથી મુંબઈ. કરાચીથી માંડવી, દ્વારકા, (રૂપેણ) પોરબંદર અને વેરાવળ થઈને મહાનગરી મુંબઈ પહોંચવાનું નિર્ધારિત હતું.

એ સમયના અન્ય વાહનોની સરખામણીએ આ રજવાડી મુસાફરી હતી-સગવડો, ઝડપ અને દુર્લભતાની રીતે. માંડવીથી મુંબઈ પહોંચતાં પૂરાં ત્રીસેક કલાક લાગવાના હતા અને ભાડું હતું તોતિંગ પૂરા રૂપિયા આઠ. આજે તો ટૅક્સી રિક્ષાનું મિનિમમ ભાડું પણ આનાથી બમણાથી વધુ છે.

'વીજળી'માં કરાચીથી ચડેલા મુસાફરો ઉપરાંત માંડવીથી બેઠા ૭૫૦, દ્વારકાથી આવ્યા ૧૯૫ જણા. આ મુસાફરો ઉપરાંત ખલાસી-કર્મચારીઓ મળીને ૧૩૦૦ જણા હતા 'વીજળી' વાસી. કૅપ્ટન હાજી કાસમ હોવાનું કહેવાય છે. ફકીર મહંમદ નામે દેશી કપ્તાન કે ખલાસીઓનો માલમ હોવાનું પણ કહેવાય છે.

'વીજળી'ના માંડવી પહોંચવાના અને ઊપડવાનો ચોક્કસ સમય ઉપલબ્ધ નથી. સવારે સાડા સાત વાગ્યાનો અને બપોરે સાડાબાર વાગ્યાનો સમય મળે છે. ક્યાંક ઉલ્લેખ છે કે ત્રણ વર્ષ જૂની 'વીજળી'ની આ ૧૯મી સફર હતી, તો ક્યાંક નવીસવી 'વીજળી'ની પહેલવહેલ સફર ગણાવાય છે.

એક વાવડ મુજબ માંડવીથી ઊપડેલી 'વીજળી' દ્વારકા પહોંચી જ્યાંથી મુસાફરોને લઈને એ આગળ વધી. દરિયો કંઈક ગજબના તોફાને ચડ્યો હતો, પરંતુ 'વીજળી' અને એના કૅપ્ટનના રૂઆબ અને ખુમાર ક્યાં ઓછા હતા!

પ્રવાસીઓ પણ મુસ્તાક હતા કે 'વીજળી'ને વળી શું થવાનું? મજા કરો મજા.

વધુ ઉગ્ર બનતા દરિયાઈ તોફાન વચ્ચે 'વીજળી' દ્વારકાથી પોરબંદર ભણી આગળ વધતી હતી. પોરબંદરથી લગભગ ૧૦૦ જેટલા મુસાફરો 'વીજળી'માં બેસવાના હતા, પરંતુ દરિયાનો મિજાજ જોઈને સ્થાનિક બ્રિટિશ એડ્મિનિસ્ટ્રેટર લેલી મક્કમ હતા કે કોઈ મુસાફરને હું જોખમ લેવા નહીં દઉં. મુસાફરો ખૂબ નારાજ થયા, એકદમ ક્રોધે ભરાયા. કેવી સરસ તક જતી કરવી પડશે આ બ્રિટિશ હાકેમને લીધે? પરંતુ મિસ્ટર લેલી ટસના મસ ન થયા તે ન જ થયા. 'વીજળી' પણ પોરબંદર ઊભી રહેવાને બદલે વ્હિસલ વગાડીને આગળ ધપી ગઈ. લગભગ સાંજે સાડાપાંચ વાગ્યાના સુમારે 'વીજળી' પોરબંદરને રામરામ કરીને આગળ ધપી. રાતે એકાદ વાગ્યે માંગરોળ નજીકથી પસાર થઈ. માધવપુર(ઘેડ) પાસે 'વીજળી' દરિયામાં દેખાઈ અને...

પછી કંઈ જ નહીં. આ 'વીજળી'નાં અંતિમ દર્શન હતાં. મધદરિયે અત્યંત ભયંકર તોફાન વચ્ચે 'વીજળી' ક્યાં ગઈ? શું થયું મુસાફરોનું? આજ સુધી નથી મળ્યો 'વીજળી'નો કાટમાળ કે એકેય લાકડું... નથી મળી કોઈ પ્રવાસીની ભાળ કે લાશ? 'વીજળી' કેવી રીતે ડૂબી એની સાથોસાથ એના કાટમાળ અને બધા મુસાફરોનું શું થયું એ ફરતે ૧૨૬ વર્ષેય રહસ્ય ઘૂંટાય છે. 'વીજળી'એ સર્જેલી અકલ્પ્ય કરુણાંતિકાથી સમગ્ર કચ્છ હચમચી ગયું. આ ટ્રેજેડી એટલી મોટી હતી કે જેની અસર જલદી લોકોના મન પરથી ન ભૂંસાઈ.

ઉપર લખેલી વાતો લોકવાયકા અને લોકસાહિત્ય તથા અદ્ભુત નવલકથામાંની છે. વૈતરણા ઉર્ફે 'વીજળી'ની કરુણાંતિકા વિશે આપણી પાસે નક્કર માહિતી અને દસ્તાવેજ બહુ ઓછા પ્રમાણમાં છે. આ દુર્ઘટનાને જાણવા-પિછાણવા-સમજવાનું સૌથી મોટું અને વર્ષો સુધી એકમાત્ર કહી શકાય એવું એકમાત્ર સાધન હતું લોકસાહિત્ય અને કલ્પનામિશ્રિત નવલકથા.

હાજી કાસમ, તારી વીજળી રે મધદરિયે વેરણ થઈ!
શેઠ કાસમ, તારી વીજળી રે સમદરિયે વેરણ થઈ!
ભુજ અંજારની જાનું રે જૂતી
જાય છે મુંબઈ શે'ર. -કાસમ, તારી.
દેશપરદેશી માનવી આવ્યાં,
જાય છે મુંબઈ શે'ર. -કાસમ, તારી.
દશબજે તો ટિકટું લીધી
જાય છે મુંબઈ શે'ર. -કાસમ, તારી.

તેર તેર જાનું સામટી જૂતી,
બેઠા કેસરિયા વર. -કાસમ, તારી.
ચૌદ વીશુંમાંય શેઠિયા બેઠા
છોકરાંનો નૈ પાર. -કાસમ, તારી.
અગિયાર બજે આગબોટ હાંકી
જાય છે મુંબઈ શે'ર. -કાસમ, તારી.
બાર બજે તો બરોબર ચડિયાં
જાય છે, મુંબઈ શે'ર. -કાસમ, તારી.
ઓતર દખણના વાયરા વાયા
વાયરે ડોલ્યાં વા'ણ. -કાસમ, તારી.
મોટા સાહેબની આગબોટું મળિયું
વીજને પાછી વાળ્યા. -કાસમ, તારી.
જહાજ તું તારું પાછું વાળ્યે
રોગ તડાકો થાય. -કાસમ, તારી.
પાછી વાળું, મારી ભોમકા લાજે!
અલ્લા માથે એમાન. -કાસમ, તારી.
આગ ઓલાણી ને કોયલા ખૂટ્યા.
વીજને પાછી વાળ્ય. -કાસમ, તારી.
મધદરિયામાં મામલા મચે
વીજળી વેરણ થાય. -કાસમ તારી.
ચહ(૧)માં માંડીને માલમી જોવે
પાણીનો ના'વે પાર. -કાસમ, તારી.
કાચને કુંપે કાગદ લખે (૨)
મોકલે મુંબઈ શે'ર. -કાસમ, તારી.
હિન્દુ મુસલમીન માનતા માને
પાંચમે ભાગે રાજ. -કાસમ, તારી.
પાંચ લેતાં, તું પાંચસે લેજે
સારું જમાડું શે'ર. -કાસમ, તારી.
ફટ ભૂંડી તું વીજળી! મારાં
તેરસો માણસ જાય. -કાસમ, તારી.

વીજળી કે મારો વાંક્ક નૈ, વીરા
લખિયલ છઠ્ઠીના લેખ. -કાસમ, તારી.
તેરસો માણસ સામટાં બૂડ્યાં
બૂડ્યા કેસરિયા વર. -કાસમ, તારી.
ચૂડી એ કોઠે દીવા જલે ને
જુએ જાનું કેરી વાટ. -કાસમ, તારી.
મુંબઈ શે'રમાં માંડવા નાખેલ
ખોબલે વે'ચાય ખાંડ. -કાસમ, તારી.
ઢોલ ત્રંબાળુ ધ્રૂસકે વાગે
જુએ જાનુંની વાટ. -કાસમ, તારી.
સોળસે કંયા ડુંગરે ચડી
જુએ જાનુંની વાટ. -કાસમ, તારી.
દેશદેશથી તાર વછૂટ્યા
વીજળી બૂડી જાય. -કાસમ, તારી.
વાણિયો વાંચે ને ભાટિયા વાંચે
ઘર ઘર રોણાં થાય. -કાસમ, તારી.
પીઠી ભરી તો લાડકી રુએ
માંડવે ઊઠી આગ. -કાસમ, તારી.
સગું રુએ એનું સાગવી રુએ
બેની રુએ બાર માસ. -કાસમ, તારી.
મોટા સાહેબે (૩) આગબોટું હાંકી
પાણીનો ના'વે પાર. -કાસમ, તારી.
મોટા સાહેબે તાગ જ લીધા
પાણીનો ના'વે પાર. -કાસમ, તારી.
સાબ મઢ્યમ બે દરિયો ડોળે
પાણીનો ના'વે તાગ. -કાસમ, તારી.

(૧) ચશ્માં
(૨) પૂર્વે આગબોટો ડૂબવાની થતી ત્યારે કાયમ સીસામાં એ ખરબવાળા કાગળો બીડીને સીસા સમુદ્રમાં તરતા મૂકવામાં આવતા.
(૩) પોરબંદરના એડ્મિનિસ્ટ્રેટર લેલીસાહેબ 'વીજળી'ની શોધે નીકળ્યા હતા.

૨

વીજળી આવઈ, વીજળી આવઈ...

નવમી નવેમ્બર, ૧૮૮૮ એટલે કે સંવત ૧૯૪૫ની કારતક સુદ છઠ અને શુક્રવારના રોજ કચ્છનાં ઘણાં ગામોમાં કદાચ આવા સંવાદો થતા પડઘાતા હશે:

'દિવાળી પૂરી થઈ અને પોતર મુંભઈ વ્યો.
ઘર સોંનો સોંનો લગે તો.'

(દિવાળી પતી અને દીકરો મુંબઈ ગયો. ઘર ખાલી ખાલી લાગે છે.)

'પાંજો પોતર કેતરો નસીબવારો આય કે મૅટ્રિકજી પરીક્ષા ડેનેલા 'વીજળી' બોટમે વઈને મોંભઈ વ્યો? (આપણો દીકરો કેવો નસીબદાર કે મૅટ્રિકની પરીક્ષા આપવા 'વીજળી' બોટમાં બેસીને મુંબઈ ગયો.')

'ભગવાન જો પાડ કે ભાણેજો 'વીજળી' જહાજ મેં વઈને પેણેલા મોંભઈ વ્યો!'

('આભાર કે ભાણિયો 'વીજળી' જહાજમાં બેસીને ઠેઠ મુંબઈ પરણવા ગયો')
વીજળી એટલે વીજળી. ઈશ્વર કેતરી કમાલજી રાજાશાહી સવારી માણેલા મલઈ મુંજે ભા કે વીજળી એટલે વીજળી. કેવી કમાલની રાજાશાહી સવારી કરવા મળી મારા ભાઈને)'

'બાઈ. લાભપાંચમ જેડે ખાસે ડી જો આંજા પોત્તર 'વીજળી' તે સવાર થઈને કમાયલા વ્યા અઈ હાણે પાંજા ડોખ જા ડી પૂરા થ્યાં સમજો.'

(સાસુમા, લાભપાંચમના શુભ દિવસે તમારા દીકરા 'વીજળી' પર સવાર થઈને કમાવા ગયા છે. હવે બધા દાળદર ફિટ્યા જ સમજો.)

'ભગવાન જા અને વડીલે જા આશીર્વાદ અંઈ કે બોય પોંતર 'વીજળી' જી શાહી સવારી તેં મોંભઈ કમાયલા વ્યા. (ઈશ્વરના અને વડીલોના આશીર્વાદ કે બબ્બે દીકરા 'વીજળી'ની શાહી સવારીમાં મુંબઈ કમાવા ગયા.)'

આ સંવાદોમાં સમાન બાબત છે ગૌરવ અને આનંદ: વીજળી નામના જહાજ

પર બેસીને સ્વજનો મુંબઈ રવાના થયાના. વીજળી રવાના થયાને હજી એક દિવસ માંડ પૂરો થયો હતો...

સંવત ૧૯૪૫ની કારતક સુદ પાંચમ નવી પેઢીની સમજણ માટે ૧૮૮૮ (હા, અઢારસો અઠ્યાસી)ની આઠમી નવેમ્બર વાર ગુરુ અને લાભપાંચમના શુભ દિવસ. કચ્છના માંડવીમાં જાણે હજી દિવાળી પતી ન હોય જોરદાર આતશબાજી ચાલુ હતી, સૌને મોઢે એક જ શબ્દ: વીજળી... વીજળી... વીજળી...

દંતકથા મુજબ માંડવીમાં જાણે પાંચ દિવસ અગાઉ પૂરી થયેલી દિવાળીનું રિ-રન ચાલતું હતું. ફટાકડાના ધડાકા-ભડાકા વચ્ચે સૌના મોઢે એક જ શબ્દ સંભળાય: વીજળી... વીજળી... વીજળી...

૨૦૨૧માં આ ઘટનાને ૧૩૩ વર્ષ થયા. દંતકથા મુજબ માંડવીના બંદરે ગજબનો ઉત્સાહ હતો, ઉમંગ હતો અને જોશ હતો. લગ્નની તેર-તેર જાનના કોડ હતા. મૅટ્રિકની પરીક્ષા આપવા મુંબઈ જવા માગતા વિદ્યાર્થીઓની સ્વપ્નીલ આંખો હતી અને વેપારીઓના મન-મગજમાં પ્રગતિ-નફાના વિચારોનું રાજ હતું. કોડ, સપનાં અને આશા વચ્ચે એક સામાન્ય કડી હતી: વીજળી... વીજળી... વીજળી...

આ વીજળી એટલે વીજળી જહાજ. પોતાના સમયનું આ સૌથી મોટું ભારતીય જહાજ. મૂળ નામ એસ.એસ. વૈતરણા: સ્ટીમશિપ વૈતરણા. જહાજ પર ઇંગ્લિશ સ્પેલિંગ દેખાય: VETARANA આ એસ.એસ. વૈતરણા વળી 'વીજળી' કેવી રીતે થઈ ગઈ, એ જાણીએ.

'વીજળી' તો વૈતરણાનું હુલામણું, લોકજીભે ચડેલું તળપદી નામ. શેફર્ડ શિપિંગ કંપનીએ બ્રિટનના ગ્લાસગો શહેરના ધ ગ્રેન્જ માઉથ શિપિંગ યાર્ડમાં ક્લાઇડ નદીના વહાણવાડામાં વૈતરણા જહાજ બનાવડાવ્યું હતું. ભારતમાં મુસાફરોની અવરજવર માટેના જહાજો બનાવતી આ કંપનીએ મોટા ભાગના નામ મહારાષ્ટ્ર અને દક્ષિણ ભારતની નદીઓ પરથી રાખ્યા હતા. વૈતરણા, ભીમા, કૃષ્ણા, ગોદાવરી, રાજપૂત વગેરે. ફાનસયુગના એ જમાનામાં હજી ઘરે ઘરે વીજળી પહોંચી નહોતી ત્યારે વૈતરણા પર જહાજ ફરતે ઇલેક્ટ્રિક બલ્બ લગાવાયા હતા. આ નવતર લેખાતી રોશનીને પ્રતાપે વૈતરણા બની ગઈ વીજળી.

પૂરેપૂરી સ્ટીલની બૉડી ધરાવતી વૈતરણાને બનતાં ત્રણ વર્ષનો સમય લાગ્યો હતો. ૬૩ ટન વજનના આ જહાજની ઊંચાઈ ૯.૯ ફૂટ, લંબાઈ ૧૭૦.૧ ફૂટ, અને પહોળાઈ ૨૬.૫ ફૂટ. ડન્સુમર ઍન્ડ જેક્સન કંપનીના પ્રોપલર પંખાવાળા એન્જિન ધરાવતી આ જહાજની સ્પીડ કલાકના ૧૩ નોટિકલ માઈલની હતી.

એસ.એસ. વૈતરણા ઉર્ફે વીજળી એક હકીકત છે. ઇતિહાસ છે, પણ તેનો

પ્રવાસ અને અંત લોકવાયકા અને દંતકથાથી વધુ લોકપ્રિય થયા છે. એક માન્યતા મુજબ એસ.એસ. વૈતરણાની પહેલી સફરના શ્રીગણેશ કરાંચીથી થયા હતા અને અંતિમ મજલ હતી મુંબઈ, પરંતુ...

એ ટીવી ચૅનલ, ઇન્ટરનેટ કે વ્હૉટ્સએપનો જમાનો તો નહોતો. એટલે સત્તાવાર રીતે 'એસ.એસ. વૈતરણા' પણ લોકોના પ્રિય 'વીજળી' જહાજને દરિયો ભરખી ગયો એના થોડા દિવસો પછી પશ્ચિમના અંગ્રેજી અખબારોમાં કેવી નોંધ લેવાઈ અને આજે ઇન્ટરનેટ પર કેવી માહિતી ઉપલબ્ધ છે?

દુનિયાભરના ડૂબેલા જહાજ અને દરિયામાં પડેલા તેના કાટમાળની માહિતી આપતી વેબસાઇટ www.wrecksite.eu પર નજર નાખતા વધુ એક પુષ્ટી મળે છે કે 'એસ.એસ. વૈતરણા' પર નહીંવત્ માહિતી જ ઉપલબ્ધ છે. આમાં આપેલી વિગતો મુજબ 'વૈતરણા' બ્રિટિશ માલિકીનું હતું, જ્યારે મરણાંક ૭૫૦થી ૯૦૦ માણસોનો બતાવાયો છે. જહાજ અકસ્માતોમાં થયેલા મૃત્યુના આંકને પ્રમાણે એને ગમખ્વાર દરિયાઈ દુર્ઘટનાઓમાં ૧૪૦મો ક્રમ અપાયો છે.

આ વેબસાઇટમાં 'વૈતરણા' જેવી અત્યંત ગંભીર હોનારતના પુરાવારૂપે માત્ર ત્રણ અખબારી અહેવાલ અપાયા છે અને એ પણ સાવ નગણ્ય સ્વરૂપ-કદમાં.

આવા એક રિપોર્ટના અંશ જોઈએ: ભારતમાંથી એટલી મોટી દરિયાઈ દુર્ઘટનાના અહેવાલ આવ્યા છે, એવું જો ઇંગ્લિશ કિનારે (અર્થાત્ બ્રિટનમાં, બ્રિટિશરો સાથે) થયું હોત તો બહુ મોટો હોબાળો મચી ગયો હોત. આ દુર્ઘટનાગ્રસ્ત 'વૈતરણા'માં ૯૦૦ માણસો માર્યા ગયાનું કહેવાય છે. મરણાંકની દૃષ્ટિએ આની સરખામણી પ્રિન્સેસ એલીસ દુર્ઘટના સાથે કરી શકાય. આ (વૈતરણાની) દુર્ઘટનાના વ્યાપ-ગંભીરતા છતાં મરણાંકે (અહીં બ્રિટનમાં) જવલ્લે જ કોઈ રસ જગાવ્યો છે, છતાં ભારતમાં ખૂબ ઉત્તેજના-વ્યથા છે...

બીજા અહેવાલ મુજબ 'રોઇટર' (સમાચાર સંસ્થા)ના મુંબઈના ટેલિગ્રામ મુજબ કચ્છથી મુંબઈ જતા રસ્તામાં લાપતા થયેલા 'વૈતરણા' જહાજને લગતી બધી આશા હવે ત્યજી દેવાઈ છે. આ જહાજમાં ૯૦૦ દેશી પ્રવાસીઓ હતા.

નદીની નામધારી 'વૈતરણા'એ તારવાને બદલે લોકોને ડુબાડ્યાં અને વીજળી જીવનને પ્રકાશમય કરવાને બદલે અંધકારમય કરી ગઈ. આથી સમગ્ર કચ્છ પર વેદનાનાં ઘોડાપૂર ઊમટી આવ્યાં. ખારા ખારા સૂકા રણને ભીંજવવા જાણે ખારાં-ખારાં આંસુ વરસ્યાં. કોઈ ગામ નહીં હોય કે જેના એકાદ જણને 'વીજળી' ભરખી ન ગઈ હોય.

૩

શાહી જહાજની મગરૂરી સામે દરિયાલાલનો વિદ્રોહ

એસ.એસ. વૈતરણા ઉર્ફે વીજળી સેંકડો માનવીનાં સપના, આશા, અરમાન, ઉત્સાહ અને જોશના વજન સાથે પોતાની એ પહેલીવહેલી સફર માટે કચ્છના માંડવી બંદરેથી રવાના થઈ ૧૮૮૮ની આઠમી નવેમ્બરે.

ઇંગ્લૅન્ડના ગ્લાસગો શહેરના ધ ગ્રેન્જ માઉથ શિપિંગ યાર્ડમાં શેફર્ડ શિપિંગ કંપનીએ ત્રણ વર્ષની જહેમત બાદ ૧૮૮૫માં 'વૈતરણા' બનાવી અને છેક ૧૮૮૮માં પહેલી સફર માટે રવાના થઈ. લોકવાયકા મુજબ લાભ પાંચમના સપરમા દિવસે સત્તાવાર 'વૈતરણા' પણ લોકોની 'વીજળી' માંડવી નગરથી સફરના શ્રીગણેશ કરવાની હતી. તેરસો પ્રવાસી 'વીજળી' પર સવાર થઈ ગયા. આતશબાજી વચ્ચે એક આંચકા સાથે પાવો વગાડીને 'વૈતરણા' રવાના થઈ. 'આવજો' કહેવા આવેલાઓની આંખમાં હરખનાં આંસુ હતાં કે અમારા સ્વજનને શાહી સવારીનો લહાવો મળ્યો. વીજળી સાવ નાનું ટપકું બનીને ઓઝલ ન થઈ ગઈ ત્યાં સુધી કોઈ ન હલ્યું.

ફરી લોકવાયકાનો આશરો લઈએ તો જહાજ પર સવાર વરરાજાઓ સાથેની બહેનો લગ્નગીતો ગાવા માંડી. માંડવી બાદનું મુકામ એટલે દ્વારકા. આ બંદરે 'વૈતરણા' લાંગર્યું, ત્યારે મહદ્અંશે માંડવી જેવો જ માહોલ. પ્રવાસીઓ, સ્વજનો અને જહાજ જોવા આવેલા કુતૂહલ-પ્રેમીઓની ભીડ દ્વારકા બંદર માટે નવું જોણું હતું:

ઇન્ટરેસ્ટિંગ માહિતી મુજબ વયોવૃદ્ધ પુરોહિત ભગવાનજી અજરામર તો 'વૈતરણા' પર આવીને જાણે કંઈક અલગ જ દુનિયામાં ખોવાઈ ગયા હતા. આવેશમાં ને આવેશમાં તેમણે બેફામ ખાઈ લીધું. આને લીધે તબિયત લથડી. નાછૂટકે તેમણે જહાજ પરથી ઊતરી જવું પડ્યું. કહેવાય છે કે 'વૈતરણા' પર

સવાર થઈને જીવતેજીવ પાછી ઊતરનારી એકમાત્ર વ્યક્તિ એટલે આ ભગવાનજી અજરામર. પોતાના 'વૈતરણા'ના પ્રવાસ વિશે અજરામરજીએ એક પુસ્તિકા લખીને પ્રગટ કરાવ્યાની વાતો ખૂબ થઈ, પણ આજ સુધી કોઈને આ પુસ્તિકા હાથ લાગી નથી. પુરોહિત ભગવાનજી અજરામર, તેમની કથળેલી તબિયત અને પુસ્તિકાની વાતો સાચી છે? એ જોઈશું આગળ.

દ્વારકાના રૂપેણ બંદરથી 'વૈતરણા' પોરબંદર ભણી આગળ વધવા માંડી. સૌની જાણ બહાર દરિયામાં કંઈક અલગ જ મિજાજ આકાર લઈ રહ્યો હતો. શાહી જહાજની પહેલીવહેલી સંગતનો નશો હશે કે ગરૂર? જહાજ પોરબંદર પહોંચે એ અગાઉ ત્યાંના એડ્મિનિસ્ટ્રેટર કૅપ્ટન એફ.એસ.પી. લેલીની ઑફિસમાં ટેલિગ્રામ આવ્યો કે દરિયામાં તોફાન તોળાઈ રહ્યું છે. આથી લેલીએ પોરબંદરના ઉત્સાહી પ્રવાસીઓની નારાજગી વહોરીને પણ તેમને 'વૈતરણા' પર સવાર ન થવા દીધા. લેલીએ તો 'વૈતરણા'ને આગળ જતા રોકી. તેમણે ત્યાં સુધીની ઑફર કરી કે બધા પ્રવાસી પોરબંદર ઊતરી જાઓ, સરકારી ખર્ચે હું તમને તમારા ઘરે પહોંચતા કરીશ, પરંતુ 'વૈતરણા' ન ડૂબે એવા અભિમાન સાથે કૅપ્ટન જહાજને પોરબંદરથી આગળ લઈ ગયા. શું ખરેખર કૅપ્ટન લેલીએ 'વૈતરણા'ને રોકી હતી?

જહાજ આગળ વધ્યા બાદ દરિયો સાબિત કરવા માંડ્યો કે જહાજના કૅપ્ટને નિર્ણય લેવામાં થાપ ખાધી છે. શાંત અને સુંદર સમુદ્ર તોફાને ચડ્યો. અત્યાર સુધી સરસ સરળ રીતે આગળ વધતું 'વૈતરણા' હવે હલબલવા માંડ્યું. જહાજમાં એ સમયે ખરેખર શું બન્યું એ કહેનારો કોઈ ક્યારેય ન મળ્યો પણ કલ્પનાની પાંખે ઘણું કહેવાયું. દરિયો રૌદ્ર થતો જતો હતો. એનું વિકરાળ સ્વરૂપ જાણે જહાજ નાનું બચ્ચું હોય એમ એને ઉછાળતું હતું, રમાડતું હતું. આમાં પ્રવાસીઓના જીવ પડીકે બંધાઈ ગયા હોય જ, પણ કૅપ્ટન કદાચ પોતાના કસબ પર મુસ્તાક હશે. અને કદાચ મોડેથી બ્રહ્મજ્ઞાન થયું હોય તો પણ હવે ક્યાં કંઈ કરવાનું શક્ય હતું?

આ તોફાન વચ્ચે 'વૈતરણા'ની સફરનો પહેલો દિવસ તો પૂરો થયો, પરંતુ રાતે બાર વાગ્યા પછી બદલાયેલો નવો દિવસ વધુ તોફાની બનવાના ભૂંડા અણસાર દરિયાનાં મોજાં ઊછળી ઊછળીને અને 'વૈતરણા'ને ઉછાળી ઉછાળીને આપતા હતા.

નવમી નવેમ્બરના આરંભિક કલાક એટલે કે રાતે બાર વાગ્યા પછી દરિયાનું જોર વધતું જતું હતું. અને 'વૈતરણા'ની સ્થિતિ કથળતી-બગડતી જતી હતી.

કહેવાય છે કે મધરાતે રાતે એક વાગ્યાના સુમારે માંગરોળથી ૨૦થી ૨૫ કિલોમીટરના અંતરે 'વૈતરણા' પર દરિયાએ જીત મેળવી લીધી.

જીત પણ કેવી જીવલેણ? એકેય મુસાફર કે કર્મચારી પર દરિયાએ દયા ન ખાધી. અંદર બેઠેલા મનાતા ૧૩૦૦ જેટલા ઉતારુ કે કર્મચારીઓનું શું થયું? જહાજ ક્યાં ગયું? આ સવાલો આજ સુધી અનુત્તર છે. એકેય માણસ જીવતો ન હોવાની હકીકત તાર્કિક હોઈ શકે પણ જહાજનો કાટમાળ કે એનું એકાદ પાટિયું પણ કેમ ક્યારેય કોઈને હાથ ન લાગ્યું?

વધુ ભણવાના, લગ્ન કરીને જીવન માણવાના અને નફો રળીને સમૃદ્ધ થવાના એક-એક સપનાં કાળીડિબાંગ રાતે ખારાપટ્ટ દરિયાના પેટાળના અંધકારમાં ધરબાઈ ગયાં કાયમ માટે. લગ્નગીતની તૈયારીવાળા ઘરમાં મરશિયા ગવાવા માંડ્યા. એ આક્રંદ, એ રુદન છતાં જરાય ઢીલા પડીને દરિયાએ એકાદ લાશ પણ પાછી ન આપી.

એસ.એસ. વૈતરણાની દુર્ઘટના સાથે સંકળાયેલો આ કરુણ અને રસપ્રદ ઘટનાક્રમ છે.

વીજળી વિલાપ ગીત

સમય સદા બહુ રંગી, છાંય સમયની ક્ષણ ક્ષણ ફરવાની,
સમય કરે છે હાનિ, સમય કરે છે સુખદ સમાધાની.

બનજારા

બૂરી યાદ રહી ગઈ તારી, મેં જખમ લગાવ્યો કારી-ટેક.
તારું નામ પડ્યું વૈતરણી, તેં ધ્રુજાવી દીધી ધરણી;
એ વાત ન જાય વિસારી, તેં જખમ લગાવ્યો કારી. બૂરી.

તેં વસ્ત્ર ધરાવ્યા શોકી, તેં આશ લોકની રોકી;
શું ભાર ઝીલ્યો નહીં ભારી, તેં જખમ લગાવ્યો કારી. બૂરી.

તું આખર નારી જાતિ, તેં રાખી પેટમાં કાતી;
હા! નહીં સાચવી યારી, તેં જખમ લગાવ્યો કારી. બૂરી.

તું દયાહીન થઈ દોડી, તેં સજ્જડ પ્રીતિ છોડી;
શું ખલક બનાવી ખારી! તેં જખમ લગાવ્યો કારી. બૂરી.

તેં પ્હાડ ઉરથી ઢોળ્યા, તેં ભરદરિયામાં રોળ્યા;
આ કેવી હાય! ખુવારી, તેં જખમ લગાવ્યો કારી. બૂરી.

તારું નામજ છેક અકારું, કર્યું વીજ છતાં અંધારું,
શું ઊલટ ગીત નિરધારી, તેં જખમ લગાવ્યો કારી. બૂરી.

તું હશે જનમથી કપટી, તું લાલચ માહેં લપટી;
ગઈ હજારની હુશિયારી, તેં જખમ લગાવ્યો કારી. બૂરી.

તેં અધવચમાં ઝોંકાવ્યું, તેં બીજ ઝેરનું વાવ્યું;
હા! એક ન જાત ઉગારી, તેં જખમ લગાવ્યો કારી. બૂરી.

તેં ખોઈ બધી મજબૂતી, તું પાણીમાં જઈ સૂતી,
હા! લાજ ન લેશ વધારી, તેં જખમ લગાવ્યો કારી; બૂરી.
તું હતી નહીં કંઈ એબી, શું શોર મચાવ્યો ગેબી!
એ ચાલ નહીં તુજ સારી, તેં જખમ લગાવ્યો કારી. બૂરી.

તેં કર્યું અચાનક કેવું! હા! કોઈ કરે નહીં એવું;
શું રચી દગાની ધારી! તેં જખમ લગાવ્યો કારી. બૂરી.

તેં કરી તનધનની હાનિ, રે! મળી ન એક નિશાની;
શું આવી બેદરકારી! તેં જખમ લગાવ્યો કારી. બૂરી.

તેં ભલપણ તારું ખોયું, નહીં સંકટ પરનું જોયું;
થઈ નફ્ટ ન વ્યથા વિચારી, તેં જખમ લગાવ્યો કારી. બૂરી.

તેં હાય! કરી શિરજોરી, તેં તોડી જીવનની દોરી;
હા! એક ન સરત સુધારી, તેં જખમ લગાવ્યો કારી. બૂરી.

તેં દરેકનું જર લીધું, પણ ફળ નહીં તેનું દીધું;
હા! અવળી રીત ઉતારી, તેં જખમ લગાવ્યો કારી. બૂરી.

દઈ નિર્દોષીને ફાંસી, તેં પ્રસરાવી તુજ હાંસી;
તું ઠરી ઘાત કરનારી, તેં જખમ લગાવ્યો કારી. બૂરી.

તેં જુલમી જાળ બિછાવી, ભડને પણ ભૂલ કરાવી;
કંપે તેનું નામ ઉચારી, તેં જખમ લગાવ્યો કારી. બૂરી.

તું પડી વમળમાં પ્હેલી તારું કોઈ રહ્યું નહીં બેલી;
તને જડી ન એકે બારી, તેં જખમ લગાવ્યો કારી. બૂરી.

સખી સાવિત્રી નીરાએ, તને ખોળી બહુ જ ઉપાયે;
પણ છેવટ બંને હારી, તેં જખમ લગાવ્યો કારી. બૂરી.

તારી થઈ શું હાલ હવાલી! તેનો ખ્યાલ થાય છે ખાલી;
તારી મળી ન પગડી ન્યારી! તેં જખમ લગાવ્યો કારી.   બૂરી.

(જામનગરવાસી દુર્લભદાસ વિ. શ્યામજી ધ્રુવે ‘વીજળી’ના ડૂબવાથી થયેલી વેદનાને ‘વીજળી વિલાપ’ નામક કાવ્યસંગ્રહમાં પ્રગટ કરી હતી. ૧૮૮૮માં જ પ્રગટ થયેલા આ કાવ્યસંગ્રહની કિંમત સવા આનો હતી.

માહિતી સૌજન્ય: વાય. એમ. ચીતલવાલા કૃત ‘વીજળી હાજી કાસમની’)

૪

દરિયાના લાલ ગુણવંતરાય આચાર્ય

'ગુજરાતનું નસીબ છે કે તેને નિકલસ મોન્ઝારાટ જેવો દરિયાઈ સાહિત્યનો એક અપ્રતિમ લેખક સાંપડ્યો, એ લેખક હતા ગુણવંતરાય આચાર્ય અને તેમણે 'હાજી કાસમની વીજળી'ની દંતકથા, ઇતિહાસ, તેનાં લોકગીતો ગદ્ય સ્વરૂપમાં ગુજરાતની પ્રજાને ભેટ ધર્યાં અને હાજી કાસમની વીજળી અમર બની ગઈ.' આ શબ્દો છે જાણીતા કવિ અને પત્રકાર અને આ લેખકના પત્રકારત્વમાં પાપાગપલી વેળાના પ્રથમ તંત્રી સ્વ. હરીન્દ્ર દવેના.

એસ.એસ. વૈતરણાની વેરવિખેર અને નહીંવત્ માહિતીને કલ્પનાને સથવારે નવલકથાનું સ્વરૂપ આપનારા ગુણવંતભાઈ ગુજરાતી ભાષાના જ નહીં, સમગ્ર ભારતના દરિયાઈ કથાના બેનમૂન લેખક છે.

૧૯૬૫ની ૨૫મી નવેમ્બરની વાત છે. રાજકોટમાં પત્ની નીલાબહેને બંધાવેલા નવા ઘરમાં ગુણવંતભાઈ રહેવા આવ્યા. ૨૫મીની સાંજે તેઓ પોતાની દરિયાઈ નવલકથા 'સરજામ સંધાર' લખી રહ્યા હતા. મોડી રાતે એક કલાક અને દસ મિનિટે હૃદયરોગનો હુમલો અને એની અસહ્ય પીડા વચ્ચે જાતે જ ઘરબહાર આવીને ખાટલો ઢાળીને આકાશ તરફ મોં રાખીને સૂતા, શાંતિથી આંખો બંધ કરી અને અનંતની યાત્રાએ નીકળી પડ્યા.

અદ્‌ભુત દરિયાઈ સાહિત્ય પીરસનારા ગુણવંતરાય આચાર્ય અને નવલકથા 'હાજી કાસમની વીજળી' વિશે તેમનાં દીકરી અને લેખિકા વર્ષાબહેન અડાલજા (બીજી દીકરી એટલે પણ જાણીતાં લેખિકા ઈલા આરબ મહેતા) સાથે વાતચીત કરવી હતી, પરંતુ વર્ષાબહેનની નાદુરસ્ત તબિયતને લીધે આ શક્ય ન બન્યું, પણ તેમણે સાહિત્ય અકાદમીએ પ્રગટ કરેલું પોતાનું પુસ્તક 'ગુણવંતરાય આચાર્ય' મોકલી આપ્યું.

આ પુસ્તકના પ્રકરણ 'ગુણવંતરાય આચાર્ય—સાગરકથા સમ્રાટ'માં જાણીતા ઇતિહાસવિદ્ નરોત્તમ પલાણને ટાંકવામાં આવ્યા છે: 'દરિયાઈ નવલકથાને ધ્યાનમાં લો, તો સમગ્ર ભારતમાં અને કદાચ વિશ્વસાહિત્યમાં પણ ગુણવંતરાય આચાર્ય અદ્વિતીય સિદ્ધ થાય. મનુષ્યજાતિ પાસે આટલો મોટો દરિયાકિનારો છે, પણ કયા દેશની કઈ ભાષામાં દરિયાઈ નવલકથાનું આટલું ખેડાણ થયું હશે? જુલે વર્ન અને મોન્ઝારાટ જેવા બે-પાંચ લેખકોને બાદ કરતાં ગુણવંતરાયની સાથે ઊભી શકે એવો એક પણ લેખક મને દેખાતો નથી. એશિયા, આફ્રિકાના કિનારાની આટલી જાણકારી! કાંઠાનાં માણસોનો આટલો પરિચય! વહાણ અને એનાં અંગોપાંગની આવી આત્મીયતા! દરિયાનો આવો મિજાજ અને દરિયાનાં આટલાં રૂપોનાં ચિત્રણો ગુણવંતરાય સિવાય અન્યત્ર ક્યાં છે?'

અત્યારે એકેય લેખકે ન ખેડી હોય એવી દરિયાઈ સફર ગુણવંતભાઈએ કરી છે અને વાચકોને કરાવી છે. એમની સાગરકથાઓનો રસથાળ જુઓ: 'પીરમનો પાદશાહ' (૧૯૩૦), 'સોરઠની સાગરકથા' (૧૯૩૫), ભગવો નેજો (૧૯૩૬), 'દરિયાલાલ' (૧૯૩૮), 'જળસમાધિ' (૧૯૩૯), 'દરિયાવાટ' (૧૯૪૦), 'દરિયાપીર' (૧૯૫૦), 'સક્કરબાર' (૧૯૫૨), 'હરારી' (૧૯૫૩), 'સરફરોશ' (૧૯૫૩), 'સરગોસ' (૧૯૫૩), 'હાજી કાસમ તારી વીજળી' (૧૯૫૪), 'કાલભૈરવ' (૧૯૫૪), 'દરિયા સારંગ' (૧૯૫૫), 'સોહિણી સંધાર' (૧૯૫૫), 'જાવડભાવડ-૧' (૧૯૫૬), 'જાવડભાવડ-૨' (૧૯૫૬), 'દે દરિયામાં દોટ' (૧૯૫૬), 'ઐરાવત બલિહારી-૧' (૧૯૫૬), 'ઐરાવત બલિહારી-૨' (૧૯૫૬), 'દરિયાપાર' (૧૯૫૯), 'જગતશાહ જગડુશાહ' (૧૯૫૯), રમણ લાખા (૧૯૬૦), 'અનંત ચાવડો' (૧૯૬૧), 'રત્નાકર મહારાજ' (૧૯૬૪), 'આથમણો રકાબ-૧' (૧૯૬૪), 'આથમણો રકાબ-૨' (૧૯૬૪), 'દરિયાઈ સફર' (૧૯૬૫) અને 'સરજામ સંધાર' (૧૯૬૫). આ અગાઉ વાર્તાસંગ્રહ 'આચાર્યની શ્રેષ્ઠ સાગરકથાઓ' (૧૯૩૦).

૨૯ દરિયાઈ નવલકથાઓ અને અનેક નવલિકા આપનારા ગુણવંતરાયનો દરિયા સાથેનો સંબંધ જાણવા જેવો છે. ઈ.સ. ૧૯૦૦ની નવમી સપ્ટેમ્બરે ગુજરાતના નાનકડા ગામ જેતલસરમાં વડનગરા બ્રાહ્મણ જ્ઞાતિમાં જન્મ. પિતા પોલીસ અમલદાર, નામ પોપટલાલ આચાર્ય, માતા જમનાબાઈ.

વર્ષાબહેને પ્રેમપૂર્વક મોકલેલા પુસ્તકના પ્રકરણ 'ગુણવંતરાય આચાર્ય—જીવન અને વ્યક્તિત્વ'નો એક રસપ્રદ અંશ જોઈએ.

પિતાની પોલીસ ખાતાની નોકરીને લીધે પિતાની સાથે ઘણાં ગામો નાનપણથી રખડ્યાં હતાં. બહાદુરી અને હિંમત માટે પોલીસ ખાતામાં જાણીતા પિતાનું મુખ્ય

કામ લૂંટારાઓ અને બહારવટિયાઓનો પીછો કરવાનું હતું. ઘનઘોર જંગલ અને બીકવાળાં જોખમી સ્થળોએ રાતવાસો અને પડાવ રહેતા. ગુણવંતરાય પિતાની સાથે પોલીસ ટુકડીમાં સામેલ થતા ત્યારે તાપણાં કરી આખી રાત મેર ને વાઘેર, રજપૂત અને બારોટ સાથે અલકમલકની વાતોના ડાયરા જામતા. સાહસોની અને સ્વાર્પણની, જવાંમર્દીની અને સરફરોશીની વાતોનાં કસુંબા ઘુંટાતા. જંગલી ભયંકર પ્રાણીઓ સામે હોકારા પડકારામાં મોંસૂઝણું થતું.

એકવાર ભાંગતી રાતે તાપણાં ફરતે ડાયરો જામ્યો હતો અને ધિંગાણાની એવી ખરાખરીની વાત મંડાઈ કે પિતાના પડખામાં બેસી ધિંગાણું નજરે જોતો હોય એમ નાનો ગુણવંત ભયથી ધ્રૂજી ઊઠ્યો હતો. પિતાએ એ જ વખતે ગુણવંતને અંધારી રાતે ગાઢ જંગલમાં એકલા દોડી આવવાની આજ્ઞા કરી, નહીં તો પછીથી સાથે આવવાની બંધી. ગુણવંતને પિતા સાથે રખડવાનું અને જંગલમાં વાતોના ડાયરા જમાવવાનું ખૂબ ગમતું. એમાં સામેલ ન થવાની શિક્ષા કેમ ખમાય? ગુણવંત જંગલમાં દૂર સુધી એકલો દોડી આવ્યો. પિતા તરફથી મળેલું આ નિર્ભયતાનું વરદાન હંમેશ માટે ગુણવંતરાયના વ્યક્તિત્વનો હિસ્સો બની ગયું.

મોટા ભાઈ મહાશંકરને કચ્છ-માંડવીમાં શિક્ષકની નોકરી મળતાં ગુણવંતરાય પણ ભાઈ સાથે કચ્છ ગયા અને ત્યાંની શાળામાં શિક્ષણ લીધું. એ સમયે માંડવી પ્રખ્યાત ધીકતું બંદર હતું. રોજ શાળાએથી આવતાં જતાં માંડવી બંદરના ધક્કે ઊભા રહી એમણે હિલોળા લેતો દરિયો દીઠો. ગજબની મોહિની દરિયાએ એમને લગાડી. એમની નસેનસમાં દરિયાનાં ધસમસતાં મોજાં ઊછળતાં રહેતાં, કેમ જાણે દરિયા સાથે પૂરવજનમની પ્રીત હોય! માંડવીની એક બંદર તરીકેની દિનચર્યા અને પ્રવૃત્તિઓને ગુણવંતરાય રસપૂર્વક જોયા કરતા.

ખારવાઓને નવાઈ લાગતી કે ભદ્ર સમાજનો એક છોકરો દરિયાને અને ખારવાઓને કેમ આટલું વહાલ કરે છે! પણ એથી અનેકગણું કુતૂહલ ગુણવંતરાયને રહેતું, ખારવાઓની ભાષા, વસ્ત્રો, રહેણીકરણી, રીતરિવાજો વ. જાણવા માટે એ ખૂબ ઉત્સુક રહેતા. ગુણવંતરાયે ખલાસીઓ સાથે એવી ભાઈબંધી કરી હતી કે એમની સાથે બસરા, મસ્કત અને બગદાદ સુધી સફરો ખેડી દરિયાઈ સફર અને જીવનનો અનુભવ આત્મસાત્ કર્યો.

ભવિષ્યની અદ્‌ભુત સાગરકથાનાં લેખક તરીકે નિયતિએ જ એમની પર પસંદગીનો કળશ ઢોળ્યો હોય એમ જે શાળામાં એ અભ્યાસ કરતા હતા એ જ શાળામાં મુગટરાય માસ્તર શિક્ષક હતા. આમ તો એ ચિત્રકામના શિક્ષક હતા, પણ એ સાચા અર્થમાં ગુરુ હતા. એમની પાસે આપણા ભૂતકાળના

ભવ્ય વારસાની વાતોનો ખજાનો હતો અને સ્મરણશક્તિ અદ્ભુત. પોતાના ઘરે વિદ્યાર્થીઓને ભેગા કરી, ઇતિહાસની, દેશનાં વાણિજ્યવેપારની અને દરિયાઈ સફરોની વાતો કહેતા.

વાર્તારસ તો ગુણવંતરાયે ગળથૂથીમાંથી જ પીધો હતો. જંગલમાં તાપણે તાપતાં બારોટ અને ચારણ, મેર અને વાઘેરોએ અલકમલકની વાત માંડીને રસને પોષ્યો હતો. એમાં માંડવી બંદરે એમને રીતસરનું ઘેલું લગાડ્યું. આમ ઇતિહાસ, દંતકથા, દરિયો અને સાહસનો દેશી અલખો એમણે ઘૂંટ ભરી ભરીને પીધો, પછી તો જીવનભર મર્દાનગી, ટેક અને મીઠી તીખાશનો કેફ એમની પર છવાયેલો રહ્યો.'

૩૭ વર્ષમાં ગુણવંતરાય આચાર્યે ખૂબ ખૂબ લખ્યું. પત્રકારત્વની સાથોસાથ નવલકથા, સાગરકથા, ઐતિહાસિકકથા, સામાજિક નવલકથા, જાસૂસકથા, નવલિકા, ફિલ્મ, નાટક, હાસ્ય નિબંધ... અને થોકબંધ લખાણ. ૧૭૫ પુસ્તકો છતાં અદ્ભુત લોકપ્રિયતા. ખુદ ઝવેરચંદ મેઘાણીએ લખ્યું: 'સાચ્ચે જ આ લેખિનીની ઈર્ષ્યા થવી એ પણ શોભાસ્પદ છે. એ કલમે લખેલાં પુસ્તકોની આવૃત્તિઓ પ્રગટ થતી રહે છે. 'દરિયાલાલ' કેટલીય યુનિવર્સિટીમાં પાઠ્યપુસ્તક તરીકે સ્થાન પામી છે. ૧૯૪૬માં લખેલા નાટક 'અલ્લાબેલી'ના સંવાદો વર્ષો સુધી નાટ્ય તાલીમના વર્ગોમાં કલાકારોને ડાયલોગ ડિલિવરી અને અવાજમાં આરોહ-અવરોહ માટે શીખવાતા.'

આમ છતાં ગુણવંતરાય આચાર્ય કાયમ સંઘર્ષ કરતા રહ્યા—એકદમ ખુમારી સાથે. નવલકથા 'કોરી કિતાબ'નો પ્રસંગ જાણવા જેવો છે. એના પ્રકાશક નવયુગ પુસ્તક ભંડારના જમનાદાસ દોશીએ લખ્યું છે: 'ગુણવંતરાયને મનમાં એક ખટકો રહેતો, મારી પત્નીને હું કંઈ આપી શક્યો નથી. એમણે રાતે દસ વાગ્યે 'કોરી કિતાબ' લખવાની શરૂ કરી. હું ચા બનાવીને આપતો જાઉં અને આચાર્યની કલમ અવિરત ચાલે. સવારે એમણે પુસ્તક પૂરું કર્યું અને કહ્યું, 'આ નવલકથા તમને આપી. મને નીલા માટે સોનાની બે બંગડીઓ આપો. ગુણવંતરાયે એક જ રાતમાં, એક બેઠકે ૧૯૨ પાનાંની નવલકથા લખી હતી.

આવા ધુરંધર લેખકે એસ.એસ. વૈતરણા ૧૮૮૮માં ડૂબ્યા બાદ છેક ૧૯૫૪માં 'હાજી કાસમ તારી વીજળી' કેવી રીતે લખી? એમાં કલ્પનાના કેવા રંગો ઉમેર્યા?

૫

'વીજળી તો મુંબઈ... જાય ને જાય'

'હાજી કાસમ તારી વીજળી' થકી વૈતરણાની દુર્ઘટનાને અમર બનાવનારા અને ઇતિહાસના અશ્રુભીના પાનાને સાચવી રાખનારા ગુણવંતરાય આચાર્યનું ગુજરાતી સાહિત્યમાં ઘણું મોટું પ્રદાન છે. સાગરકથામાં તો તેઓ એકમાત્ર અને અનન્ય છે.

ગુણવંતભાઈનાં લેખિકા પુત્રી વર્ષાબહેન અડાલજાએ આપેલી માહિતી મુજબ સન ૨૦૦૦માં લંડન ગુજરાતી સાહિત્ય અકાદમીએ આચાર્યની જન્મશતાબ્દીની ઉજવણી કરી હતી.

આ પ્રસંગે તેમનાં બંને પુત્રી વર્ષા અડાલજા અને ઈલા આરબ મહેતાને લંડન બોલાવાયાં હતાં. ત્રણ દિવસ ચાલેલા સેમિનારમાં ભાગ લેવા સાહિત્યપ્રેમીઓ દૂરદૂરથી આવ્યા હતા. ભારે વરસાદ વચ્ચે પણ ભીડ એકઠી થવાનું મુખ્ય કારણ હતું સર્જક માટેના માન અને પ્રેમ. ભારતીય પ્રજાએ અને ખાસ તો ભાટિયા અને લોહાણા લોકોએ દરિયાપારનો વેપાર કેવી શાનથી કર્યો એનું હકીકતસભર આલેખન ગુણવંતભાઈ જેટલું સારું અને સચોટ કોઈએ કર્યું નથી. આ બધા આચાર્યજીની બંને પુત્રીઓને ખૂબ સ્નેહપૂર્વક મળ્યા. પોતાના પ્રિય લેખકના સંતાનને મળીને ઘણાંની આંખો ભીની થઈ ગઈ હતી.

આવી લાગણી ઘણા વિવેચકો વ્યક્ત કરી શક્યા નથી, એ દુ:ખદ વાત છે. છતાં ૧૯૪૫માં એમને ગુજરાતી સાહિત્યનું સર્વોચ્ચ સન્માન રણજિતરામ સુવર્ણચંદ્રકરૂપે મળ્યું હતું. ૨૦૦૫માં વર્ષાબહેનને પણ આ પારિતોષિક મળ્યું. અન્ય કોઈ પિતા-પુત્રીએ રણજિતરાય સુવર્ણચંદ્રક મેળવ્યા છે ખરા?

આવા ગુણવંતરામ આચાર્યે ૧૮૮૮ની દારુણ દુર્ઘટનાને આધારે છેક ૧૯૫૪માં નવલકથા લખી 'હાજી કસમ તારી વીજળી' પછી તો એની આવૃત્તિ પર આવૃત્તિ થતી રહી, જે એની વાચકપ્રિયતાનો બોલતો પુરાવો છે. આ નવલકથાના આરંભે

'કથાપ્રવેશ' (ગૂર્જર ગ્રંથરત્ન કાર્યાલયમાં)માં ગુણવંતભાઈએ લખેલા શબ્દો જોઈએ:

હાજી કાસમ તારી વીજળી રે!
મધદરિયે વેરણ થઈ!
સમદરિયે વેરણ થઈ!

ક્લાઇડ નદીના વહાણવાડામાં બંધાયેલી નવી નકોર આગબોટ. એનું નામ એસ.એસ. વેટરના લગભગ આઠ હજાર ટનની. એના જમાનામાં હિન્દી મહાસાગરમાં ફરતી આગબોટોમાં મોટામાં મોટી. વીજળીની શોધ એ હજી નવીસવી ને આગબોટોમાં વીજળી દીવા સાથે હિન્દી મહાસાગરમાં એ પહેલી જ આગબોટ.

નવીનક્કોર આગબોટ. વળી ભારે જંગી એમાં એ કાળમાં નવી નવાઈના વીજળીના દીવા બળે. લોકોએ એને 'વીજળી'નું હુલામણું નામ આપી દીધું.

ત્યારે લગ્નગાળો મોટો. વૈશાખ માસ ચાલે. મુસાફરોની અવરજવર વધારે. વહાણમાંથી–બોટોમાંથી લીધેલી ટિકિટો રદ કરાવી કરાવીને છડિયા વીજળીમાં બેસવાને તલપાપડ થયા.

આગબોટ કંપનીને આ સારી જાહેરખબર. સામાન્ય રીતે નવી આગબોટ કંપનીને મુંબઈની વડી કચેરીએ આવવાનું ઠરાવાયેલું, એ ઠરાવ ફેરવીને આગબોટે કરાચીમાંથી જ છડિયાં લેવાનું જાહેર કર્યું.

કરાચીથી મુસાફરો ઊભરાયા. મુંબઈમાં લગન એટલે બે જાન પણ ચડી. પીઠી ચોળેલ વરરાજાઓ ને જુવાન જુવાન જાનૈયાઓ.

ત્યાંથી આવી માંડવી. માંડવીના બંદરેથી ભુજ અને અંજારની અગિયાર જાનો લીધી: ચાર નાગરોની, એક નાગર બ્રાહ્મણની, ચાર ભાટિયાની, બે મુસ્લિમોની બારાત, આમ કુલ તેર જાનો થઈ.

માંડવીથી આવી દ્વારકા.
ભુજ અંજારના જાનું રે જૂતી,
જૂત્યા કેસરિયા વર રે!

તેર જાન, તેર પીઠી ચોળેલ વરરાજા ને સોળસો મુસાફરોનો બોજ ઉપાડીને 'વીજળી' દ્વારકા આવી.

કાળનું નોતરું એક માણસને નહોતું આવ્યું. રાજગોર ભગવાનજી માંદા પડી ગયા. એમને દ્વારકા ઉતારી દેવામાં આવ્યા.

આગબોટ પોરબંદર તરફ ચાલી.

ઉત્તર દખણના વાયરા વાયા! વાયરે ડોલ્યા વહાણ,
ચહમાં ચડાવીને માલમી જુએ, પાણીનો ના'વે પાર રે!

દરિયાના પેટાળમાંથી એક તાંડવ ઊપડ્યું. તોફાન ચડવા માંડ્યું, વધવા માંડ્યું. તોફાનને કારણે સાગરની ભરતી પોરબંદરના બારામાં વીસ ફૂટ આગળ રેલાઈ.

જેને કાળ બોલાવે છે એને કોણ રોકી શકે?

પોરબંદરના એડ્મિનિસ્ટ્રેટર મિ. લેલીએ 'વીજળી'ને પોરબંદરમાં તોફાન બંધ રહે ત્યાં સુધી રોકાઈ જવા કહ્યું: પણ

ગોરા હાકેમ તમે બોલી રિયા,
પણ વીજળી મુંબઈ જાય.

કાળનું નોતરું કપ્તાનના મોઢામાંથી બોલ્યું:

'વીજળી' તો તોફાનની રાણી છે. દરિયાલાલની રાણી છે. એને તોફાન વળી શું કરવાનું હતું? શું કરી શકવાનું હતું? 'વીજળી' તો મુંબઈ... જાય ને જાય.'

લેલીસાહેબ 'વીજળી'ને તો ન રોકી શક્યા. પણ પોતાની હકૂમત જેટલું કરી શક્યા. થોડાક માનવીના યમદૂતોને એમણે આડા હાથ દીધા.

પોરબંદરમાંથી એણે એક પણ માનવીને બોટમાં ચડવા ન દીધો. કાળ સાથેની લેલીની હોડ એટલેથી પૂરી થઈ. બોટ ઉપર લેલીએ કહેવરાવ્યું. 'જે મુસાફરને પોરબંદરમાં ઊતરી જવું હોય એને રાજને ખર્ચે રાખવામાં આવશે ને રાજને ખર્ચે મુકામ પહોંચાડવામાં આવશે.

તોફાનમાં યમરાજનું અટ્ટહાસ્ય કોઈનેય નહીં સંભળાયું હોય.
કોઈ નીચે ન ઊતર્યું. લગ્ન ખડે તો! ને આંહીં તો
મુંબઈ શહેરે માંડવા નાખેલ, ખોબલે વહેંચાય ખાંડ;
ઢોલ, ત્રંબાળાં ધ્રૂસકે વાગે, ને જોવાય જાનું કેરી વાટ;
હાજી કાસમ.

ચૂડીએ કોઠે દીવા જલે, ને જોવાય જાનુંની વાટ;
સોળસો કંયા ડુંગર ચઢીને, જુવે 'વીજળી'ની વાટ
હાજી કાસમ.

કોઈ કરતાં કોઈ પોરબંદર ના ઊતર્યું. તેર જાન, સોળસો છડિયાં, એંસી ખલાસીનો બેડો લઈને 'વીજળી' પોરબંદરથી તોફાન ઉપર સવારી કરતી નીકળી ગઈ.

ફટ રે ભૂંડી ‘વીજળી’ મારાં, સોળસો માનવી જાય,
‘વીજળી’ કહે વાંક નહીં મારો, લખિયણ છઠ્ઠીના લેખ રે,
હાજી કાસમ.

તોફાન ને ‘વીજળી’ વચ્ચેનું જુદ્ધ ક્યાં થયું, ક્યાં સુધી ચાલ્યું, ક્યારે પૂરું થયું એ તો કોઈ જાણતું નથી! પણ–

કાચને કૂંપે કાગજ લખિયા, ‘વીજળી બૂડી જાય’
અને પછી –
દેશ પરદેશે તાર વછૂટ્યા, ‘વીજળી બૂડી જાય’
વાણિયો વાંચે ને ભાટિયો વાંચે, ને ઘર-ઘર રોણાં થાય;
અરે! પીઠી ચોળેલ એની લાડડી વાંચે, માંડવે ઊઠી આગ,
સગું રૂવે એનું સાગવું રૂવે, ને બેની રૂવે બારે માસ.

પોરબંદરથી ‘વીજળી’ ગઈ તે ગઈ! શું થયું એ સાગરની રાણી સમી આગબોટનું? શું થયું એના સોળસો મુસાફરોનું?

એક પાટિયું સરખુંય હાથ ન આવ્યું. એક લાશ સરખીયે હાથ ન આવી. સરસામાનનો એક રજ જેટલો ટુકડોય હાથ ન આવ્યો.

સાહેબ ને મડમ બેય દરિયો ડહોળે પણ પાણીનો નાવે પાર.
હાજી કાસમ.

આમ એસ.એસ. વેટરના દરિયાલાલમાં ઝબકી ગઈ. ને એના
‘વીજળી’ના દીવા સદાને માટે બુઝાઈ ગયા.
સોળસો જીવનજ્યોત સદાને માટે ઝબોળાઈ ગઈ.

*

શું હિન્દુ, શું મુસલમાન, કચ્છ કાઠિયાવાડના કંઠારના લોકોની આ કારમી કહાણી મારે કહેવાની છે.

શું કાઠિયાવાડનો મેમણ કે શું ખોજો, શું ખલાસી કે શું નાખુદો, સેંકડો વરસોથી દરિયાપીરની દુવા માગતો આવ્યો છે, મેળવતો આવ્યો છે. દિલાવર દિલના દરિયાલાલની પુત્રી લક્ષ્મીની દીધેલી કૃપા ભોગવતો આવ્યો છે.

એણે દરિયા જેટલી દિલાવરીયે બતાવી છે. દિલાવર હાથે એ સખાવત કરતો આવ્યો છે. દિલાવર દિલથી રોજી મેળવતો આવ્યો છે. રોજી આપતો આવ્યો છે.

દરિયાલાલ કાઠિયાવાડનું સરોવર બની રહ્યો છે. ચોરાસી બંદરમાં સૌરાષ્ટ્રનો અનોખા સંસ્કાર ને અનોખી સંસ્કૃતિનો વાવટો ફરકાવતો આવ્યો છે.

કોઈક વાર દરિયાલાલ મૂલ પણ માગે છે. દરિયાપીર તો દોહ્યલા દેવ છે. દીયે છે ત્યારેય દીકરાય દે છે, લે છે ત્યારેય દીકરાય લે છે, આપે છે ત્યારે માણસની બુદ્ધિ કામ ન કરે એટલું આપે છે, લે છે ત્યારે માનવીની કરામત કામ ન કરે એટલું લે છે.

મારે આ કહાણી કહેવાની છે.

'વીજળી'ના વિનાશની, એ વિનાશ પાછળ છુપાયેલી એક ખલાસીની અજબ એવી દરિયાપરસ્તીની, ને એથીયે અજબ એવા એના માતૃપ્રેમની કહાણી મારે લખવાની છે. એક ઉમંગી ને વફાદાર ઓરતના પ્યારની કહાણી છે.

દરિયાની બરકત અને હરકતની આ કથા છે, ખારવાની ઝિન્દાદિલીની આ કહાણી વાંચીને કોઈનેય દરિયાની વાટ ઉપર કદમ મૂકવાનું જરાય મન થાય તો મારો પ્રયાસ ગનીમત બનશે.

આ સાથે પૂરો થયો 'કથાપ્રવેશ.'

૬

આ જહાજ નથી, દરિયામાં તરતું લોઢાનું ગામ છે ગામ

એસ.એસ. વૈતરણા ઉર્ફે વીજળીની કરુણાંતિકાના દરેક ઉલ્લેખ વખતે કાયમ હાજી કાસમનું નામ આવે જ. જાણે વીજળી અને કાસમ એકમેકના સમાનાર્થી શબ્દ. આ હાજી કાસમ કોણ એ વર્ષો સુધી રહસ્યમાં રહ્યું. હાજી કાસમની સાચી ઓળખ મેળવવાનો પ્રયાસ આગળ જતા કરીશું, પણ આજે ગુણવંતરાય આચાર્યની નવલકથા (ડૉક્યુનોવલ ન કહી શકાય?) થકી આ ઘટના પર નજર નાખીએ.

ગુણવંતરાય એકદમ કાબેલ સર્જક અને નવલકથાકાર. વાચકોને જકડી રાખવાની કળામાં એકદમ માહેર. આ નવલકથામાં તેમણે હાજી અને તેની માતાની સંવેદના વણી છે, તો હાજીની બીજી બીબી અને એ પણ વિદેશી મહિલા નેલીની ઉત્કટ પ્રેમકથા છે. ગામે હાજીની માતા અને પહેલી પત્ની પ્રતીક્ષા કરી રહ્યા છે.

આચાર્યના હાજીને લંડનની દરિયાઈ કચેરી તરફથી વિનંતી કરતો પત્ર મળે છે કે 'વારાટા' નામની આગબોટની જળસમાધિની સરકારી તપાસ યોજાવાની છે. હાજી અને ફિરંગી જહાજ 'ઇઝાબેલ'ના ખારવાઓને 'વારાટા' તરફથી મદદ માટે દરિયામાં તરતો મુકાયેલો શીશો મળ્યો. 'ઇઝાબેલ' તરફથી ભારે જહેમત ઉઠાવાઈ હતી આથી હાજી રોકાઈ ગયો.

પછી હાજીને બ્રિટિશ ઇન્ડિયા સ્ટીમ નેવિગેશન કંપની 'બીઝન' તરફથી બોલાવાયો. 'બીઝન'ની તદ્દન નવી આગબોટ ગ્લાસગોના વહાણવાડામાં તૈયાર હતી. આચાર્યના વર્ણન મુજબ 'આ આગબોટ જેવી તેવી નથી, પણ સવા લાખ ખાંડીની છે, એ આગબોટ નથી, જહાજ નથી. દરિયામાં તરતું લોઢાનું ગામ છે ગામ. મુંબઈથી બગદાદ ને મુંબઈથી કોલકાતા સુધી એના ફેરા થવાના છે...

આવી આગબોટ આજ પહેલાં બંધાઈ નથી. માછલાંઓમાં મગરમચ્છ જેવું આ તોતિંગ બારદાન અત્યારે દરિયામાં ફરતી 'બીઝન' કે પેનિન્સ્યુલર કંપની કે વ્હાઇટ સ્ટાર કંપની કે કુનાર્ડ કંપનીની ચાર આગબોટ જેવડું છે. આમાં આઠ તો પંખાઓ છે ને પચીસ હજાર ઘોડાઓ જેટલું બળ ધરાવનારું એક વરાળનું એન્જિન. વરાળિયાં ઊભા એન્જિનોની બનાવટના કીર્તિસ્તંભ સમું છે.'

આ જહાજની વિશેષતા વર્ણવતા આચાર્ય કહે છે: 'તાજેતરમાં વિલાયતમાં મીકાએલ ફેરેડે નામના માણસે લોહચુંબકમાંથી જોઈએ એટલી વીજળી પેદા કરવાની રીત શોધી હતી. એના ઉપરથી લોહચુંબકમાંથી વીજળી પેદા કરીને એને વાપરવાનાં યંત્ર શોધાયાં છે. એવું એક મોટું યંત્ર પણ આ આગબોટમાં છે ને એમાંથી આ આગબોટ ઉપર નાના મોટા બે હજારથી વધારે દીવાઓ બળશે ને રાતે પણ આગબોટનો ખૂણેખૂણો ધોળા દિવસ જેટલો જ પ્રકાશિત રહેશે. આગબોટની ઝડપ પણ બીજી આગબોટો કરતાં બમણી જેટલી રહેશે. ઝળહળતા દીવાઓને તેજ ઝડપને કારણે આ આગબોટ દરિયાલાલ જાણે વીજળી સદેહે રમવા આવી હોય એવી બનશે.

આગબોટનું નામ એસ.એસ. વેટરના?

ગુણવંતરાય આચાર્યે આલેખેલી નવલકથા 'હાજી કાસમની વીજળી' મુજબ તો 'વેટરના'ને ગ્લાસગોથી કરાચીથી મોકલવાની હતી. પછી કરાચીથી માંડવી, માંડવીથી દ્વારકા, દ્વારકાથી પોરબંદર, પોરબંદરથી માંગરોળ, માંગરોળથી મહુવા, મહુવાથી ભાવનગર ને ભાવનગર-ઘોઘાથી મુંબઈ જવાનું હતું.

નવલકથાના પાના નં. ૧૭૩ મુજબ 'મુંબઈમાં તો કેવળ મુંબઈ ખાતેના કંપનીના એજન્ટ હાજી કાસમ માત્ર નહીં, પરંતુ સારું મુંબઈ શહેર આ ઓગણીસમી સદીના અવ્વલ નંબરના અચરજને નિહાળવાને તલપાપડ છે.'

મુંબઈમાં આ આગબોટ જોવા માટેની બે આનાની ટિકિટો હજારોની સંખ્યામાં વેચાઈ હતી અને કોલકાતામાં પણ બે આનાની વીસેક હજાર જેટલી ટિકિટો ચપોચપ ઊપડી ગઈ હતી.

પરંતુ ખાટલે મોટી ખોડ એ હતી કે આ અજાયબીની આગબોટને મુંબઈ સુધી લઈ જનારો કોઈ હિંમતબાજ નાખુદો મળતો નહોતો.

૭

એક હિન્દુસ્તાનીએ બતાવી હિંમત

એસ.એસ. વૈતરણા ઉર્ફે વીજળી જહાજની કરુણાંતિકાને અમર બનાવવામાં મોટો ફાળો આપનારા ગુણવંતરાય આચાર્યની નવલકથા 'હાજી કાસમ તારી વીજળી'માં તર્કબદ્ધ રીતે બયાન કરાયું છે કે કેવા સંજોગોમાં 'વૈતરણા'નું સુકાન હાજી કાસમને સોંપાયું. 'વારાટા' નામનું એક જહાજ હડમાન ચાલીસા એટલે કે બર્મ્યુડા ટ્રાઇન્ગલ પાસે ગાયબ થઈ ગયું એટલે કોઈ ધોળિયો કૅપ્ટન 'વૈતરણા'ને લઈને ત્યાંથી પસાર થવા તૈયાર નહોતો.

હકીકતમાં તો હાજી કાસમને નાતાલથી લાવનારી આગબોટના કૅપ્ટન મુર માટે જ 'વૈતરણા'નું નિર્માણ થયું હતું એમ કહી શકાય. પરંતુ હવે એમના હાંજા ગગડી ગયા હતા.

એક તો હાજી કાસમમાં હિંમત અને વહાણવટાનું જ્ઞાન. જવું ય છે પોતાના વતન હિન્દુસ્તાન. તો હાજી કાસમ લિસ્બનથી 'વીજળી'ને લઈ જાય અને મુંબઈમાં જહાજના કાયમી નાખુદા ગ્લેડવીનને સોંપી દે તો? પણ હાજીને તો માંગરોળ જ જવું હતું. ઘણી વ્યવસ્થા વિચારાઈ કે હાજી પોતાની ગર્ભવતી પત્ની નેલીને શાહી વસવાટ, ખાનપાન અને સગવડ સાથે માંગરોળ સુધી લઈ જાય. પછી નેલીને માંગરોળ મૂકીને પોતે જહાજ લઈને મુંબઈ જાય અને ત્યાંથી માંગરોળ પાછા ફરવાની સગવડ કંપની જ કરી આપશે અને હાજી કાસમ માની ગયા. હાજીના વહાણવટા હેઠળ રવાના થનારી નવીનક્કોર આગબોટને વિદાય વેળાએ તોપોની સલામી અપાઈ, અનેક જહાજોએ વાવટા ઝુકાવીને સલામી આપી... પોતાના સમયથી કોઈ પણ બોટથી ચારગણી મોટી 'વીજળી' પહેલી સફરે વરાળ ભરીને રવાના થઈ.

ગુણવંતરાય આચાર્યના વર્ણન અને શબ્દોમાં અનોખી મજા છે. એનો નાનકડો અંશ જ અહીં આ વાર્તા-કથનમાં સમાવવાનું શક્ય છે.

'વીજળી' લિસ્બનમાં નાંગરી ત્યારે ફિરંગી સરકારનાં રાજા-રાણી એને જોવા પધાર્યાં. હાજીના સસરા અને સ્નેહીઓએ હરખથી છલકાતી તારીફ કરી. ત્રણ દિવસ બાદ 'વીજળી' આફ્રિકા ખંડની નીચેથી જતી ને હડમાન ચાલીસાની સમાંતરે' ચાલીને મુંબઈની દરિયાવાટે ચડી ગઈ. 'હડમાન ચાલીસાની કોરેકોરે થઈને ત્યાંથી પાછા ઉપર ચડીને કરાચી સુધી પહોંચીને ત્યાંથી મુંબઈ જવાની એની દરિયાવાટ હતી.'

'વીજળી' આગળ ધપવા માંડી એમ ગોરાઓની ટેક્નિકલ સિદ્ધિ વખણાવા માંડી પણ કોઈ ધોળિયાએ ન બતાવી એવી હિંમત હિન્દુસ્તાનીએ બતાવી હતી. 'કાળા નાખુદા'ની ઉપેક્ષા કરવાની વેતરણ થવા માંડી 'વીજળી' જ્યાં જ્યાં પહોંચે ત્યાં હાજી કાસમનું સત્કાર-સન્માન થાય.

'છાપાંઓ રોજેરોજ 'વીજળી'ની સાગરયાત્રાના સમાચાર આપતાં હતાં... મલગાસા—માડાગાસ્કર બેટને હવે એણે વટાવ્યો ને મોઝાંબિકની સામુદ્રધુની એણે હવે પોતાની પાછળ મૂકી... આફ્રિકાના લોરેન્ઝો મારકસમાં નાંગર નાંખ્યું...

મુંબઈના બારામાં 'વીજળી' પહોંચે અને તેનું સન્માન થાય ત્યારે અંગ્રેજ સરકારના નાક સમા બંદરમાં ગોરા વહાણવટીઓ અને વેપારીઓને 'વીજળી'નું જાહેર સ્વાગત કરવું હતું પણ ગોરો નાખુદો હોય તો જ.

એટલે હાજી કાસમને અધવચ્ચે 'વીજળી' છોડી દેવી પડે એવો કારસો ગોરાસાહેબો રચવા માંડ્યા. હવે જોખમી હડમાન ચાલીસા તો હેમખેમ પસાર થઈ ચૂકયો હતો. ગરજ સરીને વૈદ્ય વેરી. હાજી કાસમની હવે જરૂર નહોતી, એટલે ગોરો નાખુદા મુંબઈમાં રાહ જોવાને બદલે કરાચી જ પહોંચી ગયો. હવે હાજી અને તેની વિલાયતી મેડમ માનવંતા મહેમાન હતાં—માંગરોળ સુધીના.

કરાચીથી જ 'વીજળી' જાણે લગ્નમંડપમાં ફેરવાઈ ગઈ. આચાર્ય આશ્ચર્ય વ્યક્ત કરે છે કે ભાદરવામાં લગ્ન?! પછી પોતે જ કારણ આપે છે કે અગાઉના ત્રણ વર્ષ પ્લેગ, કૉલેરા અને દુકાળને લીધે ભયંકર જવાથી લગ્નો થયાં નહોતાં.

'વીજળી' કરાચીથી માંડવી આવી. મુંબઈમાં લગ્ન માટે ભુજ-અંજારની તેર જાન આવી, તો મૅટ્રિકની પરીક્ષા આપવા મુંબઈ જવા ભુજ, રાપર, અંજાર અને માંડવીના વિદ્યાર્થીઓ આવ્યા, આગળ જતાં માંડવીથી વધુ ચાર જાન આવી. વીજળી દ્વારકા પહોંચી, પછી અઢાર જાન અને મૅટ્રિકના ચારસોથી વધુ વિદ્યાર્થી

મળીને કુલ ૧૪૭૮ મુસાફરો થયા. આમાંથી પાછા ઊતર્યા એક માત્ર દ્વારકાના ગૂગળી બ્રાહ્મણ નામે ભગવાનજી અજરામર માંડવીમાં માંદા પડ્યા, એટલે વતન દ્વારકામાં ઊતરી ગયા.

આચાર્યજીએ ૨૪મા પ્રકરણમાં ભગવાનજી વિશે પૂરક માહિતી આપી છે: 'આ ભગવાનજી અજરામરે પોતે દ્વારકામાં કેમ ઊતરી ગયા અને 'વીજળી'ની એમની છેલ્લી ઝાંખી વખતે તોફાનનો આરંભ કેમ થયો એનું બયાન આપતી એક પુસ્તિકા પ્રગટ કરી હતી.

(એક મહત્ત્વની આડવાત. આ ભગવાનજી અજરામરે લખેલી મનાતી પુસ્તિકા આજ સુધી કોઈ મેળવી શક્યું નથી, નહીંતર એ ખૂબ મહત્ત્વનો માહિતીપ્રદ પુરાવો બની શકે.)

દ્વારકા ઊતર્યા બાદ ભગવાનજીભાઈની તબિયત એકદમ સારી થઈ ગઈ. એમને જહાજમાં પાછા ફરવાનો પ્રયાસ સુધ્ધાં કર્યો, પણ ન ફાવ્યા. દ્વારકાની દીવાદાંડીમાં કામ કરનારા પોતાના સંબંધી સાથે તેમણે 'વીજળી'ને અલવિદા કરી. ત્યાં જ... હવેની વાત આચાર્યજીના શબ્દોમાં:

ત્યાં નિર્મળ આભમાં કડાકો થયો. હાથિયો ગરજ્યો, રણકયો, ગબડ્યો—જાણે-જાણે આભમાંથી કાલભૈરવનું અટ્ટહાસ્ય સંભળાયું.

કોણ જાણે ક્યાંથી પેટાળમાંથી એક કાળી લાંબી લાંબી ચીસ સંભળાઈ, હજાર ભૂતો સ્મશાનમાં સામટાં રોતાં હોય એવી. ને આભની સીમમાંથી દરિયો ઊછળવા લાગ્યો...

નાળિયેરની કાચલીની જેમ હોડી ઊછળે, ભડકેલા ઘોડાની જેમ ભાગે. પાંચ પાંચ ભરતી એકસામટી ચડી હોય એમ દરિયો તો જાણે હાથએક ઊંચો થયો ને આમતેમ લાખો પગોએ નાચવા માંડ્યો...

ધક્કા ઉપરના દાણાની કોઠીના છાપરાને દરિયા ઉપર વિમાનની જેમ અધ્ધર ને અધ્ધર દૂર-દૂર સુધી ઉડાડતો ઉત્તર દખ્ખણનો વાયરો વીંજાઈ રહ્યો હતો.

ને નરકનું બારણું ઊઘડ્યું હોય ને પીડાયેલા આત્માઓની કાળજગરી કાળચીસો સંભળાતી હોય એવી કાળી ચીસોની પરંપરા દરિયામાંથી ઊઠવા લાગી.'

આગળ 'લેલીસાહેબ' નામના પ્રકરણમાં તોફાનનું વર્ણન જુઓ: 'દરિયાના ક્ષણ-ક્ષણ વધતા રૌદ્ર રૂપને જાણે તિરસ્કારતી હોય. પોતાના કહ્યાગરા કંથનો તિરસ્કાર કરતી કોઈ રૂપગર્વિતા અભિસાર કરતી હોય એ સમુદ્રસમ્રાજ્ઞી વીજળી પોરબંદરના બારામાં આવી.'

પોરબંદરથી એક જાન અને ચાર વિદ્યાર્થી 'વીજળી'ની રાહ જોતા હતા પણ

સ્થાનિક કાબેલ એડમિનિસ્ટ્રેટર લેલીએ કોઈને જહાજમાં ચડવા ન દીધા. એટલું જ નહીં, તોફાન વચ્ચે બોટ લઈને 'વીજળી' પર ગયા. તેમણે ગોરા નાખુદાને વિનંતી કરી કે થોડો સમય રોકાઈ જાઓ. ક્યારેક અહીં આવા અલ્પજીવી તોફાન થાય છે, પરંતુ ગોરા નાખુદાને તો મુંબઈના સ્વાગત સમારંભ સિવાય કંઈ દેખાતું નહોતું. બધી કારી અજમાવી જોઈ પણ લેલી ન ફાવ્યા. ને 'અબુડ' ગણાવાયેલી 'વીજળી' તો ઊપડી વટભેર... તોફાનની ઐસીતૈસી...

'વીજળી' વહેલી સવારે ચાર વાગ્યે માંગરોળ પહોંચવાની નેમ હતી. ધક્કા પર ભીડ જામવા માંડી હતી. ઘણાં તો 'નવાઈના દીવા' બતાવવા નાના બાળકોનેય લાવ્યા હતા. આ સાથે ગુણવંતભાઈ માહિતી આપે છે: 'આગલી રાતે એક વિચિત્ર પ્રકારનો પવનઝપાટો થોડી વાર માંગરોળ ઉપર ફરી ગયો હતો. એમાં બેએક છાપરાં ઊડ્યાં હતાં. કોઈ કોઈ ઘરમાં ઉઘાડા બારણામાં પેસી જઈને ધણખૂંટ જેવું ખૂંદણું ખૂંદી ગયો હતો. જાણકારો કહેતા કે છેક દખ્ખણ દરિયાલાલમાં હોઈએ તો તો આવા પવનને સૂરિયો કહીએ ખરા... આવો પવન આજ લગણ માંગરોળમાં ફૂંકાયો નથી... મોડી રાત્રે ત્રણ વાગ્યાનાં ઘડિયાળ બાજ્યા પછી દરિયાની અંદર ધડાકા થયા હતા. ધડાકા થયા હતા બે કે ત્રણ જ, પણ એવા તો પ્રચંડ હતા કે આખા માંગરોળને ઘેર-ઘેર પોતાને માથે જ આ ધડાકા થયા એમ લાગ્યું હતું.'

ઘણાંને શંકા ગઈ કે પરંપરાગત દીવાની જેમ 'વીજળી'ના દીવા બુઝાઈ ગયા હશે? કદાચ એ આવી ગઈ હોય ને અંધારામાં દેખાતી ન હોય. સૂર્યોદય થયા બાદ પણ વીજળી ક્યાંય ન દેખાઈ. વાંધો નહીં, રાહ જોઈએ, ભલે દીવા ન દેખાય પણ 'વીજળી' તો જોઈને જ જવાનું. કલાકો વીતતા ગયા પણ 'વીજળી' ન દેખાઈ. અંતે માંગરોળના આગબોટના એજન્ટ એટલે બીઝન કંપનીના એજન્ટે પોરબંદર તાર કર્યો: 'આગબોટ વીજળી પોરબંદરથી ઊપડી છે કે નહીં અને ઊપડી હોય તો ક્યારે ઊપડી એના ખબર કરો.' પોરબંદરથી જવાબ આવ્યો: 'વીજળી ગઈ કાલે રવાના થઈ ચૂકી છે, ત્યારે દરિયામાં તુફાન હતું... ને કચ્છ કાઠિયાવાડના કાંઠાળ મુલકમાં ઘેર ઘેર ક્યાંક ભાઈનાં, ક્યાંક બહેનનાં ને ક્યાંક નાવલિયા કંથનાં નામનાં રુદન શરૂ થયાં. તે આજ સુધી ચાલુ રહ્યાં છે...'

એસ.એસ. વૈતરણા ઉર્ફે વીજળી ક્યાં ડૂબી, કેવી રીતે ડૂબી અને શા માટે ડૂબી એની કોઈ ખાતરીબદ્ધ માહિતી નથી, છતાં સલામ ગુણવંતરાય આચાર્યને. તેમણે નાથુ ટંડેલ અને પોરબંદરના એડ્મિનિસ્ટ્રેટર લેલી વચ્ચે એક સંવાદમાં સ્પષ્ટ અણસાર આપ્યો છે:

'પોરબંદર અને માંગરોળની વચ્ચે, પણ માંગરોળની નજીકમાં દરિયામાં ઘડો છે. એ ઘડો ફૂટ્યો હોય તો તુફાનમાં ફાટેય ખરો, તો એક તો શું, દસ વીજળી એમાં ગારદ થઈ જાય ને એંધાણ બહાર ન નીકળી, વીજળીને આખી ને આખી હજમ કરવાનું બીજાનું તો ગજું નથી, સાહેબ.

ઘડો એટલે શું?

ઘડો એટલે દરિયાના તળિયામાં પાતાળકૂવો. આમ તો એમાં કાયમી ચીકણી ભીની માટી જ રહે. આમ તો દરિયામાં તળિયા જેવું તળિયું લાગે. પણ ક્યારેક પવન કે પાણીના કે બીજા કોઈ ન કળાય એવા કારણે ઘડો ફાટે એટલે ઉપરના પાણી ને નીચેની માટી એકસામટાં એમાંથી ઉલેચાય કે પછી પાછાં પાછાં ખેંચાય. એટલે 'વીજળી' એમાં ખેંચાઈ હોય ને એની માથે માટી વળી જાય એમ ને! પણ નાખુદો ક્યાંય શીશો તો નાખે ને? ઘડો જીવતો હોય ત્યાં સુધી એના ચક્કરમાંથી કોઈ બહાર નીકળી ન શકે.

આ તો ગુણવંતરાય આચાર્યની 'હાજી કાસમ તારી વીજળી' ગૂર્જર ગ્રંથરત્ન કાર્યાલય, અમદાવાદ)ની ઝલક છે, પૂરેપૂરી નવલકથા ખરેખર માણવા જેવી છે. આ નવલકથાના ટ્રેલર બાદ અત્યાર સુધી વૈતરણા ઉર્ફે વીજળી અંગે મળેલા નક્કર દસ્તાવેજી પુરાવા અને સંશોધનની વાત કરીશું.

૮

વૈતરણા ડૂબ્યા પછી પ્રથમ ફોટો

વર્ષોથી 'વીજળી' ઉર્ફે 'વૈતરણા'માં મને ખૂબ જ રસ. આશ્ચર્ય અને આઘાત એ વાતનું કે 'ટાઇટેનિક' સહિતનાં અન્ય જહાજોની કરુણ ગાથા, માહિતી અને ફોટા જોઈએ એટલા બધા મળે, પણ "વૈતરણાની સાવ નજીવી, અધૂરી અને અધકચરી માહિતી જ ઉપલબ્ધ છે. આથી આ જહાજ અને એની કરુણાંતિકા વિશે જ્યાંથી જે માહિતી મળે એ બધી વર્ષોથી ભેગી કરી છે.

ખૂબ ઇચ્છા કે ગ્લાસગો શિપયાર્ડથી લઈને માંગરોળ–પોરબંદર ખૂંદી વળીને શક્ય એટલી માહિતી મેળવવી, ક્યાંકથી જાણકારી મળી કે 'વૈતરણા' દુર્ઘટના અંગે તપાસપંચ બેઠું હતું. ભારે જહેમત બાદ ખબર પડી કે આ તપાસ પંચનો અહેવાલ મુંબઈ પૉર્ટ ટ્રસ્ટની લાઇબ્રેરીમાં હોવો જ જોઈએ. એ રિપોર્ટ મેળવવાના પ્રયાસો દરમિયાન જ જાણ થઈ કે વાય. એમ. ચિતલવાલાનું 'વીજળી' પરનું સંશોધનાત્મક પુસ્તક તૈયાર છે અને સત્વરે પ્રકાશિત છે. આ ઉપરાંતના વ્યવહારુ કારણસર વીજળીના સંશોધનની યાત્રાને કામચલાઉ બ્રેક મારવી પડી. છતાં ક્યારેય રસ ન ગુમાવ્યો.

હાલ ધોરાજીથી સુરત રહેવા આવેલા વિદ્વાન અને પીઢ પુરાતત્ત્વવિદ્ વાય. એમ. ચીતલવાલાનું સંશોધન 'વીજળી હાજી કાસમ'ના નામે દર્શક ઇતિહાસ નિધિ દ્વારા પ્રકાશિત થયું છે. આ પુસ્તક લખવા પાછળના કારણ સંઘર્ષ અને મહેનત જાણવા માટે લેખકે પુસ્તકમાં 'નિવેદન' આપ્યું છે, જેના મહત્ત્વના અંશો જાણીએ:

કેટલીક દૃષ્ટિએ 'વીજળી' અને 'ટાઇટેનિક' વચ્ચે સામ્ય પ્રવર્તે છે. બંને સ્ટીમરો ઇંગ્લૅન્ડમાં તૈયાર થઈ હતી. 'વીજળી'ની માલિકી લંડનસ્થિત શેફર્ડ કંપનીની હતી, અને તે લંડનમાં રજિસ્ટર થયેલી. પણ મુંબઈ પાસે આવેલી વૈતરણા

નદીના નામ ઉપરથી તેનું ઔપચારિક નામ 'વૈતરણા' હતું. ગુજરાતના લોકો તેને લાડમાં 'વીજળી' કહેતા હતા. 'વીજળી' ઈ.સ. ૧૮૮૫માં બંધાઈ હતી અને તે કચ્છ અને મુંબઈ વચ્ચે અવરજવર કરતી હતી. તેના કૅપ્ટનનું નામ કાસમ ઇબ્રાહીમ હતું. તે ૮ નવેમ્બર, ઈ.સ. ૧૮૮૮ના રોજ ૭૪૬ ઉતારુઓને લઈને માંડવી બંદરથી મુંબઈ જવા રવાના થઈ હતી. તે પોરબંદર પહોંચી ત્યારે દરિયો તોફાની હતો પણ ઝંઝાવાતી ચક્રવાતના કોઈ અણસાર ન હતા. પોરબંદરથી રવાના થયા પછી તે લાપતા બની. કદાચ ૮ નવેમ્બર, ૧૮૮૮ના મોડી રાત્રે માંગરોળ પાસે સંભવત: તે ડૂબી. વૈતરણાના ડૂબવાથી ગુજરાત અને હિંદમાં હાહાકાર મચી જવા પામ્યો, પરંતુ ગુજરાતમાં સામયિકો અને અખબારોએ તેની વિસ્તૃત નોંધ લીધી ન હતી.

આ દૃષ્ટિએ ગુજરાતે સાચા અર્થમાં કશું જ કર્યું નથી. 'વીજળી'ની સ્થિતિનું પ્રખ્યાત રાષ્ટ્રશાયર અને સાહિત્યકાર ઝવેરચંદ મેઘાણીએ જેનું વર્ણન કર્યું છે તેમ 'કોઈના લાડકવાયા' જેવી છે. એ વીર સમરાંગણમાં ઘવાયો ત્યારે તેની ખબર પૂછવા પણ કોઈ ના ગયું અને અંતે તેના 'આતમ દીપક ઓલાયાં, ઓષ્ઠના ગુલાબ કરમાયા.' આપણી 'વીજળી'ની પણ આવી જ અવદશા થઈ છે.

અલબત્ત, સુપ્રસિદ્ધ સાહિત્યકાર ગુણવંતરાય આચાર્યે ૧૯૫૪માં 'હાજી કાસમ તારી વીજળી' ડૂબી નામની નવલકથા લખી છે, પરંતુ 'દરિયાલાલ'ની જેમ તેને માટે ખાસ સંશોધન નથી કર્યું. મુખ્યત્વે તેમાં કલ્પના છે. તેનો અર્થ હરગિઝ એ નથી કે તેનું મૂલ્ય ઓછું છે. તે નવલકથા તરીકે જરૂર મહાન છે. બીજી તરફ ઐતિહાસિક દૃષ્ટિકોણથી તેને વિશે હજુ સુધી સંશોધન કરીને કશું જ લખાયું નથી. આપણા લબ્ધપ્રતિષ્ઠિત સાહિત્યકાર, ચિંતક અને ઇતિહાસકાર સદ્‌ગત દર્શકની જેમ હું માનું છું કે, 'જે દેશ, જે સમાજ તેનાં બાપદાદાઓને, તેમના અનુભવોને અવગણે છે તે દેશ, પ્રદેશ કે સમાજ ભલે આર્થિક દૃષ્ટિએ ગમે તેટલી પ્રગતિ કરે, આમ છતાં તે સાંસ્કૃતિક અને બૌદ્ધિક દૃષ્ટિએ મૂળિયાં વગરનો, લગભગ અનાથ છે.' મને લાગે છે કે ગુજરાતની પ્રજાને 'વીજળી' વિશેની સિલસિલાબદ્ધ હકીકતો જાણવાનો અધિકાર છે. વીજળીનો પ્રસંગ અત્યંત કરુણ તેમ જ દિલચસ્પ છે. ટાઇટેનિક કરતાં તેનું મૂલ્ય જરા પણ ઓછું નથી. હકીકતમાં તો 'વીજળી' ડૂબી તે જ વર્ષે ૧૮૮૮માં દુર્લભદાસ વિ. શ્યામજી ધ્રુવ નામના અનુભવી કવિએ 'વીજળી વિલાપ' નામનો કાવ્યસંગ્રહ પ્રગટ કર્યો અને તેને બીજે વર્ષે ૧૮૮૯માં ભીખારામ સવજી જોશીએ પણ એ જ શીર્ષક હેઠળ વિલાપિકાનું સર્જન કર્યું હતું.

...વીજળી વેરણ થઈ હતી અને તેમાં અનેક આશાસ્પદ વરરાજાઓ, વહુરાણીઓ, જાનૈયાઓ, વિદ્યાર્થીઓ અને બાળકો ડૂબી ગયાં હતાં. જ્યારે જહાજ ડૂબું-ડૂબું થઈ રહ્યું હતું ત્યારે હિંદુ, મુસલમાન એમ બધી કોમોના સ્ત્રી-પુરુષોના હૃદયમાં વલોપાત થયો હતો. તેનું વર્ણન આજે પણ ભલભલા કઠણ કાળજાના વાચકને પીગળાવે તેવું હૃદયદ્રાવક છે. આ જહાજમાં તો અનેક આબાલવૃદ્ધ ઉતારુઓ મૃત્યુ પામ્યા હતા. બંને કવિઓની કૃતિઓ દ્વારા હિંદુ અને મુસલમાન વચ્ચે પ્રવર્તતા પ્રેમ અને સદ્ભાવની સાચી ભાવના પ્રગટ થાય છે. ઉદાહરણ તરીકે જ્યારે લોકો કલ્પાંત કરે છે ત્યારે કપ્તાન તેમને કહે છે:

'નહીં ગભરાવો અમને લોકો, લીઓ ખુદાનું નામ
ગડબડ થાતાં ગમ નથી પડતી બોલો નહીં મુદામ
રે સૌ ઠીક થવાનું, ખુદા ખલકનો સહીસલામત રાખશે.'

કપ્તાનની આ ઘોષણા સાંભળીને એક હિંદુ મુસલમાનને કહે છે:

'લીઓ હરિનું નામ કહે છે, ખરેખરું કપ્તાન,
ભાઈ બેન સૌ ધીરજ રાખો, બનો નહીં બેભાન.'

માંડવી બંદરેથી કેટલાએ આશાસ્પદ વિદ્યાર્થીઓ મૅટ્રિકની પરીક્ષા આપવા મુંબઈ જઈ રહ્યા હતા. તેમાંથી એક વિદ્યાર્થી તેના શિક્ષકને યાદ કરીને લાગણી ઠાલવે છે:

'ડિયર સર, આ લાસ્ટ વખતની શા કામની આ નોટ
નોટ સુધાં દરિયામાં પડવું છે ભરતી નહીં ઓટ.'

નાની ઉંમરમાં વાંચેલું 'હાજી કાસમ તારી વીજળી વેરણ થઈ' કાવ્ય મને હંમેશાં માટે યાદ રહી ગયેલું. વીજળીની પરિકલ્પના હું એક વિશાળ વહાણ તરીકે કરતો, કારણ કે અમારા ગુજરાતીના પાઠ્યપુસ્તકમાં તેનું ચિત્ર આગબોટનું નહીં પણ વાવાઝોડામાં સપડાયેલા વહાણનું હતું. અમે નાના હતા ત્યારે આગબોટ અને આગગાડી જેવા શબ્દો હજુ પ્રચલિત હતા અને વડીલો પાસેથી પણ વીજળી અંગે સાંભળવા મળતું. પછી તો વર્ષો વીત્યાં અને મને ભૂજ ખાતે પુરાતત્ત્વ ખાતામાં નોકરી મળી. ગુજરાતના અન્ય કોઈ ભાગની સરખામણીમાં કચ્છમાં વીજળી અંગેની વાતો આજે પણ સાંભળવા મળે છે. 'ફલાણા ભાઈના વડદાદા વીજળીમાં માંડવીથી ચઢેલા અને તેમને પણ દરિયો ભરખી ગયેલો' જેવી વાતો અવારનવાર સાંભળવા મળતી. ભૂજ સ્થિત કચ્છ મ્યુઝિયમનાં તત્કાલીન ક્યૂરેટર શ્રી દિલીપભાઈ વૈદ્ય જોડે મારે મિત્રાચારી હતી. તેમને પણ મારી

જેમ જ વીજળી અંગે જાણવાની તાલાવેલી રહેતી. લોકો સાથેની વાતો પરથી એટલું તો સમજી શકાયું કે વીજળીની એ દર્દભરી દાસ્તાન કચ્છીમાડુંના મનને સ્પર્શી ગયેલી. તે સ્ટીમરમાં માંડવીથી ૧૩ જાનો અને થોડા મૅટ્રિકની પરીક્ષા આપવા મુંબઈ જતા વિદ્યાર્થીઓ હતા. માંડવીથી સવારે ૭.૩૦ વાગે નીકળેલી વીજળી બીજે દિવસે ૧.૩૦ વાગે મુંબઈ પહોંચવાની હતી, પણ માંગરોળથી આગળ તે અરબી સમુદ્રમાં આવેલ ચક્રવાતમાં ક્યાંક લાપતા બની ગઈ અને એ રીતે તે વેરણ થઈ.

...પણ પછી એંશીના દાયકામાં ૧૯૧૨માં ડૂબેલી સ્ટીમર ટાઇટેનિકને દરિયાની સપાટીથી ૩૦૦૦ ફૂટ નીચે શોધી કાઢવામાં આવી અને એની એ જીવંત તસવીરો જોઈ કહેવાઈ જતું 'કેવી અદ્‌ભુત હતી ટાઇટેનિક.' તે પછી તેની ફિલ્મ બની તેમાં લિયોનાર્ડ-દ-કેપ્રિરોએ અને એક્ટ્રેસ કેટ વિન્સ્લેટે ટાઇટેનિકમાંના ઉતારુ અને પ્રેમી યુગલની યાદગાર ભૂમિકા ભજવી. પડદા પર રાક્ષસી કદની, બધી જ આધુનિક સગવડો ધરાવતી એ સ્ટીમરે લોકોનું દિલ જીતી લીધું. ત્યારે થયું કે ગુજરાતને તેની ખુદની વીજળી હતી. જેના અંગે એકાદ લોકગીત સિવાય વિશેષ કંઈ જાણમાં ન હતું એટલે આપણી 'ટાઇટેનિક' વિશે ખરેખરી હકીકતો જાણવા સંશોધન હાથ ધરવું આવશ્યક હતું અને એ પગદંડી પર મેં પ્રયાણ કર્યું. પ્રથમ હાથમાં આવી શ્રી ગુણવંતરાય આચાર્ય લિખિત નોવેલ 'હાજી કાસમ તારી વીજળી' તેમાં થોડી આપેલી માહિતીને આધારે મેં પ્રથમ હાજી કાસમના મુંબઈસ્થિત વંશજો જોડે પત્રવ્યવહાર કર્યો, પણ તેમની પાસે વધુ કોઈ જાણકારી ન હોવાથી મારું કાર્ય કઠિન બની ગયું. આગળ વધવાના બધા જ દરવાજા બંધ જણાયા. મારા હાથ હેઠા પડે તે પહેલાં જાણવા મળ્યું કે ઇંગ્લૅન્ડમાં જૂનાં વહાણો અને સ્ટીમરો વિશે બેએક યુનિવર્સિટીમાં અભ્યાસ ચાલતો હતો. તેમને વીજળી (વૈતરણા) અંગે પત્ર લખ્યો, અને સદ્‌નસીબે ત્યાંથી આવેલા ઉત્તરમાં જૂની સ્ટીમરને લગતી માહિતી ક્યાંથી મળી શકે તેવા મ્યુઝિયમનાં નામ આપેલાં હતાં. ફરી પત્રોનો દોર ચાલ્યો, અંતે વૈતરણાની માહિતી મળી, લોયડ્‌સ રજિસ્ટર ઑફ શિપિંગના ઈ.સ. ૧૮૮૮-૮૯ના ઝેરોક્ષ પાનાની નકલરૂપે. ફોટો અંગે પૃચ્છા કરતાં તે પણ મળી શકે તેમ હોવાનું જણાવાયું. અને એક દિવસ મારા હાથમાં વૈતરણાના ફોટાનું કવર આવ્યું અને ખોલતાં જ એ સુંદર આગબોટનો ૧૮૮૫નો ફોટો બહાર સરી પડ્યો. વૈતરણાના ડૂબ્યા પછી કદાચ પ્રથમવાર કોઈએ તેનો ફોટો જોયો હશે. એ રોમાંચક પળને હું કદી ભૂલી નહીં શકું. વૈતરણા અંગે પુસ્તિકા લખવાની નેમ હતી, પણ જોઈતી માહિતીના અભાવે કાર્ય ખોરંભે પડ્યું.

હાજી કાસમ વૈતરણાના માલિક ન હતા તે તો સ્પષ્ટ થઈ ગયું હતું. તેમનું નામ વીજળી જોડે કેમ જોડાયું? વીજળીના કૅપ્ટન કોણ હતા? ખરેખર ૧૩૦૦ લોકોના જાન ગયા હતા? વાવાઝોડામાં વીજળી ક્યાં ડૂબી? લોકગીતમાં કહ્યું છે તેમ પોરબંદરના હાકેમ લેલી સાહેબની ચેતવણી અવગણી કૅપ્ટને વીજળીને ચાલુ વાવાઝોડામાં આગળ ધપાવી અને એ રીતે ૧૩૦૦ વ્યક્તિઓનાં મોત માટે એ જવાબદાર ગણાય? વગેરે પ્રશ્નોના ઉત્તર મેળવવા બાકી હતા. પણ ક્યાંયથી એ અંગે કોઈ અણસાર મળતા નહોતા. એવામાં મુંબઈના પુરાતત્ત્વવિદ્ અને સિક્કાશાસ્ત્રી ડૉ. દિલીપ રાજગોર રાજકોટ આવ્યા. મેં તેમને વીજળી અંગેની વાત કરી અને કદાચ ઈ.સ. ૧૮૮૮ના વર્તમાનપત્રોમાં એ અંગે માહિતી હશે પણ મેળવવી કેમ? વગેરે અંગે ચર્ચા કરી. મુંબઈ પરત થઈ તેમણે એ અંગે છાનબીન કરી અને 'ટાઇમ્સ ઑફ ઇન્ડિયા'ના જૂના અંકોની ફાઈલ જે બૉમ્બે નેચરલ હિસ્ટ્રી સોસાયટીમાં સચવાયેલી, તેનો ઘણી તસદી લઈ અભ્યાસ કર્યો અને તેમને વૈતરણા અંગે બેસાડાયેલી કોર્ટ ઑફ ઇન્કવાયરીના છપાયેલા પ્રોસિડિંગ્ઝ મળી આવ્યા. ડૉ. રાજગોરે નિજી ખર્ચે અને ખૂબ જ જહેમત ઉઠાવી તેની ફોટોકૉપીઓ બનાવી અને મને મોકલી આપી. વીજળી અંગેના મારા સંશોધનનો આ ટર્નિંગ પૉઇન્ટ હતો. મારા માટે 'ખુલ જા સિમ સિમ'થી કંઈ કમ ન હતું. મને જોઈતી ઘણી માહિતી તેમાં હતી. જો એ રિપોર્ટ ન મળ્યો હોત તો આ પુસ્તક લખવું અશક્ય હતું. વધુમાં એચ. કે. આર્ટ્સ કૉલેજ (અમદાવાદ)-ના લાઇબ્રેરિયને 'વીજળી વિલાસ' ૧૮૮૯ નામની પુસ્તિકા હોવાની જાણ મને કરી અને મારી વિનંતીને માન આપીને તેમણે તેની ઝેરોક્ષ નકલ મોકલી આપી. તેમાં બહુ માહિતી તો નથી, પણ તે સમયે વીજળીને કારણે સૌરાષ્ટ્ર-કચ્છનાં ઘરોમાં જે વિષાદ છવાયેલો તેનું પ્રતિબિંબ તેમાં જોઈ શકાય છે. આ પુસ્તિકાનું ઐતિહાસિક મૂલ્ય સમજી તેના કેટલાક ભાગને પરિશિષ્ટમાં સમાવિષ્ટ કરેલ છે.

શ્રી ગુણવંતરાય આચાર્યે તેમની નવલ 'હાજી કાસમ તારી વીજળી'માં ભગવાનજી અજરામર નામના પુરોહિતની વાત કહી છે જે મૂળ દ્વારકાના હતા અને નાદુરસ્ત તબિયતને લઈને દ્વારકા ઊતરી ગયેલા અને તેમણે એ અનુભવની પુસ્તિકા લખેલી. ખરેખર એ નામના કોઈ બ્રાહ્મણ વીજળી પર નહોતા. પણ એક અન્ય પુષ્કરણા બ્રાહ્મણ ભગવાનજી રામજી કપટા હતા જે દ્વારકાના રૂપેણ બંદરે આવેલી વીજળીને જોઈ અને જ્યારે તે ત્યાંથી રવાના થઈ ત્યારે એક મકાનની ઊંચી અગાશી પર તેઓ વિદ્યમાન હતા. તે સમયે વાવાઝોડાની શરૂઆત થઈ હતી અને દરિયો તોફાની બન્યો હતો. તેમણે જે કંઈ જોયું તેનો ચિતાર

જામનગરવાસી દુર્લભદાસ વિ. શ્યામજી ધ્રુવને આપ્યો અને તેમની વાતોને આધારે બનાવી દુર્લભદાસે 'વીજળી વિલાપ' નામનો કાવ્યસંગ્રહ રચ્યો, જે ૧૮૮૮માં, એટલે જે સમયે 'વીજળી વેરણ થઈ' તેના દોઢેક માસ પછી પ્રકાશિત થયો. એટલે એ દુર્લભ પુસ્તિકા મેળવવા મેં ઘણા પ્રયત્નો કર્યા પણ વ્યર્થ ગયા. આખરે પ્રોફેસર મકરંદ મહેતાસાહેબે મને તેની ઝેરોક્ષ નકલ મોકલી આપી અને તેની શોધ પાછળ તેમણે તેમનો ઘણો કિંમતી સમય બગાડ્યો હશે. જો 'વીજળી વિલાપ' ન મળી હોત તો મારે લખેલ પુસ્તકમાં વીજળીને લગતા સાહિત્યની એક મહત્ત્વની કૃતિને સામેલ ન કરી શકાઈ હોત.

વડીલ યુનુસ ચીતલવાલાનો સંશોધન-ગ્રંથ ભૂતકાળ પરની ધૂળ ખંખેરે છે અને ભવિષ્ય ભણી આંગળી ચીંધે છે. તેમણે ઉઠાવેલી જહેમતને સલામ કરીએ.

૯

'વીજળી'ના કૅપ્ટનનો માસિક પગાર રૂપિયા ૨૯

૧૮૮૮માં એસ.એસ. વૈતરણા ઉર્ફે વીજળી ડૂબી, પણ ન કોઈ પ્રવાસી કે કર્મચારી બચ્યા, ન એમની લાશ મળી કે ન જહાજનું એક લાકડું પણ હાથ લાગ્યું. જાણે સમયના કોઈ અંધકારભર્યા બોગદામાં સરકી ગઈ, કોઈ જાતના અણસાર-પુરાવા પાછળ મૂક્યા વગર. ત્યાર બાદ અદ્દભુત સાગરકથા લેખક ગુણવંતરાય આચાર્યે લખી નવલકથા: 'હાજી કાસમ તારી વીજળી' આ દરિયાઈ દુર્ઘટનાની કરુણાંતિકાની અસરકારક રજૂઆત છતાં એમાં કેટલી સચ્ચાઈ અને કેટલી કલ્પના? વર્ષોથી અનુત્તર રહેલા ઘણા સવાલોના જવાબ શોધવા મથી પડ્યા પુરાતત્ત્વવિદ યુસુફ એમ. ચીતલવાલા. લાંબી જહેમત, પરિશ્રમ અને ધગશ બાદ ચીતલવાલાએ પ્રગટ કર્યું સંશોધનાત્મક પુસ્તક 'વીજળી હાજી કાસમની'. આ પુસ્તક દ્વારા ચીતલવાલા અને દર્શક ઇતિહાસ નિધિએ ખૂબ મોટું અને મહત્ત્વનું કામ કર્યું છે, પરંતુ મુખપૃષ્ઠ પર બતાવાયેલા જહાજ પર નામ 'VETRAN' કેમ? ખુદ ચીતલવાલા કહે છે કે, આ ભૂલ થઈ ગઈ છે. આશા રાખીએ કે ભવિષ્યમાં આ નાનકડી ભૂલ સુધારી લેવાશે.

જોકે ૧૩૩ વર્ષ અગાઉ બનેલી આ દરિયાઈ કરુણાંતિકા અંગેના સંશોધન સાથે ચીતલવાલાએ ગુજરાતના વહાણવટાની રસપ્રદ વિગતો આપી છે અને સાથોસાથ વીજળી અંગેની થોકબંધ માહિતી પહેલવહેલી વાર બહાર લાવ્યા છે. ગુજરાતને જ નહીં, ભારતના સેંકડો ચીતલવાલાની જરૂર છે અને તો જ આપણા અત્યંત ભવ્ય વારસાની સાચી ઝલક આપણને મળશે, ને જળવાઈ રહેશે.

ચીતલવાલાની પ્રસ્તાવનાના અંશ જોયા. તેમણે જૂની ઘણી માન્યતાઓના છેદ ઉડાડીને હકીકત પર પ્રકાશ પાડ્યો.

વીજળી વિશાળ આગબોટ હોવાનું નકારી કાઢતાં ચીતલવાલા કહે છે કે તે

સામાન્ય કહી શકાય તેવી આગબોટ હતી. ૧૭૦ ફૂટ લાંબી, ૨૬ ફૂટ પહોળી, ૯ ફૂટની ઊંડાઈ અને વીસેક ફૂટ ઊંચાઈ.

વીજળીનો કૅપ્ટન અંગ્રેજ હોવાની વાતને ખોટી ગણાવતા તેઓ કહે છે કે કૅપ્ટનનું નામ કાસમ ઇબ્રાહિમ હતું અને તે હિન્દુસ્તાની હતો.

વીજળીના માલિક મુંબઈવાસી શેઠ હાજી કાસમ હતા, જે ધ મુંબઈ સ્ટીમ નેવિગેશન કંપનીના ડિરેક્ટર હતા, પરંતુ સચ્ચાઈ એ છે કે આગબોટની માલિકી શેફર્ડ ઍન્ડ કંપનીની હતી, જેના ડિરેક્ટર એ. જે. શેફર્ડ હતા. જ્યારે હાજી કાસમ નૂરમહંમદ તો શેફર્ડ કંપનીના પોરબંદરસ્થિત બુકિંગ એજન્ટ હતા.

વીજળી મુંબઈથી કરાંચી અને પાછી જવા મુંબઈથી પહેલી વાર ઊપડી હતી અને આ માર્ગ પર પહેલો પ્રવાસ હતો. પરંતુ ચીતલવાલાનું પુસ્તક કહે છે કે, વીજળી તો માત્ર મુંબઈ-માંડવી માર્ગ પર જ ચાલતી. તે છેક ૧૮૮૫થી આ રૂટ પર ચાલતી હતી. એટલે ૧૮૮૮ની પાંચમી નવેમ્બરે વીજળી માંડવીથી મુંબઈ જવા નીકળી એ તેની પ્રથમ મુસાફરી કહેવાય એવું ચીતલવાલાનું માનવું છે.

વીજળી પર કુલ ૧૩૦૦ માણસો હોવાની વાત સામે ચીતલવાલાનો મરણાંકનો આંકડો કર્મચારીઓ સહિત ૭૪૬નો છે.

વીજળી મુસાફરોને લેવા માટે પોરબંદર ગઈ હતી, પણ દરિયામાં તોફાનને લીધે સ્થાનિક એડ્મિનિસ્ટ્રેટર લેલીએ જહાજને આગળ ન વધવા સમજાવ્યું, પણ કૅપ્ટન ન માન્યા અને ધરાર જહાજને આગળ લઈ ગયા એ વાત ચીતલવાલાને સાચી લાગી નથી. તેમના મતે તો તોફાનને લીધે વીજળી પોરબંદરના બંદરમાં લાંગરી શકી જ નહોતી. ત્યાંથી માંડ પાંચ-સાત મિનિટ રોકાઈને રવાના થઈ ગઈ. લગભગ ૧૦૦ જેટલા મુસાફરો પોતાની મેળે પોરબંદરના બંદરથી પાછા ગયા પણ તેમાં લેલીનો લેશમાત્ર ફાળો નહોતો.

આ પીઢ પુરાતત્ત્વવિદના મત મુજબ પોરબંદરના હાલાઈ લોહાણા મેમણ હાજી કાસમ નૂરમહંમદ એ વખતે પોરબંદરમાં જ રહેતા હતા. વીજળીના પોરબંદર પહોંચવા સમયે તેઓ હાજર હતા, એ વખતના એડ્મિનિસ્ટ્રેટર લેલી ઉપરાંત હાજી કાસમે પણ લોકોને 'વીજળી' પર જતાં રોકયા હતા.

લોકપ્રિય માન્યતા મુજબ આ જહાજ કરાંચીથી માંડવી અને પછી દ્વારકા, પોરબંદર, માંગરોળ, વેરાવળ અને ઘોઘા થઈને મુંબઈ જવાનું હતું. જોકે ચીતલવાલાના સંશોધન પ્રમાણે તો વીજળી માંડવીથી દ્વારકા, પોરબંદર અને માંગરોળ થઈને મુંબઈ જવાની હતી.

વેચાયેલી ટિકિટના આધારે સંશોધક કહે છે કે માંડવીથી ૫૨૦ ઉતારુ ચડ્યા,

તો દ્વારકામાં ૫૧૮ ઊતર્યા અને નવા ૧૮૫ પ્રવાસી ચડ્યા, પણ ૭૦૩ પ્રવાસીની વિગતો મળી નથી. જ્યારે જહાજ પર કુલ ૪૩ કર્મચારી હતા, પરંતુ પુસ્તકનું પૃષ્ઠ ક્રમાંક ૨૪ વાચતાં આ સંખ્યાનો તાળો મળતો નથી.

ચીતલવાલાએ મેળવેલા હિસાબ-કિતાબ મુજબ વહાણવટાનો ધંધો ઘણો કસદાર હતો: મહિનામાં રૂ. ૪૮,૦૦૦ની આવક સામે માત્ર રૂ. ૧૦,૦૦૦નો ખર્ચ હતો. મહિને રૂ. ૩૮,૦૦૦ની ચોખ્ખી આવક. ચોમાસાના ચાર મહિનામાં મુસાફરો ઓછા હોય કે ન હોય, પણ રૂ. ૧૦,૦૦૦નો ખર્ચ તો રહેવાનો જ. ચીતલવાલાના હિસાબ મુજબ શેફર્ડ કંપની વર્ષે દહાડે આ જ જહાજમાંથી રૂ. ૩,૪૪,૦૦૦ની આવક રળી લેતી હતી.

આજના સમયે આ આવક બહુ વધુ ન લાગે પણ ત્યારના માસિક પગારના આંકડા જુઓ: કૅપ્ટનનો પગાર રૂ. ૨૦૦, બંને સહાયક કૅપ્ટનને રૂ. ૧૫૦, ત્રણેય સહાયક ઇજનેરને રૂ. ૭૫ અને ૩૭ ખલાસીને રૂ. ૪૦-૪૦. જોકે વૈતરણાની હોનારત બાદ શેફર્ડ કંપનીની નીરા, ભીમા, સાવિત્રી જેવી આગબોટોએ સૌરાષ્ટ્રમાં બંદરોની ખેપ ચાલુ રાખી હતી, પરંતુ ડિરેક્ટરપદેથી એ. એ. શેફર્ડ નિવૃત્ત થયા પછી કંપની ૨૦મી સદીના આરંભે બંધ પડી ગઈ. આમાં વીજળીની હોનારત ઉપરાંત ૧૮૭૨માં મુંબઈથી વઢવાણ વચ્ચે નખાયેલી B.B.C.I. (બૉમ્બે-બરોડા ઍન્ડ સેન્ટ્રલ ઇન્ડિયન) રેલવેલાઇનનો પણ મોટો ફાળો હતો.

આવી અનેક રસપ્રદ હકીકતો ચીતલવાલાસાહેબે ‘વીજળી હાજી કાસમની’માં રજૂ કરી છે, જે દર્શાવે છે કે ‘વીજળી’ સંબંધિત સંશોધનમાં તેમણે કેટલી બધી જહેમત ઉઠાવી હતી.

૧૦

ગાયબ થયા બાદ 'વીજળી' ઓમાનમાં દેખાઈ હતી?

'વૈતરણા' ઉર્ફે 'વીજળી'ની આપણા સૌની સફરનો વર્તમાન મુકામ છે વાય. એમ. ચીતલવાલાનું સંશોધનાત્મક પુસ્તક 'વીજળી હાજી કાસમની.' આ પુસ્તકમાં 'ચક્રવાતનું ચક્કર' નામના પ્રકરણ મુજબ વૈતરણા માટે યમદૂત બનીને આવેલા ૮મી નવેમ્બર, ૧૮૮૮ના વાવાઝોડાનો આરંભ કોરોમોન્ડલ કાંઠે પહેલી નવેમ્બરે થયો હતો. મદ્રાસ પાસેથી આ ચક્રવાત પવન બૅંગલોર—મેંગલોર થઈને આઠમીએ સૌરાષ્ટ્ર અને નવમીએ સૌરાષ્ટ્ર પાસેથી પસાર થયો. લાંબા અંતરને લીધે આ તોફાનની શક્તિ—ઘાતકતા ઘટતી જતી હતી. 'વીજળી' સુધી પહોંચતી વખતે એની ઝડપ ૧૦૦-૧૨૫ કિ.મી.ની હોવાનું અનુમાન છે. આ વાવાઝોડાથી સૌરાષ્ટ્ર—કચ્છના કાંઠા વિસ્તારને ભારે નુકસાન થયું નહોતું. આ મધ્યમ ગતિના વાવાઝોડામાં પવન ૮મી નવેમ્બરે ઉત્તર-પૂર્વ દિશામાં આગળ વધ્યો હશે અને નવમીએ માંગરોળ નજીકના સમુદ્ર પર હશે. આ કારણસર વૈતરણા માંગરોળથી દક્ષિણ દિશામાં ૨૦-૩૦ કિ.મી.ના અંતરે ડૂબ્યાની ધારણા મુકાઈ હતી.

જોકે ચીતલવાલાએ ટાંકેલા સરકારી ડોકયાર્ડના મુખ્ય બિલ્ડર જ્યૉર્જ એફ. મેકલોવના મત મુજબ વાવાઝોડાની તીવ્રતાના પ્રમાણમાં વૈતરણાનું બાંધકામ હલકા સ્તરનું હતું, જે જોખમી સાબિત થયું હોઈ શકે.

માંગરોળના એજન્ટ જયકૃષ્ણ બાવાજીએ રાતે એક વાગ્યે વૈતરણાને જતી જોઈ હતી. છેલ્લે માધવપુર(ઘેડ) પાસે દરિયામાં આ જહાજ દેખાયાનું કહેવાયું હતું. એટલે પોરબંદરથી ૯૦ કિ.મી. સુધી વૈતરણા સલામત હતી. કદાચ મુંબઈ તરફ જતાં મધદરિયે તોફાની પવનોએ તેને જળસમાધિ લેવડાવી હોઈ શકે.

ચીતલવાલાના મત મુજબ 'વીજળી'ના ડૂબવાનું રહસ્ય વધુ ઘેરાય છે, કારણ કે ન તો તેનો કાટમાળ મળ્યો કે ન મળ્યો ૭૪૪ ઉતારુઓમાંથી એક પણ વ્યક્તિનો મૃતદેહ. જો તે કાંઠા નજીક ડૂબી હોત તો તેનો ભંગાર અને મૃતદેહો ક્યાં સુધી તણાઈ આવ્યા હોત. એટલે કાંઠાથી દૂર તે ચક્રવાતમાં ફસાઈ હશે. એવી પણ શક્યતા રહેલી છે કે તે તોફાનમાં અરબી સમુદ્રમાં આઘે સુધી ફંગોળાઈ હશે અને ચક્રવાતના કેન્દ્રબિંદુવાળા ભાગમાં ગરક થઈ ગઈ હશે. પરિણામે કાટમાળ કે મૃતદેહો મળ્યા નહીં.' આ ચક્રવાત બહુ પ્રચંડ નહોતો એમ માનવાને કારણ છે. આ તોફાન વચ્ચે 'નીરા' અને 'પચુમ્બા' નામના જહાજે સલામત સફર કરી હતી.

સેંકડો સ્વજન ગુમાવ્યાના હજારોના આક્રંદ વચ્ચે આશાનું સુખદ કિરણ પણ દેખાયું હતું. વૈતરણા એકાએક હવામાં ઓગળી ગઈ કે સમુદ્રમાં ધરબાઈ ગયાની ચોંકાવનારી વાતો બાદ મસ્કતથી આવતા 'કોટિયા' નામના જહાજના કૅપ્ટને ઓમાન પાસે વૈતરણાને જોયાનો અને તેના કૅપ્ટન સાથે વાતચીત સુધ્ધાં કર્યાનો દાવો કર્યો હતો. આ કૅપ્ટનના કહેવા મુજબ કોલસા અને પાણી ખલાસ થઈ જવાથી વૈતરણા આગબોટ બંધ થઈ ગઈ હતી અને અસવાર વગરના ઘોડાની જેમ દરિયામાં હાલકડોલક થઈ રહી હતી. આમાં કોલસો ખૂટી ગયાનું માની શકાય એમ નથી, ઉપલબ્ધ દસ્તાવેજો અને માહિતી મુજબ. 'વૈતરણા' પર તો ૬૦ ટન જેટલો કોલસો હતો. આમાંથી ૨૨ ટકા મુંબઈથી માંડવી અને માંડવીથી મુંબઈની અવરજવરમાં વપરાયો હોઈ શકે.

આ જાણકારીને પગલે ઓમાનના સુલતાનને વૈતરણાની ભાળ મેળવવા માટે તાર કરાયો હતો, પણ એનાથી કંઈ વળ્યું નહોતું. આને લીધે કુટુંબીજન જીવતા હોવાની કે પાછા ફરવાની આશા રાખીને બેઠેલાં હજારો કુટુંબ પર ફરી વજ્રઘાત થયો હતો.

ગુણવંતરાય આચાર્યે નવલકથા લખી તો વાય. એમ. ચીતલવાલાએ સંશોધનાત્મક ગ્રંથ 'વીજળી હાજી કાસમની'માં ખૂબ જ રસપ્રદ પ્રકરણ 'કલ્પનાની પાંખે' આપ્યું છે. આ પ્રકરણ એક સુંદર નવલિકાની ગરજ સારે છે. જોકે ચીતલવાલાએ આચાર્યના સંદર્ભોનો ઉપયોગ કરીને વીજળી સાથે જોડાયેલા હાજી કાસમ કોણ એ રહસ્ય પરથી પડદો ઊંચક્યો છે. સત્તાવાર દસ્તાવેજો મુજબ હાજી કાસમ માત્ર વીજળીની ચાલક કંપનીના પોરબંદર સ્થિત એજન્ટ હતા. તેઓ ન તો આ જહાજના માલિક હતા, ન કૅપ્ટન હતા કે ન સદાય વીજળી સાથે રહેતા હતા. તો પછી વીજળી સાથે હાજી કાસમનું નામ જોડાયું કઈ રીતે?

ચીતલવાલાએ આ દુર્ઘટનાની મરિન કોર્ટ ઑફ ઇન્કવાયરીનો રિપોર્ટ મેળવ્યો, જેમાંથી વીજળીના કૅપ્ટનનું અસલી નામ–પરિચય મળ્યાં. આ કરુણાંતિકા વખતે વીજળી પર હતા ૪૦-૪૫ વર્ષની આસપાસના કૅપ્ટન કાસમ ઇબ્રાહિમ. તેમના નામ આગળ હાજી લગાડવાથી તેઓ હાજી કાસમ કહેવાયા હશે, પરંતુ આ હાજી કાસમ ઇબ્રાહિમ જ વીજળીના સાચા સુકાની હતા. હકીકતમાં તો 'હાજી કાસમ તારી વીજળી વેરણ થઈ' કાવ્યને લીધે વધુ ગૂંચવાડો થયો હતો અને છેક ૧૧૯ વર્ષે ચીતલવાલાની અથાગ મહેનતથી સ્પષ્ટ થયું કે કાસમ ઇબ્રાહિમ કૅપ્ટન હતા અને તેમણે વીજળી સાથે જળસમાધિ લીધી હતી.

૧૧

'વીજળી' દુર્ઘટનામાં વળતર ચૂકવાયું નહીં!

એસ.એસ. વૈતરણા ઉર્ફે લાખો ગુજરાતીઓને આક્રંદ કરાવનારી વીજળી ૧૮૮૮ની આઠમી નવેમ્બરે રાતે દ્વારકાથી નીકળ્યા બાદ સાવ ગાયબ જ થઈ ગઈ. દરેક જહાજના અકસ્માતની જેમ આની તપાસ પણ યોજાઈ હતી.

ફોર્ટસ્થિત પોલીસ કોર્ટમાં ચીફ પ્રેસિડન્ટસી મૅજિસ્ટ્રેટ સી. સી. કૂપર, આસિસ્ટન્ટ પૉર્ટ ઑફિસર એમ. બીન અને સ્ટીમર 'સુરત'ના કૅપ્ટન જે. ડી. હૉર્નની કાનૂની તપાસ સમિતિ રચાઈ હતી. મહામહેનત કરીને વાય. એમ. ચીતલવાલાએ આ મરિન કોર્ટ ઑફ ઇન્કવાયરીનો રિપોર્ટ મેળવ્યો.

આ અહેવાલ તેમના સંશોધન ગ્રંથ 'વીજળી હાજી કાસમની'નાં મુખ્ય આધારસ્તંભ બની રહે છે. આ કાર્યવાહીમાંથી સ્પષ્ટ થતા અમુક મહત્ત્વના મુદ્દા આ પ્રમાણે છે:

'વૈતરણા' ત્રણ વર્ષથી સૌરાષ્ટ્રના કાંઠા પર સક્રિય હતી.

સારા હવામાનમાં ૧૦૪૭ અને ખરાબ હવામાનમાં ૩૬૭ મુસાફરોને લઈ જવાની મંજૂરી હતી.

અંતિમ પ્રવાસ અગાઉ તેનું વિધિસરનું છેલ્લું પરીક્ષણ ૧૮૮૮ની ૨૪મી સપ્ટેમ્બરે થયું હતું, જે મુજબ તે ચાર લાઇફબોટ્સ સાથે સફર માટે પૂરેપૂરી સજ્જ હતી.

'વૈતરણા' ૧૦૦ જેટલા લાઇફબોયઝ અને કોર્કજૅકેટ્સ ધરાવતી હતી.

'વૈતરણનો ૪૫૦૦ પાઉન્ડનો વીમો હતો.

જહાજના લાપતા કૅપ્ટન અને કર્મચારીગણ વતી હાજર રહેલા વકીલ સ્મેથામના દાવા મુજબ 'કાસમભાઈ ૨૨ વર્ષની નોકરીમાં ખૂબ કાળજી લેનારા કૅપ્ટન લાગ્યા હતા તથા તેમની નોકરી દરમિયાન કોઈ મોટા અકસ્માતમાં

સંડોવાયા નહોતા. તેમના પ્રથમ સહાયક વાલજી મોહમ્મદ પણ કંપનીમાં ૧૪-૧૫ વર્ષથી નોકરી પર હતા.

સાંજે ૫.૩૦ કલાકે વૈતરણા પોરબંદર પહોંચી હતી, પણ બંદરથી પોણો માઈલ દૂર ઊભી રહી હતી. લંગર નાખ્યા વગર પાંચ-સાત મિનિટ ઊભી રહી. ઊછળતા મોજાને લીધે બોટ દ્વારા પેસેન્જરોને જહાજ પર ચડાવવાનું શક્ય નહોતું.

પોરબંદર બંદરે એકઠા થયેલા ૧૦૦ જેટલા પેસેન્જરોને પાછા ફરવાની સલાહ અપાઈ હતી.

જોકે વૈતરણા આવી ત્યારે પોરબંદર પાસે ભયસૂચક સિગ્નલ બતાવાતું નહોતું.

રાતે વાવાઝોડું વધતાં પોરબંદરમાં ઘણાં મકાનોને નુકસાન થયું હતું. કેટલીક હોડીઓને નુકસાન થયું અને એક વહાણ ડૂબી ગયું.

વાવાઝોડા સંબંધી માહિતી મેળવવાની વ્યવસ્થા અપર્યાપ્ત હતી. સુરત અને કરાચી વચ્ચેના સ્ટેશનોથી તો માહિતી આવતી જ નહોતી. માત્ર કાંઠા પરના સ્ટેશનોની માહિતીથી ચલાવી લેવું પડતું હતું, કારણ કે દેશના અંતરિયાળ ભાગમાંથી માહિતી મેળવવાની સંદેશવ્યવહાર વ્યવસ્થા જ નહોતી.

સામાન્ય માન્યતા મુજબ આ તપાસ માત્ર દેખાડો હતો. આ દુર્ઘટના બદલ ન કોઈનો દોષ કઢાયો કે ન કોઈને સ્પષ્ટપણે ગુનેગાર ઠેરવાયા. 'ટાઇટેનિક'ના મામલામાં ઓછી લાઇફબોટ્સ સહિતના ઘણા કારણો નીચે લાલ લીટી દોરાઈ હતી. એટલું જ નહીં, 'ટાઇટેનિક'ની માલિક કંપનીએ તોતિંગ વળતરની ચુકવણી કરવી પડી હતી. એવું મનાય છે કે 'ટાઇટેનિક'માં મરનારાઓ ધનવાનો અને મહાનુભાવો હતો. તેમના સગાં-સંબંધી ન્યાય અને વળતર માટે આકરી લડત આપીને જીતી શકે તેમ હતા. વળી, પ્રસાર માધ્યમોમાં આને વ્યાપક સ્થાન મળવાથી કંપનીની બદનામી થાય અને ધંધાને ફટકો પણ પડે. આથી 'ટાઇટેનિક'ના મૃતકો અને ઘાયલો વળતરના હકદાર બન્યા હતા.

પરંતુ 'વૈતરણા'ના મામલામાં વળતરની વાત જ ન આવી. કારણ કે આમાં ગુલામ ભારત દેશના ગરીબ પ્રવાસીઓ હતા? વળતર ચૂકવવા માટે પ્રવાસીઓની સત્તાવાર સંખ્યા કે ઓળખ સુધ્ધાં ક્યારેય બહાર ન આવી.

ભલે અતિરેક લાગે, પણ કોહિનૂર હીરો પાછો લાવવા અને જલિયાંવાલા બાગ હત્યાકાંડના મૃતકોને વળતર અપાવવા માટે ભારતે લડત ઉગ્ર બનાવવી જોઈએ. આ જ પ્રમાણે 'વૈતરણા'ની કંપનીએ ભલે દેવાળું ફૂંક્યું હોય, પણ બ્રિટિશ સરકાર પાસે મૃતકોના પરિવારો માટે વળતર મેળવવા કાનૂની પ્રયાસ થવા જોઈએ. કબૂલ કે ઘટના ઘણી જૂની છે અને મૃતકોનાં નામ-સરનામાં

ઉપલબ્ધ નથી. આથી વારસદાર શોધવામાં તકલીફ પડી શકે. વળતર માટેની રકમ ગરીબ નાવિકોના પરિવારના લાભાર્થે વાપરી શકાય કે અન્ય સદ્કાર્યમાં લઈ શકાય. પરંતુ સેંકડોના મોત બદલ બ્રિટન પાસેથી સત્તાવાર માફી મેળવવાનું અને પ્રતીકાત્મક વળતર ન મેળવવું જોઈએ?

૧૨

'વીજળી'ની ટ્રૅજેડી પર ન ફિલ્મ, ન નાટક, ન સિરિયલ

એસ.એસ. વૈતરણા ઉર્ફે વીજળીની ઘટના આઠમી નવેમ્બર, ૧૮૮૮ની છે, તો આર.એમ.એસ. ટાઇટેનિક દુર્ઘટના ૧૯૧૨ની ૧૪મી એપ્રિલની રાતની ૧૧.૪૦ કલાકની છે. બંને ભયંકર કરુણ પણ વૈતરણામાંથી ન કોઈ બચ્યું, ન જહાજ મળ્યું કે ન કોઈ લાશ. 'ટાઇટેનિક' કરતાં અનેકગણી વેદના અને વ્યથા છતાં ટાઇટેનિકની સરખામણીમાં વૈતરણા વિશે નજીવી માહિતી-સામગ્રી ઉપલબ્ધ છે.

'ટાઇટેનિક' પર લખાયેલા લેખ અને પુસ્તકોની તો વાત જ જવા દો. ફિચર ફિલ્મ, શોર્ટ ફિલ્મ, ટેલિ ફિલ્મ, ટીવી એપિસોડસ, ડૉક્યુમેન્ટરી ફિલ્મ અને એનિમેશન ફિલ્મો એટલી બધી બની કે યાદી વાચતા કંટાળી જવાય. 'ટાઇટેનિક' ડૂબ્યાના મહિનાઓની અંદર જ આ ટ્રૅજેડી પરની મૂક ફિલ્મ રિલીઝ થઈ હતી. આ દુર્ઘટનાને સેલ્યુલોઇડ પર ઉતારવામાં જેમ્સ કેમેરુનની 'ટાઇટેનિક' (૧૯૯૭) અત્યંત સફળ રહી, જાણે બૉક્સ ઑફિસ પર પૂર આવ્યું. પછીથી આ ફિલ્મની થ્રી-ડી આવૃત્તિ પણ આવી.

આની સામે વૈતરણાની વાર્તા ક્યારેય દરિયાના પેટાળના અજાણ્યા ખૂણામાંથી બહાર નીકળીને રંગમંચ પર ન પહોંચી. અરે ટેલિવિઝન કે સિનેમાના પડદા પર પણ ન આવી. આનું મુખ્ય કારણ એકે વૈતરણા વિશે ભાગ્યે જ કોઈ માહિતી મળે. બિન-ગુજરાતીઓ તો જવા દો, લાખો ગુજરાતીઓને પણ આ દુર્ઘટનાની જરાય જાણકારી નથી. થોડા ઘણા ગુજરાતીને ગુણવંતરાય આચાર્યની 'હાજી કાસમ તારી વીજળી'ને લીધે દુર્ઘટનાની જાણ, પરંતુ ગુજરાતી ફિલ્મના નિર્માતા-દિગ્દર્શકના મગજમાં આ કથાનક ન બેસે, કારણ કે આ માટે તોતિંગ બજેટ જોઈએ. અને સ્પેશ્યલ ઇફેક્ટની સમજ જોઈએ. સૌથી મહત્ત્વની બાબત

એ કે પોતાના ઇતિહાસને જાણવાની અને લોકોને એનાથી માહિતગાર કરવાની ઝનૂનપૂર્વક ઇચ્છા જોઈએ ઇચ્છા.

'વૈતરણા'ની વેદના ભલભલા ફિલ્મસર્જકને આકર્ષે, પણ બાકી બધા પાસાનું શું? આ વિષયને સ્પર્શતો એક પ્રયાસ કરાયો હતો ખરો.

'વૈતરણા'ની દુર્ઘટનાને બેકગ્રાઉન્ડમાં રાખીને શરૂ થઈ હતી ગુજરાતી ફિલ્મ 'અમર રાખડી' (કચ્છની લોકકથા 'હાજી કાસમની વીજળી' પર આધારિત). આ ફિલ્મના નિર્માતા રશ્મિકાંત ત્રિવેદી હાલ મુંબઈના અંધેરીમાં રહે છે. વયોવૃદ્ધ રશ્મિકાંતભાઈએ પોતાની અને આ ફિલ્મની માહિતી આપી હતી. મૂળ તો રશ્મિકાંત ત્રિવેદી વ્યવસાયે વકીલ. નવરંગ સિનેસેન્ટરમાં કાનૂની સલાહકારની કામગીરી બજાવે. આમાંથી ફિલ્મના નિર્માણમાં રસ પડ્યો. કેટલીક ગુજરાતી ફિલ્મો બનાવી. તેમણે કહ્યું કે, અમે 'હાજી કાસમની વીજળી' પરથી ફિલ્મ બનાવી પણ ટાઇટલ એ ન રાખી શક્યા, કારણ કે એ ટાઇટલ નડિયાદવાલાએ રજિસ્ટર કરાવેલું હતું. નવા કલાકારો સાથેની આ ફિલ્મમાં બે દિગ્દર્શક હતા. એક, ગુજરાતી ફિલ્મોના જાણીતા લેખક દિગ્દર્શક કેશવ રાઠોડ અને બીજા કૌમુદી ત્રિવેદી.

આ ફિલ્મ ક્યાં અને કેવી રીતે અટકી એની અલપઝલપ માહિતી રશ્મિકાંત ત્રિવેદીએ આપી: 'લૅબોરેટરીના ૨૫ હજાર આપવાના બાકી હતા. આ રકમ મેં એક ઓળખીતા મારફતે મોકલાવી પણ તેણે મારી સાથે ફ્રાંદો કર્યો અને રકમ લૅબોરેટરીમાં પહોંચાડી જ ન હતી. પછી તો મૂળ રકમ પર વ્યાજ વધતું ગયું અને આ રકમ પાંચ-છ લાખ સુધી પહોંચી ગઈ. આમાંથી ડિસ્પ્યુટ થયો. હવે એ લોકો કહે છે કે આવો પણ મારા માટે અનુકૂળ નથી.'

આ ફિલ્મના દિગ્દર્શક કેશવ રાઠોડ આ લેખકને કહે છે કે, લગભગ ૧૯૭૯-૮૦માં અમે આ ફિલ્મ બનાવી હતી. હકીકતમાં તો વાર્તા અલગ જ હતી. એક ભાઈ બહેન માટે કમાઈને વતન પાછો ફરી રહ્યો હતો. એ 'વીજળી'માં પાછો આવતો હતો, જે ડૂબી જાય છે.

આ ફિલ્મની ટેક્નિકલ વિગતો વિશે પૂછતાં કેશવભાઈ કહે છે કે, બજેટ અને એ સમયની ટેક્નિકને અનુસરીને અમારે કામ કરવાનું હતું. આર્ટ ડિરેક્ટર હીરાભાઈ પટેલે ગુજરાતના ઉમરગાંવમાં વીજળી જહાજની ડમી બનાવી હતી. અમે આ ફિલ્મમાં જાણીતું ગીત 'હાજી કાસમ તારી વીજળી વેરણ થઈ...' પણ રાખ્યું હતું. જાણીતા વાયોલિનવાદક નાનજી મિસ્ત્રીએ આ ફિલ્મમાં સંગીત આપ્યું હતું. આ ફિલ્મની રેકોર્ડ તો બહાર પડી પણ ફિલ્મ રિલીઝ થાય એવું લાગતું નથી.

ગુજરાતી ફિલ્મ ‘અમર રાખડી’ તો ‘વૈતરણા’ની જેમ કમનસીબ રહી, પરંતુ કોઈએ ક્યારેય આના પરથી ફિલ્મ બનાવવાનો પ્રયાસ જ ન કર્યો! બૉલીવુડના એક મિત્રે જાણકારી આપી કે બીબીસીએ ‘હાજી કાસમ તારી વીજળી’ નવલકથા પરથી ફિલ્મ બનાવવાના રાઈટ ખરીદી રાખ્યા છે. આ અંગે ગુણવંતરાય આચાર્યનાં દીકરી વર્ષાબહેન અડાલજાનું કહેવું છે કે બીબીસી કે અન્ય કોઈએ આ નવલકથાના હક ખરીદ્યા નથી. જોકે લાંબા સમય અગાઉ કોઈ મહિલાએ આ નવલકથા પર ફિલ્મ બનાવવા માટે ફોન કર્યો હતો, પણ ફરી આવ્યો ન હોવાનું વર્ષાબહેને જણાવ્યું હતું.

આ મહિલા કદાચ હાજી કાસમની પ્રપૌત્રી શરીફા સોબુઆની હોઈ શકે. થોડા સમય અગાઉના અખબારી અહેવાલો મુજબ શરીફાબહેને દુનિયાને પોતાના વડદાદા હાજી કાસમની વાત જણાવી હતી. તેમના મત મુજબ હાજી કાસમે ૯૯ જહાજ બાંધ્યાં હતાં. અને તેમાંથી વીજળી સૌથી વધુ ઝડપી હતી.

આ લેખકને આપેલી એક્સક્લુઝિવ મુલાકાત મુજબ ‘વીજળી’ને ભારતની ટાઇટેનિક ગણાવતા શરીફાબહેન આ વિષય પર ફિલ્મ બનાવવા ખૂબ જ ઉત્સુક હતાં. તેઓ વિખ્યાત ફિલ્મસર્જક શ્યામ બેનેગલને મળ્યાં હતાં, પરંતુ નિરાશા જ સાંપડી હતી. પોતે ત્રણ-ત્રણ ફિલ્મમાં વ્યસ્ત હોવાનું કહીને બેનેગલે આ દરખાસ્ત નકારી કાઢી હતી.

શરીફાબહેનના કહેવા મુજબ હાજી કાસમને એક ગરીબ માણસે આશીર્વાદ આપ્યા હતા કે તમે ૯૯ જહાજ બાંધશો. આ આશીર્વાદ સાચા પડ્યા, પણ સમયાંતરે કૌટુંબિક વિખવાદને લીધે મામલો બગડી ગયો. તેમની માહિતી મુજબ હાજી કાસમ આગેવાન જમીનદાર હતા અને બોરીવલી-દહીસરમાં વગદાર માથું ગણાતા હતા. તેઓ અબ્દુલ રહેમાન સ્ટ્રીટમાં ઑફિસ ધરાવતા હતા. મુંબઈ સેન્ટ્રલમાં તેમની હાજી કાસમ ચાલ છે. મલબાર હિલમાં રહેતો આ પરિવાર મહાબળેશ્વર અને માથેરાનમાં પણ રજા ગાળવા માટેનો બંગલો ધરાવતું હતું.

પોતાના પિતા હાજી યુસુફ આગબોટવાલા ભારતના સ્વાતંત્ર્યસંગ્રામમાં સક્રિય હોવાનું અને ૪૬મે વર્ષે જન્નતનશીન થયાનું શરીફાબહેને જણાવ્યું હતું.

શરીફાબહેનને લીધે હવે હાજી કાસમ અને વીજળી પર ફિલ્મ બનાવવાનું શક્ય બનશે? ના, કમનસીબે ૨૫મી જુલાઈ, ૨૦૨૧ના રોજ ૮૦ વર્ષની વયે વૃદ્ધાવસ્થાને લીધે તેઓ જન્નતનશીન થઈ ગયાં

જોકે વીજળી દુર્ઘટનાની કથા જોતાં એના પરથી ફિલ્મ બનાવવાનું આસાન

કે સસ્તું નહીં હોય. ખૂબ ખર્ચાળ પ્રોજેક્ટ બને. એ ઉપરાંત આ વિષય અને સિનેમા પ્રત્યે અત્યંત પ્રેમ, કલાસૂઝ અને ઝનૂન ધરાવતા નિર્માતા અને દિગ્દર્શક હોવા જોઈએ. આજની તારીખે સંજય લીલા ભણશાલી જેવા સર્જક જ આ વિષયને ન્યાય આપી શકે.

દિગ્દર્શક ધ્વનિલ મહેતાએ વીજળીની દુર્ઘટનાને લઈને ફિલ્મ બનાવવાની જાહેરાત કરી હતી. 'બાહુબલી'માં ખલનાયક તરીકે લોકપ્રિયતા મેળવનારા રાણા દગ્ગુબાટી આ ફિલ્મમાં એક વિજ્ઞાનીનો રોલ કરવાના છે એ સિવાય વધુ માહિતી જાહેર કરાઈ નહોતી. જોકે ૨૦૧૭ના સપ્ટેમ્બરમાં આટલી ઘોષણા બાદ વધુ કંઈ પ્રગતિ થયાનું બહાર આવ્યું નથી.

જોકે વીજળી અને હાજી કાસમ અંગે હજી પૂરેપૂરી માહિતી ઉપલબ્ધ નથી. ત્યાં ફિલ્મ બનાવવાની આશા રાખવી વધુ પડતી ન ગણાય? એના પહેલાં તો કદાચ 'વીજળી'ને શોધીને દરિયાની અંદર બહાર ન કાઢવી જોઈએ?

૧૩

'ટાઈટેનિક'ની જેમ શોધી કાઢો આપણી 'વૈતરણા'

૧૮૮૮ની ૧૮મી નવેમ્બર. એ રાત એ એસ.એસ. વૈતરણા ઉર્ફે વીજળી માંગરોળ આસપાસ ક્યાંક બધા પ્રવાસીઓ અને કર્મચારીઓ સાથે અદૃશ્ય થઈ ગઈ. એક અંદાજ મુજબ ૧૩૦૦ માણસો ખતમ થઈ ગયા, પણ એકેયની લાશ હાથ ન લાગી. ન મળ્યો આ જહાજનો કાટમાળ કે ન મળ્યું સમ ખાવા પૂરતું એકાદ પાટિયું. લાખોને રડાવનારી અને સેંકડો પરિવારને કારમી વેદના આપનારી આ કરુણાંતિકાના મામલામાં કંઈ થઈ સકે એમ નથી? 'વૈતરણા'ના કાટમાળ કે પ્રવાસીના વસ્ત્રો-સાધનસામગ્રીના અંશ શોધવાનું ખૂબ મુશ્કેલ બને, પણ એકદમ અશક્ય નથી, નથી અને નથી જ.

માનવામાં ન આવે તો 'ટાઇટેનિક'નો કેસ હાજર છે. આપણી 'વૈતરણા' ડૂબ્યાના ૨૪ વર્ષે ડૂબ્યું જહાજ ટાઇટેનિક: તારીખ ૧૯૧૨ની ૧૪મી એપ્રિલ. એ જાહજના કાટમાળના કે મૃતકોના નસીબ કહો કે પશ્ચિમી રાષ્ટ્રોની સજ્જતા, પરંતુ જેવું 'ટાઇટેનિક' ડૂબ્યું કે એને શોધીને બહાર કાઢવાની વાતો શરૂ થઈ ગઈ હતી.

'વૈતરણા'ને ડૂબ્યાને 'ટાઇટેનિક' કરતાં વધુ વર્ષો થયાં એ શોધખોળ માટે નકારાત્મક પાસું ગણાય, પરંતુ એક મોટી ઉત્સાહવર્ધક બાબત એ છે કે 'ટાઇટેનિક' સમુદ્રમાં ખૂબ ખૂબ ઊંડે પહોંચી ગયું હતું અને 'વૈતરણા' એના પ્રમાણમાં ઘણાં ઓછા ઊંડાણે ડૂબી હતી.

૧૯૧૨માં 'ટાઇટેનિક' ડૂબી અને અથાગ પ્રયત્નો અને ભારે જોખમ બાદ પૂરા ૭૩ વર્ષે આ કાટમાળની ભાળ મળી. મૂળ તો જહાજ ડૂબ્યાના એકદમ ચોક્કસ સ્થળની ભાળ ન મળે. પછી સમય વીતતાં દરિયાની અંદર પાણીમાં કાટમાળ વહીને કઈ દિશામાં અને કેટલો દૂર ગયો હોય એ જાણવાનું આસાન ન

હોય. આ કાટમાળને શોધવાના પ્રયાસોની નિષ્ફળતાના મૂળમાં કંગાળ વ્યૂહરચના, તકનિકી ગરીબી અને ભયંકર ખરાબ હવામાન હતાં.

'વૈતરણા'નો કાટમાળ શોધી કાઢવા માટે કેવી જહેમત ઉઠાવવાની છે એનો આછેરો અણસાર મેળવવા માટે 'ટાઇટેનિક' કાટમાળ શોધ અભિયાનો પર નજર નાખીએ. 'ટાઇટેનિક' સાથે ડૂબી ગયેલા કે મરી ગયેલા ધનિકોના પરિવારોએ તાત્કાલિક પેટાળમાં આરામ કરવા પહોંચી ગયેલા જહાજને બહાર ખેંચી કાઢવા માટે એક જૂથ રચ્યું હતું. તેમણે 'ટાઇટેનિક'ને બહાર કાઢવાની કામગીરી મેરિટ ઍન્ડ ચેપમૅન ડેરીક ઍન્ડ રેકિંગ કંપની (Merrit and chapman Darrick and wrecking company)ને સોંપી દીધી હતી, પરંતુ ડાઇવર-ડૂબકી મારનારા જરૂરી ઊંડાણના નોંધપાત્ર સ્તર સુધી જઈ શકતા નહોતા, કારણ કે એ ઇચ્છનીય ઊંડાણે એક ચોરસ ઇંચે છ હજાર પાઉન્ડનું દબાણ આવતું હતું. એક ભયાનક તઘલખી તુક્કો વિચારાયો હતો કે જહાજ પર ડાયનામાઇટ ફેંકીએ એટલે કાટમાળ વેરણછેરણ થઈ જશે અને શબ સપાટી પર આવી જશે. જોકે સમુદ્ર વિજ્ઞાનીએ સમજણની બાળાગોળી પીવડાવી કે અત્યંત ભારે દબાણને પ્રતાપે મોટા ભાગના શબ લોંદો થઈને કાટમાળ સાથે ચીપકી ગયાં હોઈ શકે. વધુ એક શક્યતા એ પણ હતી કે એકદમ ઠંડા હવામાન અને ખૂબ ભારે દબાણને લીધે શબોના કોહવાઈ જવાની પ્રક્રિયા દરમિયાન મોટા પ્રમાણમાં ગૅસ ઉત્પન્ન નહીં થયો હોય તો મૃતદેહોનું સપાટી પર આવવાનું મુશ્કેલ બનશે. અંતે કામગીરી અશક્ય લાગતાં કંપનીએ પ્રોજેક્ટ છોડી દીધો.

વિચારવલોણા એટલાં થતાં કે વાત ન પૂછો. ૧૯૧૪માં ઇલેક્ટ્રોમેગ્નેટ લગાડેલી સબમરીનને દરિયાના ઊંડાણમાં મોકલવાની વાત થઈ કે જેથી એ 'ટાઇટેનિક'ના કાટમાળમાંના લોખંડના ખોખા ભણી ખેંચાઈ જાય. આ રીતે એક વાર કાટમાળનું ચોક્કસ સ્થળ ખબર પડી જાય પછી વધુ જથ્થાબંધ ઇલેક્ટ્રોમેગ્નેટિક દરિયામાં ઉતારીને ટાઇટેનિકને સપાટી પર લાવી શકાય. અંદાજિત ખર્ચ ૧૫ લાખ પાઉન્ડ એ પણ આજથી ૧૦૭ વર્ષ અગાઉ. સ્વાભાવિકપણે પ્લાન થયો કૅન્સલ. બીજો વિચાર હસતા કરી મૂકે એવો છે ઇલેક્ટ્રોમેગ્નેટ્સની મદદથી જહાજના કાંઠા કે કિનારી સાથે ગૅસ ભરેલા ફુગ્ગા બાંધવા અને પર્યાપ્ત સંખ્યામાં ફુગ્ગા બાંધતાં 'ટાઇટેનિક' હળવેકથી ઉપર, ઉપર, ઉપર આવતું જશે અને પછી સપાટી પર દેખાશે. આ ફુગ્ગાબાજી કાગળ પર જ ડૂબી ગઈ.

પરંતુ 'ટાઇટેનિક'ની શોધખોળના પ્રયાસ પર ક્યારેય પૂર્ણવિરામ ન મુકાયું. નીતનવા તુક્કા અને નુસખા સૂચવાતા હતા, પરંતુ કોઈક અવ્યવહારુ હતા,

કોઈકમાં ટેક્નિકનો પનો ટૂંકો પડતો હતો, તો ક્યાંક કાટમાળના સ્થળની સ્થિતિ સમજવામાં થાપ ખવાતી હતી અને કોઈક નુસખો અજમાવવામાં ભંડોળ અપૂરતું લાગતું હતું.

તવારીખે નોંધ્યું કે 'ટાઇટેનિક'ના કાટમાળને બહાર કાઢવાનો ગંભીર પ્રયાસ ૧૯૫૩ના જુલાઈમાં થયો. બ્રિટનના સાઉધમ્પ્ટન સ્થિત સોલ્વેજ કંપનીએ આ જહાજ ડૂબ્યું હતું એ વિસ્તારમાં એકદમ ગુપ્તપણે પેટાળમાં વિસ્ફોટ કરાવ્યા. આ અંડરવૉટર બ્લાસ્ટિંગ કરનારા સાલ્વેજ વેસલને કાટમાળથી છૂટા પડેલા ભાગને જોવા માટે દરિયાના અંધકારભર્યા ઊંડાણમાં જોઈ શકનારા કૅમેરા અને રિમોટ કંટ્રોલ સાધનથી સજ્જ રખાયા હતા.

આ મિશનનો ધ્યેય જાહેર કરાયો નહોતો, પણ ધડાકા કરીને 'ટાઇટેનિક'નું ખોખું—આવરણ તોડી પાડીને અંદરની ચીજો અને શક્ય હોય તો માનવદેહ પાછા મેળવવાનો હતો. કમનસીબે ૧૯૫૩ના પ્રથમ કે ૧૯૫૪ના બીજા પ્રયાસમાં 'ટાઇટેનિક'ના કાટમાળને શોધવામાં સફળતા ન મળી.

'ટાઇટેનિક' ડૂબીને ન જાણે ક્યાં તણાઈ ગઈ હશે. પરિણામ નિષ્ફળ હતાં, હતાશાજનક હતાં, પણ પ્રયાસ પડતા ન જ મુકાયા. પ્રજાને અને પ્રસારમાધ્યમોને રસ હતો 'ટાઇટેનિક'ને શોધી કાઢવામાં. આવાં અખબારોએ ભજવેલી ભૂમિકા નોંધપાત્ર ગણી શકાય. ગુજરાતમાં આટલી મોટી દુર્ઘટના બની અને એ પણ એકદમ ભેદી અને જલિયાંવાલા બાગ હત્યાકાંડના સ્તરની છતાં પ્રજા તરીકે આપણી ઉદાસીનતા હતાશાજનક છે. આની વચ્ચે આ લખનારના સંગ્રહમાં છે બસો વર્ષની મજલ કાપનારા ઐતિહાસિક અખબાર 'મુંબઈ સમાચાર'નું એક પાનું. ૧૯૯૯ના ૧૪મી ડિસેમ્બરના અંકમાં પહેલા પાના પર બે કૉલમ બૉક્સમાં સમાચાર હતા: ૧૧૦ વર્ષ પહેલાં ડૂબેલી હાજી કાસમની 'વીજળી'નો ભંગાર જડ્યો.

ભલે પોરબંદર આસપાસના દરિયામાંથી મળેલો આ ભંગાર 'વીજળી'નો નહોતો, પણ એ જ વર્ષે કેરળમાં ડૂબેલા જહાજનો હતો, પરંતુ આવી સમાચાર-સજ્જતા અને સમજ ક્યાં ક્યાં જોવા મળે છે?

...અને દરિયાના પેટાળમાં ક્યાંક કુંભકર્ણની નિદ્રામાં પોઢેલી 'વૈતરણા'ને કેમ શોધવી એ સમજવા માટે ઑપરેશન 'ટાઇટેનિક'ની ગાથા જાણવા જેવી છે.

૧૪

જા બેટા, તારાં ૯૯ જહાજ દરિયામાં તરતાં રહેશે

માંગરોળ નજીકના દરિયામાં ક્યાંક ૧૩૩ વર્ષ અગાઉ ડૂબી ગયેલી એસ.એસ. વૈતરણા ઉર્ફે વીજળીને કેવી રીતે શોધી શકાય એની વાતો વિચારતી વખતે આપણે 'ટાઇટેનિક' શોધવાની જહેમતની ચર્ચા ચાલતી હતી, પણ 'ટાઇટેનિક'ની ગાથાને કહાની મેં ટ્વિસ્ટને લીધે અટકાવીએ. 'વૈતરણા' અને હાજી કાસમ વિશેની એકદમ નવી તાજ્જી ફર્સ્ટ હેન્ડ માહિતી મળી એની વાત જોઈએ.

એક સાંજે 'મુંબઈ સમાચાર' ઑફિસનો લૅન્ડલાઇન ફોન રણક્યો અને ફોન કરનારે 'ઉત્સવ' પૂર્તિની કૉલમ 'દરિયાઈ કરુણાંતિકા'ના લેખક સાથે વાત કરવાની ઇચ્છા વ્યક્ત કરી. ફોન હાથમાં લઈને 'હલ્લો' કહ્યા બાદ સાંભળતો જ રહ્યો.

એ ફોન હતો હાજી કાસમની પ્રપૌત્રી શરીફા અબ્દુલ અઝીઝ સાબુઆનીનો. અગાઉના એક લેખમાં તેમનો ઉલ્લેખ એ રીતે કરાયો હતો કે તેઓ 'હાજી કાસમ તારી વીજળી' પરથી ફિલ્મ બનાવવા માગતા હતા. તેઓ આ માટે ખાસ શ્યામ બેનેગલને મળ્યાં હતાં, પણ અત્યંત વ્યસ્તતાને લીધે શ્યામબાબુ કંઈ કરી ન શક્યા.

શરીફાબહેન ઉંમર અને તબિયતને લીધે હલનચલન કરી શકતાં નથી, પણ તેઓ મળીને વાતચીત કરવા માટે એકદમ ઉત્સુક હતાં. હાજી કાસમની પ્રપૌત્રીને મળીને વધુ ને વધુ જાણવાની તાલાવેલી આપણા પક્ષે પણ ખરી જ. પૂર્વ નિયત સમય પ્રમાણે એક બપોરે અંધેરીના વર્સોવા સ્થિત યારી રોડ પર આવેલી પંચમુખી સોસાયટીના બે બેડરૂમ કિચનના ફ્લૅટમાં શરીફાબહેનને મળવાનું થયું. આ મુલાકાતમાં મદદરૂપ થવા માટે તેમણે નજીકમાં રહેતી પોતાની દીકરી કશીફા ઝવેરીને બોલાવી રાખી હતી. અગાઉ કરાયેલી વિનંતી મુજબ શરીફાબહેન અને કશીફાબહેને બધા જરૂરી દસ્તાવેજોની નકલ તૈયાર કરાવી

રાખી હતી અને ફોટો આલબમ પણ તૈયાર રાખ્યાં હતાં.

ઘૂંટણ કામ કરતા બંધ થઈ જવાને લીધે પથારીવશ થઈ ગયેલાં શરીફાબહેનની ઉંમર ભલે ત્યારે ૭૪ વર્ષની પણ પ્રપિતામહ હાજી કાસમ આગબોટવાલા અને પરિવાર વિશે વાત કરતી વખતે ગજબનો ઉત્સાહ વર્તાઈ આવે. આ પ્રપૌત્રી પાસેથી જાણવા મળેલી હાજી કાસમ આગબોટવાલાની વાતો એમના જ શબ્દોમાં આ રહી.

'મારા પિતા હાજી યુસુફ આગબોટવાલા સ્વાતંત્ર્ય સૈનિક હતા. તેમના પિતા એટલે હાજીઅલી મોહમ્મદ આગબોટવાલા અને તેમના પિતા એટલે મારા પ્રપિતામહ હાજી કાસમ આગબોટવાલા.'

'સૌ પ્રથમ તો હાજી કાસમ આગબોટવાલા વિશે તમે જાણતા હો એ કહો...'

'મારા પિતા અને વડીલો પાસેથી એમના વિશે ખૂબ ખૂબ સાંભળ્યું છે. મારા ગ્રેટ ગ્રાંડપા મૂળ કુતિયાણાના. કાથો બનાવવા જેવો નાનો ધંધો કરે. નસીબ અજમાવવા માટે પોતાના મોંડ્યા નામના મિત્ર સાથે મુંબઈ જવા નીકળ્યા. પગપાળા જવાનું હોવાથી રસ્તામાં ખપ પૂરતું ખાવાપીવાનું સાથે રાખ્યું હતું. રસ્તામાં એક રાતે તેમણે કોઈ વ્યક્તિને કણસતી સાંભળી. આ દર્દભર્યો અવાજ સાંભળીને મારા પ્રપિતામહ આસપાસ જોવા માંડ્યા. તેમણે થોડે દૂર જઈને જોયું કે એક ઝાડ નીચે કોઈ ફકીર દર્દથી પીડાતા હતા. એ બેહોશ હાલતમાં પડ્યા હતા. મારા ગ્રેટ ગ્રાંડપાએ એમને પાણી પીવડાવ્યું, એમને ખવડાવ્યું. એ ફકીર હોશમાં આવ્યા એટલે ફરી વધુ પાણી પીવડાવ્યું અને ખવડાવ્યું. તેમની પાસેનું બધું ખાવાપીવાનું ખતમ. સહપ્રવાસી દોસ્ત મોંડ્યાએ મજાક કરી અને ઠપકો પણ આપ્યો કે હવે તું સફરમાં શું કરીશ? તેમને જવાબ મળ્યો કે અલ્લાહ માલિક. ગ્રેટ ગ્રાંડપાએ ફકીરના હાથપગ દાબ્યા. પછી જવાની રજા માગી. બંને મિત્ર ચાલતા થયા તો પાછળથી કોઈ મોટા અવાજે બૂમ પાડી: હાજી કાસમ. મારા ગ્રાંડપાને આશ્ચર્ય થયું, કારણ કે મોંડ્યા સાથે હતા અને બીજા કોઈને તો નામ કહ્યું જ નહોતું. પાછા ફરીને જોયું તો બૂમ પાડીને બોલાવનારા બીમાર ફકીરબાબા હતા. તેમણે દુઆ આપી કે જા બચ્ચા, તારાં ૯૯ જહાજ તરશે અને દુનિયાભરમાં તારું નામ થશે. આ સાંભળીને મારા ગ્રાંડપા હસી પડ્યા કે હું તો ગરીબ કાથો બનાવનારો નાનો માણસ, માંડ-માંડ ગુજરાન ચલાવું છું અને કામકાજ માટે જ મુંબઈ જાઉં છું. આ સાંભળીને મોંડ્યાએ પણ ફકીરબાબાની માફી માગતાં કહ્યું કે હું તમારી અને હાજીની મજાક કરતો હતો. માફ કરો. બાબા, મને સંતાન નથી, તો આશીર્વાદ આપો. ફકીરબાબાએ તેમને આશીર્વાદ

આપ્યા કે જા તારી પેઢી સુધી બાળકો થતાં રહેશે. આટલું સાંભળીને બંને પોતાના રસ્તે આગળ વધી ગયા.'

'તો શરીફાબહેન આ ફકીરબાબાની વાણી ફળી ખરી?'

'પૂરતી માહિતી તો નથી, પરંતુ એટલી ખબર છે કે ગ્રેટ ગ્રાંડપા મુંબઈ પહોંચીને નાનાં-મોટાં કામ કરવા માંડ્યાં. મોટરગાડીનું મિકેનિકલ કામ શરૂ કર્યું. આમાંથી પ્રગતિ થતાં ધીરે ધીરે પહેલું જહાજ લીધું. એમનો પહેલેથી જ એક નિયમ જે કમાણી થાય એના ત્રણ સરખા ભાગ કરવાના. એક ભાગ માતાનો, બીજો ભાગ ગરીબોનો અને ત્રીજો ભાગ પોતાનો. જીવનભર તેમણે દીનદુખિયાં, ગરીબો અને વિધવાઓ માટે ખૂબ કામ કર્યાં. રોજ દાન કરે. ટ્રસ્ટ પણ બનાવ્યું જે આજેય કાર્યરત છે. પોતાની મહેનત, ધગશ, ઈમાનદારી, પરોપકારી સ્વભાવ અને ફકીરની દુઆને લીધે તેમની જાહોજલાલી વધતી જ ગઈ. એક પછી એક જહાજ કાફલામાં ઉમેરાતાં ગયાં. કામકાજ અને નામના એવાં જામતાં ગયાં કે તેમના નામ સાથે આગબોટવાલા જોડાઈ ગયું. મલબાર હિલ પર કમલા નેહરુ પાર્ક પાસે તેઓ ગિબ્સ હાઉસમાં રહેતા હતા, જ્યાં હવે એટૉમિક ઍનર્જીની ઇમારત છે. આજે અલી મેનોર નામનો બંગલો છે, ત્યારે મારા પરદાદાનું સર્વન્ટ ક્વાર્ટર હતું. ત્યાં એમની સાત પ્લે માઉથ કાર ઊભી રહેતી હતી, સાથે બે ઘોડાઘાડી પણ હોય. અબ્દુલ રહેમાન સ્ટ્રીટમાં એમની ઑફિસ હતી. હવે ત્યાં આગબોટવાલા ચેરિટીઝ ચાલે છે, જે સખાવત કાર્યો કરે છે. મેં સાંભળ્યા પ્રમાણે ૧૦૦ વર્ષ અગાઉ આ ટ્રસ્ટનું બજેટ રૂપિયા ૪૦ લાખનું હતું અત્યારે મુંબઈ-૪૦૦ ૦૦૩નો પિનકોડ ધરાવતા મોહમ્મદ અલી રોડ, કાજીપુરા, ભીંડી બજાર, ક્રાફર્ડ માર્કેટ જેવા વિસ્તારમાં તેઓ ૨૦૦ વાર જમીનના પ્લોટના માલિક હતા. અલીબાગમાં મારા પરદાદાને નામે જમીન છે, બંગલો છે. માથેરાનમાં બંગલો બેલવ્યુ હતો, મહાબળેશ્વરમાં પણ બંગલો હોવાનું સાંભળ્યું છે. ભારતભરમાં એમના સાત-સાત બંગલો હતા.'

એ ફકીરની ૯૯ જહાજની દુઆ વિશે આપ શું જાણો છો?

'હું બરાબર જાણું છું તેમના જહાજની સંખ્યા ૯૯ સુધી પહોંચી, પણ ક્યારેય આગળ વધી ન શકી, તેઓ જેવું ૧૦૦મું જહાજ ખરીદે એટલે એક ડૂબી જાય.'

૧૫

વહાણવટામાં ધૂમ સફળતાએ આપી નવી અટક 'આગબોટવાલા'

એસ.એસ. વૈતરણા ઉર્ફે વીજળી, જેટલી મોટી ટ્રેજેડી એટલો મોટો ભેદ અને રહસ્ય. આ ૧૩૩ વર્ષ જૂની કરુણાંતિકાને વર્તમાન સાથે જોડવાના પ્રયાસરૂપે હાજી કાસમ આગબોટવાલાની પ્રપૌત્રી શરીફા અબ્દુલ અઝીઝ સાબુઆની સાથેની રસપ્રદ માહિતીની સફરમાં વધુ આગળ જઈએ...

શરીફાબહેને અગાઉ થયેલી વાતચીત મુજબ હાજી કાસમ આગબોટવાલા વિશે શક્ય તમામ માહિતી, ફોટોગ્રાફ અને દસ્તાવેજ તૈયાર રાખ્યા હતા. શરીફાબહેન પાસેથી મળેલી માહિતી અને તેમણે આપેલા 'મેમન વેલફેર' (ઈદ અંક-૨૦૦૭)-ના લેખમાંથી હાજી કાસમ વિશે સારી એવી માહિતી મળી. જોકે આ 'સારી એવી માહિતી' પર્યાપ્ત નથી, એમના વિશે હજી ઘણી કડીઓ ખૂટી રહી છે, છતાં અત્યારે જેટલી સામગ્રી હાથ લાગી તેના પર એક નજર નાખીએ.

શરીફાબહેન પાસે ઉપલબ્ધ જાણકારી મુજબ હાજી કાસમનો જન્મ ૧૮૦૩માં અને અવસાન ૧૯૧૦માં. અર્થ એટલો જ કે તેઓ પૂરાં ૧૦૭ વર્ષ જીવ્યા. ભારતના જહાજી ઉદ્યોગના દંતકથા સમાન વ્યક્તિત્વ હાજી કાસમે માત્ર ભારત ખંડમાં જ નહીં, વૈશ્વિક સ્તરે શિપિંગ મેગ્નેટ તરીકે નામના રળી હતી.

અગાઉ આપણે જાણ્યું કે ગુજરાતના કુતિયાણાથી મુંબઈ આવેલા હાજી કાસમને એક ફકીરે દુઆ આપી હતી કે જા તારાં ૯૯ જહાજ દરિયામાં તરશે, પણ લગભગ ખાલી હાથે આવેલા હાજી કાસમમે નાનાં-નાનાં કામથી શરૂઆત કરી. પોતાના ભાઈ હાજી હસન સાથે હાજી કાસમે આરંભિક દિવસોમાં નાનાં-નાનાં કામ કરતાં રહ્યાં, પરંતુ એક તો મૂળ ગુજરાતના અને એમાંય સાહસિક તેમ જ વ્યાપારી કુનેહ ધરાવતી મેમણ કોમના એટલે શરૂઆતના દિવસોમાં જ બંને

ભાઈ વિવિધ પ્રવૃત્તિમાં રચ્યાપચ્યા રહેતા હતા. આગળ જતાં તેમણે વિદેશી જહાજોનો માલસામાન વેચવાનું પણ શરૂ કર્યું. સમયાંતરે જહાજના છૂટા ભાગ વેચવામાંથી હાજી કાસમે ન જાણે ક્યારે નાનાં જહાજ ખરીદવા માંડ્યાં. પછી પ્રગતિ કરતાં કરતાં હાજી કાસમે વહાણવટામાં એટલી બધી પ્રગતિ કરી કે એમના નામ સાથે જોડાઈ ગઈ નવી અટક 'આગબોટવાલા'.

આ હાજી કાસમ આગબોટવાલા નવી-નવી શોધાયેલ વરાળથી ચાલતી હોડી-ખરીદતા હતા અને તેમનાં જહાજોની સંખ્યા છેક ૯૯ સુધી પહોંચી ગઈ હતી.

એ જ સમયે બૉમ્બે સ્ટીમ નેવિગેશનનું ખૂબ મોટું નામ. ૧૮૪૫માં મુંબઈના સાહસિક વેપારીઓએ શરૂ કરેલી આ જહાજી કંપની આગળ જતાં આર્થિક સંકડામણમાં મુકાઈ અને તેની વહારે આવ્યા જે. એ. શેફર્ડ. આગળ જતાં આ મિસ્ટર શેફર્ડ જાણીતા જહાજમાલિક હાજી કાસમ સાથે ભાગીદારીમાં જોડાયા. શેફર્ડ અને હાજી કાસમ ઉપરાંત હાજી હસને મળીને ધ બૉમ્બે સ્ટીમ નેવિગેશન કંપનીને નવી ઊંચાઈએ દોરી ગયા.

સમયની પરખ અને વેપાર કુશળતાને પ્રતાપે રોજીરોટી રળવા મુંબઈ આવતા લોકો અને પરદેશ જનારાઓ માટે દરિયાઈ માર્ગ હાથવગો, સસ્તો અને સરળ વિકલ્પ બની ગયો. આ લોકોએ કોંકણ અને કોચીનથી કરાંચીના પશ્ચિમી કાંઠા પર ધૂમ ધંધો જમાવ્યો હતો. વીસમી સદીના આરંભે શેફર્ડ નિવૃત્ત થયા ત્યારે ત્રીસ લાખ રૂપિયા કમાઈ ચૂક્યા હતા. આ સાથે હાજી કાસમ આગબોટવાલાની ગણના મુંબઈના જ નહીં દેશના આગેવાન વેપારી અને અત્યંત ધનવાન માણસમાં થવા માંડી હતી.

હાજી કાસમ આગબોટવાલા અત્યંત સફળ વેપારી જ નહીં, એકદમ સરળ, સરસ, સાલસ અને ધાર્મિક વૃત્તિવાળા ઇન્સાન હતા. તેઓ કમાણી જેટલું જ મહત્ત્વ સખાવતને આપતા હતા. શરીફાબહેને પરદાદાની ભલમનસાઈ અને ઇન્સાનિયતની વાત એકદમ ઉત્સાહપૂર્વક જણાવી: 'એ સમયમાં હજમાં જવાનું દરિયાઈ માર્ગે જ શક્ય હતું. જહાજી કંપનીઓમાં હજના પ્રવાસીઓને આકર્ષવા માટે ભારે સ્પર્ધા થતી રહેતી, પરંતુ મારા પરદાદાના આગમને હજ માટે જેદ્દા જવાની ટિકિટના ભાવ સાંઠ રૂપિયાથી ઘટીને દસ રૂપિયા થઈ ગયા હતા. જોકે પરદાદાને જાણે આટલાથી સંતોષ ન થયો હોય એમ તેમણે ક્યારેય ન કલ્પેલું કામ શરૂ કર્યું. હાજી કાસમ આગબોટવાલાએ પવિત્ર હજની યાત્રા માટે મુસ્લિમ બિરાદરોને સાવ મફત મોકલવાનું શરૂ કરી દીધું. એટલું જ નહીં, તેઓ હજયાત્રીઓને પ્રવાસમાં ખાવા માટે ફળ અને મીઠાઈના ટોપલા સુધ્ધાં આપતા

હતા. તેઓ હાજીઓને વસ્ત્રોની પણ ભેટ આપતા હતા. નેકદિલ હાજી કાસમ આગબોટવાલાની સફળતા અને સખાવતની સુવાસ ભારતના સીમાડા ઓળંગીને સમગ્ર મધ્ય પૂર્વના દેશો સુધી પ્રસરી ગઈ હતી. તેઓ ભારતના જહાજી ઉદ્યોગનું સૌથી મોટું નામ બની ગયા હતા. વેપારમાં જોરદાર સફળતા, દોમદોમ સાહ્યબી અને આ બંનેના ઝળકાટને વધુ ઊજળો બનાવે એવી સહૃદયતા, સમાજ પ્રત્યેની નૈતિક જવાબદારીથી એકદમ સજાગ એવા આ ખુદાના નેક બંદાએ વખાના માર્યા હોય કે ગરીબ હોય, જરૂરતમંદ હોય કે વિધવા હોય, અનાથ હોય કે તકલીફના માર્યા, બધાને રોજેરોજ મદદ કરી. શરીફાબહેન પરદાદાને 'ગરીબોના મસીહા' ગણાવે છે.

...તો હાજી કાસમ આગબોટવાલાની જિંદગીની, વેપારની અને ધાર્મિક પ્રવૃત્તિની સડસડાટ આગળ ધપતી નૈયા સામે 'એસ.એસ. વૈતરણા' ઉર્ફે 'વીજળી' કેવી રીતે આવી? એના આવવાથી શું થયું?

૧૬

આગબોટવાલા વિશે સંશોધનની તાતી જરૂર

એસ.એસ. વૈતરણા અને વીજળીની આસપાસ જેટલાં ભેદભરમનાં જાળાં છે એવું જ કંઈક હાજી કાસમ આગબોટવાલા વિશે કહી શકાય. 'હાજી કાસમ તારી વીજળી વેરણ થઈ...' જેવા લોકગીત થકી અમર થઈ ગયેલા હાજી કાસમ અંગે પૂરેપૂરી માહિતી ઉપલબ્ધ નથી, એ પ્રજા તરીકે આપણું સૌનું દુર્ભાગ્ય ગણાય.

સદ્ભાગ્યે હાજી કાસમ આગબોટવાલાની પ્રપૌત્રી શરીફા અબ્દુલ અઝીઝ સાબુઆનીને મળવાથી ભારતીય વહાણવટા ઉદ્યોગના પિતામહ વિશે ઘણી જાણકારી મળી રહી. કુતિયાણાના મહેનતુ હાજી કાસમને જંગલમાં મળેલી ફકીરની દુઆ, મુંબઈમાં ભાઈ હાજી હસન સાથે અથાગ પરિશ્રમ-ધગશ અને કુનેહથી મેળવેલી અપાર સફળતા, વરાળવાળી વહાણના આગમનને લીધે મળેલી 'આગબોટવાલા' અટક, ધ બૉમ્બે સ્ટીમ નેવિગેશન સાથે ભાગીદારી, માનવતાસભર અભિગમ, સખાવતી પ્રવૃત્તિ, દોમદોમ સાહ્યબી... અને હવે આગળ.

શરીફાબહેને કહ્યું: ડોકયાર્ડ પરનો 'ભાઉચો ધક્કો' આજેય 'હાજી કાસમ કા ધક્કા' તરીકે ઓળખાય છે, પણ આનું ક્યાંયથી સમર્થન મળતું નથી. ઇતિહાસમાં ક્યાંય આની નોંધ નથી. હકીકતમાં તો પ્રતાપ વેલકરના પુસ્તક 'પાઠારે પ્રભુંચા ઇતિહાસ'ને ટાંકીએ તો આ ધક્કો બાંધનારા લક્ષ્મણ હરિચંદરજી આજિંક્ય (૧૭૮૯-૧૮૫૮) હતા. તેઓ મુંબઈના મૂળ રહેવાસી ગણાતા પાઠારે પ્રભુ જ્ઞાતિના હતા. જહાજમાં માલસામાનના ચડાવવા-ઉતારવા કે પ્રવાસીઓના ચડ-ઊતર માટે કોઈ સગવડ નહોતી, ત્યારે 'ભાઉ'ના હુલામણા નામે ઓળખાતા સજ્જને આ ધક્કો ૧૮૪૧માં બાંધ્યો હતો.

ખેર, હાજી કાસમ આગબોટવાલાએ સાધેલી પ્રગતિ અને સિદ્ધિ કંઈ એકાદ ધક્કાના બાંધકામના સમર્થનની મોહતાજ નથી. હાજી કાસમ આગબોટવાલા

(૧૮૦૩-૧૯૧૦) એકદમ જાનદાર અને શાનદાર જીવન જીવ્યા. જેટલા ધનવાન એટલા જ ધાર્મિક. ક્યારેય દિવસની પાંચ નમાઝ ન ચૂકે, એમ જણાવતા શરીફાબહેને એકદમ રસપ્રદ માહિતી આપી. ૧૦૭ વર્ષની ઉંમરે હાજી કાસમે જન્નતનશીન થયા ત્યારે ન્યૂ મરીનલાઇન્સના કબ્રસ્તાનમાં આગબોટવાલા પરિવાર માટેની ખાસ આરક્ષિત જગ્યામાં એમને દફનાવાયા હતા. થોડા સમય બાદ અન્યને દફનાવવા માટે તેમની કબર ખોલાઈ તો, આગબોટવાલાનું શબ જેમનું તેમ હતું જાણે નિરાંતે સૂતા હોય. ફરી કબર ખોલાઈ ત્યારે પણ આગબોટવાલાના શબ પર લેશમાત્ર અસર થઈ નહોતી, એમ જણાવતાં શરીફાબહેને ઉમેર્યું કે, 'અમારી ધાર્મિક માન્યતા મુજબ કબર બેથી વધુ વાર ન ખોલાય. એમનો મૃતદેહ યથાવત્ રહેવાથી લોકો એમને સંત માનવા માંડ્યા. આ કારણસર એમની કબર પર પાકુ બાંધકામ કરી દેવાયું.'

હાજી કાસમ આગબોટવાલાના ૧૯૧૦માં અવસાન પછી તેમના પુત્ર હાજી અલી મોહમ્મદ આગબોટવાલાએ પિતાના પેગડામાં પગ ઘાલ્યો અને આ વેપારના વારસાને વિસ્તાર્યો. હાજી અલી મોહમ્મદને પહેલી પત્ની હલીમાથી બે પુત્ર હાજી યુસુફ અને હાજી દાઉદ ઉપરાંત બે પુત્રી ખાતુમા અને મરિયમ હતાં. સૌથી નાની પુત્રી મરિયમને જન્મ આપીને હલીમા જન્નતનશીન થઈ ગયાં. નાના બાળકો ખાતર હાજી અલી મોહમ્મદે ફરી નિકાહ કર્યા. બીજી બીવી ફાતિમાથી તેમને પાંચ સંતાન થયા: સુલેમાન, કાસમ, અમીના, હામુ અને અનવર. હાજી અલી મોહમ્મદે પોતાના સૌથી મોટા પુત્ર યુસુફને હાલીમા સાથે પરણાવ્યો અને તેમને સાત સંતાન થયાં. ઇસ્માઈલ, અહમદ, ઉમર, ઉસમાન, યાકુબ, રેહાના અને શરીફા.

આ શરીફા એટલે આપણને આગબોટવાલા પરિવાર વિશે આ બધી માહિતી આપનારી મહિલા. આ શરીફાબહેનના કહેવા મુજબ વૈતરણા અર્થાત્ વીજળી ડૂબી, ત્યારે એની માલિકી હાજી અલી મોહમ્મદ આગબોટવાલાની હતી. તેમણે જ આગબોટવાલા પરિવારની ૧૦૦મા જહાજ તરીકે 'વીજળી'ની ખરીદી કરી હતી.

પોતાના પિતા યુસુફ આગબોટવાલા બદલ ગર્વ અનુભવતા શરીફાબહેન કહે છે કે અબ્બાજાન એકદમ શિક્ષિત, સ્માર્ટ અને ઇન્ટેલિજન્ટ માણસ હતા. બ્રિટિશરોએ તેમને 'સર'નો ઇલકાબ આપ્યો હતો. તેમણે બ્રિટનમાંથી એન્જિનિયરની ડિગ્રી મેળવી હતી.

એક સમયે તેઓ ઘરની બહાર પોતાની પ્લેમાઉથ કારમાં નીકળતા ત્યારે સાથે સાત કારનો કાફલો રહેતો હતો. આગળ જતાં યુસુફ આગબોટવાલાનો

કપરો સમય કેમ આવ્યો, તે આપણો વિષય નથી. ૧૯૪૬ની ૨૧મી એપ્રિલે ૪૭ વર્ષની ઉંમરે તેમણે ફાની દુનિયા છોડી દીધી. શરીફાબહેન પાસે આગબોટવાલા પરિવારની ઘણી વિગતો હતી, પણ એ એમની કૌટુંબિક બાબત હોવાથી આપણને નિસ્બત નથી.

શરીફાબહેન સાથેની વાતચીત અને ઘણી બધી માહિતી છતાં એક પ્રશ્ન અનુત્તર રહે છે: 'વીજળી' ડૂબી ગયાની તપાસ કરવા માટે સી.પી. કૂપરની આગેવાની હેઠળની મરિન ઇન્કવાયરી કોર્ટ સમક્ષ શેફર્ડ કંપની વતી વકીલ હાજર રહ્યાનો ઉલ્લેખ છે, પણ એ સમયે જીવંત હાજી કાસમ આગબોટવાલા કે એમના અનુગામી-પુત્ર હાજી અલીમોહમ્મદ આગબોટવાલાનો નામોલ્લેખ ક્યાંય નથી. શા માટે? માત્ર શેફર્ડ કંપનીના વકીલ થકી સવાલોના જવાબ અપાય એટલું પર્યાપ્ત થઈ ગયું હશે એ જમાનામાં? કઈ રીતે? શા માટે?

શરીફાબહેને કહ્યું ખરું, 'વીજળી'ની દુર્ઘટનાએ હાજી કાસમ આગબોટવાલાને ખૂબ જ વ્યથિત કરી મૂક્યા હતા, એકદમ હચમચાવી નાખ્યા હતા. તેઓ વધુ ને વધુ એકાકી થઈને ધર્મની વધુ નજીક જતા રહ્યા હતા.

હાજી કાસમ આગબોટવાલા વિશેની વધુ ને વધુ માહિતી સંશોધન થકી બહાર આવે તે જરૂરી છે, નહીંતર સમય વીતવા સાથે ઘણી હકીકતોથી હાથ ધોઈ બેસવાનો વારો આવશે.

અત્યાર સુધી માત્ર નવલકથા અને લેખો થકી હાજી કાસમ આગબોટવાલાનો સાવ અલ્પ અને નહીંવત્ પરિચય મળ્યો હતો. શરીફાબહેનના ઉત્સાહ અને સ્મૃતિને લીધે ઘણુંબધું જાણવા મળ્યું. હાજી કાસમ આગબોટવાલાની માહિતીને અંધારા અતીતમાંથી બહાર કાઢવાની સામે ક્યાંક દરિયાને તળિયે વર્ષોથી પડેલી તેમની 'વીજળી'ને પણ બહાર કાઢવાની જહેમત ગંભીરતાપૂર્વક હાથ ધરવાની જરૂર છે.

૧૭

જહાજનો કાટમાળ શોધવા માટે પોતાની દુકાન વેચી નાખી

સેંકડોને જીવતાજીવ લઈને દરિયાના પેટાળમાં ઓગળી ગયેલી એસ.એસ. વૈતરણા ઉર્ફે વીજળીને કાઢવાની શક્યતા ચર્ચાતી હતી. લાખોનાં જીવનમાં અંધકાર રેલાવનારી 'વીજળી'ને કાળની ગર્તામાંથી ઉલેચી કાઢવા માટે 'ટાઇટેનિક'ને બહાર કાઢવા માટે કેવી અને કેટકેટલી જહેમત ઉઠાવાઈ. એ પછી 'વીજળી'ના માલિક હાજી કાસમ આગબોટવાલાની વયોવૃદ્ધ પ્રપૌત્રી શરીફાબેન અબ્દુલ અઝીઝ સાબુઆની પાસેથી ભારતના વહાણવટા ઉદ્યોગના સ્થાપક અને પિતામહ એવા હાજી કાસમ વિશે નવી નવી વાતો જાણી, જેના પર અત્યાર સુધી સમયની ધૂળ છવાયેલી હતી. એ રસપ્રદ માહિતી પર પૂર્ણવિરામ મુકાયા બાદ હવે ફરી જાણીએ અને સમજીએ કે 'ટાઇટેનિક' કેવી રીતે શોધી કઢાઈ અને એના સુધી પહોંચવામાં કેવી જહેમત ઉઠાવાઈ હતી.

સાઠના દાયકાના મધ્યભાગમાં 'ટાઇટેનિક'ને શોધી કાઢવાની યોજના ઘડી કાઢી. સમુદ્રની અંદર નિરીક્ષણ માટે ડૂબકી મારવાના ગોળાકાર સાધન 'બૅથિસ્કૅફ' થકી 'ટાઇટેનિક' સુધી પહોંચવાનું અને પછી જહાજના કિનારા સાથે નાઇલોનના બલૂન બાંધીને એને ફુગાવીને આ તોતિંગ જહાજને બહાર લાવવાનું વિચાર્યું. જાહેરાત એવી કરી હતી કે 'ટાઇટેનિક'ના કાટમાળને બહાર કાઢીને લીવરપુલ પર હરતાફરતા સંગ્રહાલયમાં રૂપાંતરિત કરાશે.

આ હેતુને પાર પાડવા માટે ધ ટાઇટેનિક સેલ્વેજ કંપનીની સ્થાપના થઈ. આ યોજનાને સાકાર કરવા વેસ્ટ બર્લિનના વેપારીઓનું જૂથ સક્રિય થયું હતું, પરંતુ દરિયાની અંદર ફુગ્ગામાં હવા ભરવી કેવી રીતે? આ સવાલના જવાબ જ ન મળતાં આખી યોજના તકલાદી ફુગ્ગાની જેમ ફુસ્સ થઈ ગઈ. કેટલાક

સમજદારો એ ગણતરી સાથે બહાર આવ્યા કે ઉપલબ્ધ સાધન અને ટેક્નિકની મદદથી 'ટાઇટેનિક'ના કાટમાળને બહાર કાઢવા માટેના ફુગ્ગામાં હવા ભરવામાં દશ વર્ષથી વધુ સમય લાગે, કારણ કે પાણીનું દબાણ મુખ્ય અવરોધ બની જાય.

કમનસીબે 'વીજળી'ના કાટમાળને શોધવાની યોજના તો ઠીક, વિચાર સુધ્ધાં ન કરાયા. આનાથી તદ્દન વિપરીત 'ટાઇટેનિક' સુધી પહોંચવા માટે તરંગી, તર્કહીન અને અશક્ય યોજનાઓ વિચારાતી રહેતી હતી. આ વિચારોના વલોણા અને પ્રયાસોમાંથી જ કંઈક ઊપજવાની આશા રહે. એક પછી એક તુક્કા જોઈએ... ૧,૮૦,૦૦૦ ટન પીગળેલા મીણ કે વેસેલીન થકી 'ટાઇટેનિક'ને સપાટી પર લાવવું... કઈ રીતે? સેંકડો-હજારો પીંગપોંગ બોલની મદદથી 'ટાઇટેનિક'ના કાટમાળને ઊંચકાવી લેવો... દરિયાઈ વનસ્પતિ સૃષ્ટિને કાચામાલ તરીકે વાપરીને કાચ બનાવવા કે જેથી એ પાણીના દબાણનો સામનો કરી શકે અને આ કાચનો 'ટાઇટેનિક'ને ઊંચકવામાં ઉપયોગ કરવો, પરંતુ થોડીક ગંભીરતાથી ગણતરી મંડાઈ કે એ કામગીરી પાછળ તો ૨૩.૮ કરોડ ડૉલરના તોતિંગ આંધણની જરૂર પડે... આર્થર હિકી નામના બેકાર મજૂરે વાત મૂકી કે આસપાસના પાણીને થીજાવી દેવું કે જેથી કાટમાળ આઇસબર્ગમાં કેદ થઈ જાય. આ રીતે પ્રવાહી પાણીને વધુ હળવા વજનમાં રૂપાંતરિત કરવાથી આ આઇસબર્ગ તરતી થાય અને 'ટાઇટેનિક' સપાટી પર આવી શકે અને પછી એને ખેંચીને કિનારે લઈ જઈ શકાય, પરંતુ પાણીને બરફમાં ફેરવવા માટે દરિયાને તળિયે પાંચ લાખ ટન પ્રવાહી નાઇટ્રોજન પહોંચાડવો કેવી રીતે? વધુ એક યોજના ગઈ પાણીમાં.

વુડ્સહૉલ ઓસનોગ્રાફિક ઇન્સ્ટિટ્યૂશનના રૉબર્ટ બલાર્ડના મનમાં લાંબા સમયથી 'ટાઇટેનિક'ને શોધવાના ગંભીર વિચારો ચાલતા હતા. ઘણા સાથે ચર્ચા-વિચારણા બાદ 'ટાઇટેનિક'ને શોધવામાં રસ ધરાવનારાઓએ સાથે મળીને સિઝનીક્સ ઇન્ટરનેશનલ લિમિટેડની સ્થાપના કરી અને ૧૯૭૭ના ઑક્ટોબરમાં પહેલો પ્રયાસ હાથ ધરાયો. આમાં ઊંડા પાણીની અંદર શોધખોળ માટેનું જહાજ વપરાયું જે હકીકતમાં ડ્રીલ-શિપ હતું. એમાં ડ્રીલિંગ પાઈપને છેડે 'સોનાર' સાધન અને કૅમેરા જોડાયેલા હતા. આ 'સોનાર' એટલે પડઘા પરથી ધ્વનિના તરંગોના પરાવર્તનથી પાણીની સપાટીની નીચે ચીજો શોધવા માટેનું ઉપકરણ, વળી રિમોટ કંટ્રોલની મદદથી દરિયાના તળિયેથી ચીજ-વસ્તુઓ ઊંચકીને બહાર લાવવાની સુવિધા પણ ઉપલબ્ધ હતી. પરંતુ ડ્રીલિંગ પાઇપ તૂટીને ૩૦૦૦ ફૂટના ઊંડાણે જઈ પડ્યો અને છ લાખનું ઇલેક્ટ્રોનિક સાધન દરિયાના પેટાળમાં ક્યાંક પડી ગયું. આ સાથે જ આ યોજના પડતી મુકાઈ એ કહેવાની જરૂર ખરી?

અનેક તુક્કાની હાંસી ઉડાવાઈ અને કેટલીક યોજનાઓમાં ધરખમ આર્થિક ફટકા પડવા છતાં 'ટાઇટેનિક'ની કુંડળીમાં જ કદાચ ફરી લોક-નજરમાં આવવાના યોગ લખાયા હશે. ૧૯૭૮માં નેશનલ જ્યોગ્રાફિક મેગેઝિન અને વૉલ્ટ ડિઝની કંપનીએ 'ટાઇટેનિક'ને શોધવાની સંયુક્ત કવાયત હાથ ધરવાની દિશામાં વૈચારિક પહેલ કરી, પણ આર્થિક કારણોસર યોજનાને દરિયામાં પધરાવી દેવાની ફરજ પડી, પરંતુ જેને આર્થિક કારણો ન નડે એવા બ્રિટિશ અબજપતિ સર જેમ્સ ગોલ્ડસ્મિથે પોતાના નવા મૅગેઝિનના પ્રચાર માટે 'ટાઇટેનિક'ને શોધી કાઢવાનો વિચાર કર્યો. આ જેમ્સ ગોલ્ડસ્મિથ એટલે પાકિસ્તાની ક્રિકેટર-કમ-રાજકારણી ઇમરાન ખાનના ભૂતપૂર્વ સસુરજી અને જેમિમાના પપ્પા. તેમના આ 'ટાઇટેનિક' પ્રોજેક્ટ માટે અંડરવૉટર ડાઇવિંગ અને અંડરવૉટર ફોટોગ્રાફિક નિષ્ણાતોને સાથે રખાયા. આ સાહસની ગંભીરતાનો અંદાજ એના પરથી આવે કે 'ટાઇટેનિક' શોધો અભિયાનને સાંગોપાંગ પૂરું પાડવા માટે ગોલ્ડસ્મિથે સીવાઇઝ ઍન્ડ ટાઇટેનિક સેલ્વેજ લિમિટેડની સ્થાપના કરી. ૧૯૮૦માં નોર્થ એટલાન્ટિકામાં જવા માટે ટુકડી રવાના થાય એ પહેલાં આર્થિક વાવાઝોડું ત્રાટક્યું. 'ટાઇટેનિક' તો તળિયે જ પડી રહ્યું પણ બીજા વર્ષે તો મૅગેઝિનનું પ્રકાશન પણ સંકેલી લેવું પડ્યું. બેકાર મજૂરથી લઈને અબજોપતિ વેપારીને દરિયાના અંધારિયા તળિયે પોઢેલા 'ટાઇટેનિક' સુધી પહોંચવામાં ઊંડી દિલચસ્પી હતી, પણ કમનસીબે 'વૈતરણા'માં ક્યારેય કોઈને આટલો બધો રસ ન જાગ્યો. એનાં કારણો સમજવા અને વિચારવાની જરૂર ખરી કે નહીં?

ફ્લોરિડાના ફ્રેડ કોહલર નામના ઇલેક્ટ્રોનિક્સ રિપેરમેને 'ટાઇટેનિક' શોધવા માટે બે જણને સિકૉપ્ટર થકી દરિયાની અંદર મોકલવાની ઝુંબેશ માટે પોતાની આજીવિકાના એકમાત્ર સાધન સમી દુકાન વેચી નાખી. આમ છતાંય પૂરતી આર્થિક વ્યવસ્થા ન થઈ શકતા તેણે પીછેહઠ કરવી પડી. આવી ન જાણે કેટકેટલીય અદમ્ય ઇચ્છાઓ, માથાં દુઃખાવતાં આયોજનો, પ્રયાસો અને દેવાળું ફૂંકાવતા તુક્કાઓ થકી 'ટાઇટેનિક'ને ફરી જોવાની-મેળવવાની ઝંખનાને બળવત્તર બનાવતી જતી હતી. જોકે એક પ્રવાસ શરૂ થયો હતો એ મુકામે પહોંચે જ. એ યશ મેળવ્યો ડૉ. રૉબર્ટ ડી. બલાર્ડે ૧૯૮૫માં.

૧૮

ડૂબેલા જહાજનો કાટમાળ શોધવાનું આસાન નથી

કદાચ માંગરોળની આસપાસના દરિયાના તળિયે ક્યાંક એસ.એસ. વૈતરણા ઉર્ફે વીજળી કુંભકર્ણ કરતાંય ભયંકર ઊંઘમાં ગરકાવ છે, ત્યારે એને શોધી કાઢવાના પ્રયાસ આદરવા જોઈએ. આ ઝુંબેશ મુશ્કેલ છે, પણ અશક્ય નથી. એ સમજવા માટે આપણે અહીં 'ટાઇટેનિક'ના કાટમાળને શોધી કાઢવાની અનેક પહેલની વાત કરી રહ્યા છીએ. હવે આગળ...

'ટાઇટેનિક'ના કાટમાળને શોધવા અને બહાર કાઢવા ઇચ્છુકોને એક વાત બરાબર સમજાઈ ગઈ હતી: 'આ નાનુસૂનું કામ નથી. પૂરતા સમય, નાણાં અને માણસો વગર નહીં થઈ શકે.' આ જ કારણસર અનેક પ્રયાસો નિષ્ફળ જતા હતા. ત્યાં જેક ગ્રીમે દેખા દીધી.

ટેક્સાસના આ તેલિયા રાજાએ અગાઉ આવાં સાહસો હાથ ધર્યાં હતાં, જેમાં નોહા'સ આર્ક, લોચનેસ મોન્સ્ટર, બીગફુટ અને નૉર્થ પોલમાં જાયન્ટ હૉલનો સમાવેશ થતો હતો. આથી 'ટાઇટેનિક' શોધો ઝુંબેશમાં આગળ વધવા માટે જેકે વ્યવસ્થિત આયોજન કર્યું. આ સાહસયાત્રા માટે પૈસા ઊભા કરવા માટે તેણે સાથે પોકર રમનારા દોસ્તો પાસેથી સ્પૉન્સરશિપ મેળવી, આ સાહસના મીડિયા રાઇટ્સ વેચી નાખ્યા, બૂક લખવાના હક આપી દીધા. એટલું જ નહીં, આ સાહસ પરથી બનનારી દસ્તાવેજી ફિલ્મ માટે ઓર્સન વેલ્સ જેવા મહાનુભાવને રોકી લીધા.

આટલી વ્યવસ્થા કરીને શાંત બેસી રહેવાને બદલે કોલંબિયા યુનિવર્સિટી પાસેથી વૈજ્ઞાનિક મદદ સુધ્ધાં મેળવી. વાઇડ-સ્વીપ સોનાર નામનું સાધન ખરીદવા માટે તેણે યુનિવર્સિટીને ૩.૩૦ લાખ ડૉલરનું ડોનેશન આપ્યું. વ્યવસ્થા મુજબ પાંચ વર્ષ આ મશીન વાપરવા મળે અને ટેક્નિશિયનોની સેવા મળે. બધાં

પાસાં ધ્યાનમાં રાખીને આ પ્રોજેક્ટમાં સલાહકાર તરીકે કોલંબિયા યુનિવર્સિટીના ડૉ. વિલિયમ રાયન અને સ્ક્રિપ્સ ઇન્સ્ટિટ્યૂટ ઑફ ઓસનોગ્રાફીના ફ્રેડ સ્પીસને રખાયા.

આ ત્રણેયનો એક રસપ્રદ કિસ્સો જાણવા જેવો છે. જેક ગ્રીમે આ બંને સલાહકારોની ત્રીજા નિષ્ણાત સાથે મુલાકાત કરાવી. આ ત્રીજા સલાહકાર એટલે એક વાનર! ટાઇટન નામના આ વાનરનો 'ટાઇટેનિક'નું ચોક્કસ સ્થળ નકશામાં બતાવવા માટે ઉપયોગ કરવાની ગ્રીમની નેમ હતી, પરંતુ રાયન અને સ્પીસે ચેતવણી આપી, આ પ્રોજેક્ટમાં કાં અમે કે વાનર? અને ગ્રીમે તાત્કાલિક તો વાનર પર પસંદગી ઉતારી. જોકે આગળ જતાં સમજાવટને પગલે મિસ્ટર ટાઇટનને દરિયાકાંઠે મૂકીને બંને વિજ્ઞાનીઓને સાથે રાખવામાં આવ્યા.

૧૯૮૦ની ૧૭મી જુલાઈએ શરૂ થયેલા આ સાહસને દરિયામાં આકરું હવામાન નડ્યું. ફ્લોરિડાના પૉર્ટ એવરગ્લેડ્સથી સંશોધન જહાજ એચ. જે. ડબલ્યુ. ફે થકી હાથ ધરાયેલા સાહસમાં 'ટાઇટેનિક'ના કાટમાળની ભાળ ન જ મળી. આ બદલ હવામાનની અળવીતરાઈની સાથોસાથ તકનિકી કંગાળિયાતનો પણ પૂરેપૂરો વાંક. કમનસીબી તો જુઓ કે એચ. જે. ડબલ્યુ. ફે જહાજે કાટમાળના ૧૪ સંભવિત સ્થળ શોધી કાઢ્યાં, પણ એ કાટમાળના ૫૦૦ ચોરસ નોટિકલ માઈલ દૂરથી જતું રહ્યું.

જેક ગ્રીમ જોકે ગાંજ્યો જાય એવો નહોતો. તેણે ૧૯૮૧ના જૂનમાં નવું સાહસ હાથ ધર્યું. આ વખતેય વિલિયમ રાયન સાથે જોડાયા. આ વખતે વધુ આધુનિક ઉપકરણો સાથે રખાયાં. અગાઉ શોધી કઢાયેલા ચૌદ સંભવિત સ્થળે પહોંચી ગયા પણ પરિણામ શૂન્ય. આ સંશોધન–પ્રવાસના આખરી દિવસે જહાજના પ્રોપેલર જેવું કંઈક મળી આવ્યું અને બોસ્ટન પાછા ફરીને જેક ગ્રીમે મોટે ઉપાડે હોબાળો મચાવ્યો કે 'ટાઇટેનિક' મળી ગયું છે, 'ટાઇટેનિક' મળી ગયું છે.

જોકે વિજ્ઞાનીઓએ તો ગ્રીમના દાવાને ફગાવી દીધો. આથી એ પ્રોપેલરનું નિરીક્ષણ કરવા માટે જેક ગ્રીમ નવું જહાજ લઈને નીકળી પડ્યો. આ વખતેય કંઈ મળ્યું તો નહીં, પણ હવામાન ખલનાયક બનતાં પ્રવાસ ટુંકાવવો પડ્યો. જેક ગ્રીમને 'ટાઇટેનિક'ને શોધવામાં નિષ્ફળતા મળી, પરંતુ આ હતાશા પર એક રૂપેરી કોર ઊભરી. 'ટાઇટેનિક'ના ડૂબતાના સંભવિત સ્થળનો વ્યવસ્થિત નકશો તૈયાર થઈ ગયો હતો.

જેક ગ્રીમ જેવો જ હિંમતબાજ ડૉ. રૉબર્ટ બલાર્ડ. પોતાની ૧૯૭૭ની નિષ્ફળતાને પાછળ મૂકીને ફરી ડૉ. બલાર્ડ નીકળી પડ્યા. વિશાળ દરિયાના

પ્રમાણમાં કાટમાળની ભાળ મેળવવી એટલે ઘાસની ગંજીમાં સોઈ શોધવી. એના કરતા કાટમાળ ફેલાયેલો હોય એવો સંભવિત વિસ્તાર શોધવાનું આસાન—થોડું આસાન થાય. નવા વ્યૂહ અપનાવવા સાથે ભળ્યા વધુ આધુનિક સરંજામ. આર્ગો-જાસોન સિસ્ટમ એકદમ નવી હતી. ઊંડા દરિયામાં ફરી શકે એવું રિમોટ કંટ્રોલ સંચાલિત વાહન કે જહાજ એટલે આર્ગો, જે અત્યાધુનિક કેમેરાથી સજ્જ હોય. આ આર્ગોની સાથે જોડાયેલું પણ સપાટી પર એની પાછળ પાછળ ફરતું જહાજ હોય, જેનું કનેક્શન જાસોન નામના રોબો સાથે હોય. આ યંત્રમાનવ દરિયાના તળિયે લટાર મારી શકે, નમૂના એકઠા કરી શકે અને ફોટા ઝડપી શકે. અહીંથી ફોટા દરિયાની સપાટી પરના જહાજના કંટ્રોલરૂમમાં તાત્કાલિક પહોંચી જાય.

હકીકતમાં બલાર્ડને મળેલી આર્ગો—જાસોનની જોડી બહુ મોટી વાત હતી. અમેરિકી નૌકાદળ માટેની આર્ગો—જાસોનની કામગીરી પતી જાય પછી ફાજલ સમયમાં ‘ટાઇટેનિક’ના કાટમાળની ભાળ મેળવવાની હતી. આની પાછળ એક ધ્યેય આર્ગો—જાસોનને સતત કાર્યરત રાખવાનો પણ ખરો.

આ ઉપરાંત આર્ગો—જાસોન પાસે પચાસ વર્ષ અગાઉ ડૂબી ગયેલી અમેરિકાની પ્રતિષ્ઠિત અણુ સબમરીન યુએસ.એસ. થ્રેશરનો કાટમાળ શોધવાની સફળતા અને અનુભવ પણ ખરાં.

છતાં શોધખોળ માટે પૂરતો સમય ન હોવાથી બલાર્ડે ફ્રાંસની સંસ્થાની મદદ લીધી અને દરિયાના પેટાળમાં શોધખોળ માટે ‘એસએઆર’ નામના ડૂબકી જહાજની મદદ લીધી. અત્યાધુનિક સાધનસામગ્રીથી સજ્જ ફ્રેન્ચ જહાજ ‘ટાઇટેનિક’ ડૂબ્યાના સંભવિત વિસ્તારમાં ઝડપભેર ફરી વળે અને ચોક્કસ સ્થાન નોંધી લે પછી ત્યાં આર્ગો-જાસોનને કામે લગાડવાનો વિચાર કરાયો હતો. જો કે ૧૫૦ ચોરસ માઈલના વિસ્તારમાં ચારવાર અવરજવર કરવા છતાં ફ્રેન્ચ જહાજને દરિયાઈ પેટાળમાં કંઈ હાથ ન લાગ્યું. પછીથી બહાર આવ્યું કે પહેલા જ ફેરા વખતે તેઓ કાટમાળથી થોડા સેંકડો યાર્ડ દૂરથી જતા રહ્યા હતા.

હવે બલાર્ડે માત્ર આર્ગોના કેમેરાનો ઉપયોગ કરવાનું વિચાર્યું. સોનારની એક મર્યાદા હતા કે એ દરિયાના પેટાળમાં બનેલા કુદરતી પદાર્થો અને માનવસર્જિત કાટમાળ વચ્ચેનો ભેદ ઓળખી શકતી નહોતી. જ્યારે આર્ગોના કેમેરા માત્ર માનવસર્જિત ચીજો ઓળખી-શોધી શકે એમ હતા.

હવે સતત ચોવીસ કલાક શોધખોળ અભિયાન ચાલુ રખાયું. સતત એક સપ્તાહની કંટાળાજનક કવાયત બાદ એ દિવસ અને એ ઘડી આવી ગઈ.

૧૯૮૫ની પહેલી સપ્ટેમ્બર, રવિવાર રાતે બરાબર ૧૨.૪૮ કલાકે એક

પછી એક ચીજો કેમેરામાં દેખાવા માંડી, આમાંથી એક ચીજ તો ૧૯૧૧ના બોઇલરના ફોટા જેવી જ અદલોઅદલ દેખાતી હતી. બીજા દિવસે વધુ ચીજો દેખાવા માંડી. ત્યાર પછીના ઇતિહાસ અને વિગતોને જવા દઈએ...

જો ૭૩ વર્ષ અગાઉ ડૂબેલી 'ટાઇટેનિક'નો કાટમાળ શોધી શકાય તો આપણી 'વૈતરણા'નો કાટમાળ કેમ ન મળી શકે. આપણા પક્ષે 'વૈતરણા'ને ગમે તેમ કરીને શોધી કાઢવાની ઇચ્છા, ઘેલછા, ગાંડપણ અને સતત પ્રયાસો કરવાની ખામી છે. ફરી યાદ અપાવવાનું કે આટલાં બધાં વર્ષે 'વૈતરણા'ને શોધવાનું મુશ્કેલ નહીં, ખૂબ જ મુશ્કેલ-વિકટ બની રહેશે. પણ અશક્ય કે અસંભવ તો નથી, નથી ને નથી જ.

૧૯

'વૈતરણા'ની દુર્ઘટના પરથી હિન્દી ફિલ્મ બનાવવા ઝઝૂમ્યા ગુજરાતી વેપારી

એસ.એસ. વૈતરણા ઉર્ફે વીજળી પોરબંદર અને માંગરોળ વચ્ચે ડૂબી છે? ખરેખર ક્યા સ્થળે? આ સવાલ હજારો-લાખો ભારતીયને થવા જોઈએ, પણ થતા નથી. આવા પ્રશ્નો ન થવાથી એ કમભાગી જહાજના કાટમાળ કે એની સાથે જળસમાધિ લેનારા મુસાફરો-કર્મચારીઓનાં અવશેષ-અસ્થિ શોધવાના પ્રયાસ તો ઠીક, વિચાર સુધ્ધાં થતા નથી. જોકે આવી વેદનાભરી વાસ્તવિકતામાં એક અપવાદ છે: ગજેન્દ્ર રતિલાલ મહેતા. બેરિંગ અને હાર્ડવેર સેન્સરના એક્સપૉર્ટ-ઇમ્પૉર્ટનો વ્યવસાય, એટલે જહાજ કે દરિયા સાથે સીધો સંબંધ નહીં. આજે ઉંમર ૭૫ વર્ષ છતાં 'વીજળી' માટેનો પ્રેમ આ થાણેવાસીને છેક હોર્નિમન સર્કલ 'મુંબઈ સમાચાર'ની ઑફિસ સુધી લઈ આવ્યો હતો.

ગજેન્દ્ર મહેતા મૂળ ધ્રોળના પણ ૧૧૨ વર્ષથી એમનો પરિવાર મહારાષ્ટ્રમાં જ વસે છે. 'વૈતરણા' એટલે 'વીજળી' ભણીના લગાવની વાતો માંડીને કરતાં ગજેન્દ્રભાઈ કહે છે: 'મને નાનપણથી વાંચવાનો ખૂબ શોખ. દસ-બાર વર્ષની ઉંમરે જ ગુણવંતરાય આચાર્યની નવલકથાઓ 'હાજી કાસમ તારી વીજળી', 'દરિયાલાલ' વગેરે વાચી હતી. ત્યાર બાદ અમારા વતન ધ્રોળમાં દેવસ્થાને ગયો, ત્યારે ફરી આચાર્યની દરિયાઈ સાહસકથાઓ વાંચી. એમાં 'હાજી કાસમ તારી વીજળી' ખૂબ પ્રભાવ છોડી ગઈ.

એક ગુજરાતી મૅગેઝિનમાં 'વૈતરણા' અંગે પુરાતત્ત્વવિદ વાય. એમ. ચિતલવાલાએ કરેલા સંશોધન વિશે લેખ વાંચ્યો. મેં એમને મળવાનો પ્રયાસ કર્યો, પણ ત્યારે તેઓ પુરાતત્ત્વ ખાતામાંથી નિવૃત્ત થઈ ગયા હતા. આ લગભગ ૧૯૯૦-'૯૨નો સમયગાળો હોવો જોઈએ. એક તો 'વૈતરણા'ની વાતો મનમાં

રમતી હતી, એમાં 'ટાઇટેનિક' જોઈ.

હવે એક જ સવાલ મનમાં વારંવાર ફૂંફાડા મારવા માંડ્યો કે 'ટાઇટેનિક' ડૂબી ગયાનાં ૭૩ વર્ષ બાદ પણ તેને દરિયાના પેટાળમાંથી શોધી શકાય તો પછી 'વૈતરણા'ને શા માટે નહીં? એમાંય 'ટાઇટેનિક' તો મધદરિયે ત્રીસ-ત્રીસ હજાર માઈલ ઊંડી પોઢેલી હતી, એની સરખામણીમાં 'વૈતરણા' તો સાવ છીછરા પાણીમાં ડૂબી ગણાય! 'વૈતરણા'ની કથા કેડો ન મૂકે, પણ કરવું શું? બે રસ્તા દેખાયા: એક, 'વૈતરણા'ને શોધવાની દિશામાં પ્રયાસ કરવા. બે, 'ટાઇટેનિક'ની જેમ 'વૈતરણા' પર ફિલ્મ શા માટે ન બનાવી શકાય?

માત્ર વિચારી કે મનમાં જ સવાલ કોહવાવા દેવા રહેવાને બદલે ગજેન્દ્ર મહેતા સક્રિય થઈ ગયા. તેઓ 'હાજી કાસમ તારી વીજળી'ના નવલકથાકાર ગુણવંતરાય આચાર્યનાં દીકરી વર્ષાબહેન અડાલજાને મળ્યા. વર્ષાબહેન પાસેથી ગજેન્દ્રભાઈને જાણવા મળ્યું કે સામ પિત્રોડાના ભાઈએ આચાર્યની લોકપ્રિય નવલકથા 'દરિયાલાલ' પરથી ફિલ્મ બનાવવામાં રસ દાખવ્યો હતો. 'હાજી કાસમ તારી વીજળી' પરથી ફિલ્મ બનાવવાના ગજેન્દ્રભાઈના વિચારના પ્રતિસાદમાં વર્ષાબહેને કહ્યું કે આ ખૂબ અઘરું કામ છે.

પરંતુ આ પ્રતિસાદથી ગજેન્દ્રભાઈ જરાય હતાશ કે નિરાશ ન થયા. આ ઘટના પરથી હિન્દી ફિલ્મ લખાવવા માટે તેઓ જાણીતા ફિલ્મ-લેખક અને દિગ્દર્શક સાગર સરહદીને મળ્યા. યશ ચોપરાની અનેક સફળ-સુંદર ફિલ્મો લખી ચૂકેલા સાગરસાહેબે 'બાઝાર' જેવી સંવેદનશીલ કૃતિનું સર્જન કર્યું હતું. ગજેન્દ્રભાઈએ 'વૈતરણા'ની આખી વાત સંભળાવી. સાગર સરહદીએ જવાબ આપ્યો કે મને હિન્દીમાં આખી વાર્તા સવિસ્તર લખી મોકલાવો, પછી જ હું અભિપ્રાય આપી શકીશ કે ફિલ્મ બનાવાય કે નહીં? પરંતુ આ મામલો આગળ ન વધ્યો.

હવે ગજેન્દ્ર મહેતાએ રાકેશ રોશન વિશે તપાસ શરૂ કરી દીધી. અભિનેતામાંથી નિર્માતા-દિગ્દર્શક બનેલા રાકેશ રોશનની ઑફિસ શોધી કાઢી. રોશનની સાંતાક્રુઝ સ્થિત ઑફિસમાં પહોંચી ગયા. પરંતુ આટલા મોટા પ્રોડ્યુસર-ડિરેક્ટરને મળવાનું શક્ય ન બન્યું. ત્યાં ફાઈલ મૂકીને આવ્યા. થોડા સમય બાદ રાકેશ રોશનની ઑફિસમાંથી ફોન આવ્યો કે આના પરથી ફિલ્મ બનાવવામાં અમને રસ નથી.

પરંતુ ગાંજ્યા જાય એ ગજેન્દ્ર મહેતા નહીં. પછી તેઓ જાણીતા ફિલ્મ ફાઇનાન્સર અને ડાયમંડ મર્ચન્ટ દિનેશ ગાંધીને મળવા માટે પ્રસાદ ચેમ્બર્સમાં પહોંચી ગયા. દિનેશભાઈએ તેમને પોતાની અંધેરીસ્થિત ઑફિસમાં મોકલ્યા. અહીં ગજેન્દ્રભાઈએ 'હાજી કાસમ તારી વીજળી' પુસ્તક પણ આપ્યું. બધી

વાત સાંભળ્યા-સમજ્યા પછી દિનેશ ગાંધીના સહાયકે જવાબ આપ્યો કે આ ખૂબ અઘરી ચીજ છે, અમે એમાં નાણાં રોકી ન શકીએ.

આપણે ખાસ યાદ રાખવાનું રહે કે ગજેન્દ્ર મહેતા વેપારી હતા, સફળ અને વ્યસ્ત છતાં એક પૈસોય કમાવાની શક્યતા ન ધરાવતા પ્રોજેક્ટ પરથી ફિલ્મ બનાવવા માટે તેઓ આ બધી ગડમથલ અને દોડધામ કરી રહ્યા હતા.

તેમને એક જ બાબત સમજાતી નહોતી કે એક જહાજ 'ટાઇટેનિક' પરથી અનેક ફિલ્મો બની શકે, તો આપણી 'વીજળી' પરથી એકાદ સારી ફિલ્મ કેમ ન બની શકે? આ કોઈ માત્ર ફિલ્મપ્રેમીનું સપનું નહોતું.

ગજેન્દ્ર રતિલાલ મહેતા દેશ-વિદેશમાં ફર્યા અને જહાજ 'વીજળી'ને બહાર કાઢવા માટેનો અભ્યાસ કર્યો અને ખૂબ પ્રયાસો કર્યા.

૨૦

'વૈતરણા' બારા ગામ નજીકના દરિયામાં છે ?

એસ.એસ. વૈતરણા યાની વીજળી અને હાજી કાસમ આગબોટવાલા અને અને... ટાઇટેનિક. પોતાના જીવન અને વ્યવસાયમાં ગળાડૂબ વ્યસ્તતા વચ્ચે આ બધા શબ્દો સતત ગજેન્દ્ર રતિલાલ મહેતાની નજર સમક્ષ તરતા રહે. આ માટે કંઈ ને કંઈ કરી છૂટવા મન તલપાપડ. 'વૈતરણા'ની ભેદભરમભરી કરુણાંતિકા પરથી ફિલ્મ બનવી જ જોઈએ અને ઘણી સરસ બને એવા વિશ્વાસ સાથે ઘણા પ્રયાસો કર્યા પણ ખાસ મેળ ન લાધ્યો.

એ સમયે એટલે કે ૨૦૧૫માં ૭૫ વર્ષની ઉંમરેય ગજેન્દ્ર મહેતા 'વૈતરણા' કે હાજી કાસમ આગબોટવાલાની વાત કરવી હોય તો જરાય આળસ ન કરે. ફિલ્મ બનાવવા માટે વર્ષાબહેન અડાલજાથી લઈને દિનેશ ગાંધી, સાગર સરહદી અને રાકેશ રોશનને ગજેન્દ્રભાઈ મળ્યા એ આપણે જાણ્યું.

આટલું કરીને ચૂપ-નિષ્ક્રિય બેસી રહેવાને બદલે મહેતાસાહેબ પોતાના માર્કેટિંગના કામકાજ માટે વિદેશ જાય ત્યારે 'વૈતરણા'ની સ્મૃતિ સાથે રાખે જ. યુરોપના ૧૩ દેશોમાં ફર્યા, ઉપરાંત ઇંગ્લૅન્ડ અને પોલૅન્ડ ગયા. આમ જ્યાં મોકો મળે ત્યાં દરિયાઈ મ્યુઝિયમ ખાસ જોવા જાય જ. ગજેન્દ્ર મહેતા કહે છે કે સ્વિડનના વાસા મ્યુઝિયમ પાસેથી આપણે ઘણું શીખવાનું છે. લગભગ ૩૫૦ વર્ષ અગાઉ ડૂબી ગયેલા 'વાસા' જહાજને દરિયામાંથી કેવી રીતે બહાર કઢાયું, મૂળ સ્વરૂપ કેવી રીતે અપાયું તથા એમાં સરકાર સાથે પ્રજાએ કેવી ગંભીરતા અને ઉત્સાહપૂર્વક ભાગ લીધો એમાંથી બોધપાઠ લઈને આપણે 'વૈતરણા' જહાજને શોધી કાઢી જ શકીએ. 'વાસા'ની આસપાસ બનાવાયેલું મરીન મ્યુઝિયમ એટલું પ્રભાવશાળી અને લોકપ્રિય છે કે દર વર્ષે દસ લાખ મુલાકાતીઓનાં ધાડાં આવે છે. 'વૈતરણા' દુર્ઘટના પરથી ફિલ્મ બનાવવાના પ્રયાસો અને વિદેશી દરિયાઈ

મ્યુઝિયમોની મુલાકાત લેવા ઉપરાંત ગજેન્દ્ર મહેતાએ 'વૈતરણા'નો કેડો ક્યારેય ન છોડ્યો.

ગજેન્દ્રભાઈ ૨૦૦૪માં ગોવામાં આવેલી કેન્દ્ર સરકાર સંચાલિત નેશનલ ઇન્સ્ટિટ્યૂટ ઑફ ઓસનોગ્રાફીમાં પહોંચી ગયા. અહીં તેઓ ડૉ. રાવને મળ્યા. આ ડૉ. રાવે દરિયામાં ડૂબી ગયેલી ૫૦૦ વર્ષ જૂની દ્વારિકાના અવશેષો શોધવામાં સિંહફાળો આપ્યો હતો. આ ઉપરાંત વધુ સંશોધકને પણ મળ્યા. ગુજરાતી વિજ્ઞાની ડૉ. કે. એચ. વોરા અને એ. એસ. ગૌરે સાથે 'વૈતરણા' અંગે ચર્ચા કરી. મહેતાસાહેબે સવાલ કર્યો કે ક્યારેય 'વૈતરણા'ને શોધવાના પ્રયાસ થયા છે ખરા? વોરાના જણાવ્યા મુજબ ભારતીય સમુદ્રના તળિયે લગભગ ૩૦૦ જેટલાં ડૂબેલાં જહાજો પડ્યાં છે. પરંતુ આપણી પાસે ૧૫૦-૨૦૦ ફૂટથી વધુ ઊંડાઈએ દરિયાની અંદર ફોટોગ્રાફી કરી શકે એવી જ સાધનસામગ્રી છે.

ફરી ૨૦૦૬માં ગોવા ગયા ત્યારે વોરા અને ગૌરે તેમને માહિતી આપી કે આપણી પાસે હવે ડાઇવિંગ ડ્રેસિસ અને વધુ ઊંડાણે જઈને ફોટોગ્રાફી કરવાની સજ્જતા આવી ગઈ છે, પરંતુ આ બધું ખૂબ ખર્ચાળ છે. દરિયાની અંદર એક ચોરસ કિલોમીટરમાં શોધખોળ કરવામાં એકાદ લાખ રૂપિયા લાગી જાય.

'વૈતરણા' માંગરોળની નજીક ડૂબી ગયાનું મનાતું હોવાથી ગજેન્દ્ર મહેતા ત્રણેકવાર ત્યાં પહોંચી ગયા. તેઓ જ્યારે જાય ત્યારે બેત્રણ દિવસ રોકાય. તેઓ કહે છે કે માંગરોળનું બંદર તો હવે નામ પૂરતું રહ્યું છે. દરિયાની રેતીના અતિક્રમણને લીધે એ હવે સાવ નાના મછવા કે હોડીના કામનું જ રહ્યું છે. ગજેન્દ્રભાઈની ઇચ્છા એવી કે માંગરોળના દરિયામાં જવું અને 'વૈતરણા' ડૂબ્યાની શક્યતા હોય એ વિસ્તાર સુધી પહોંચવું. પરંતુ પહેલી બે વખત તો ખરાબ હવામાને સફળ થવા ન દીધા.

ત્રીજી વખત માંગરોળ ગયા ત્યારે ત્યાંના નવાબને અને બેગમને મળ્યા. વયોવૃદ્ધ ગ્રામવાસીઓ સાથે 'વૈતરણા' દુર્ઘટના અંગે ચર્ચા કરી. કોઈકે નજીકના માધવપુર તરફ આંગળી ચીંધતા સૂચન કર્યું કે 'વૈતરણા' ત્યાં ડૂબી હોવી જોઈએ, તો મહેતાસાહેબ પહોંચી ગયા માધવપુર, ત્યાં કિનારા પાસે જ કોઈક ડૂબી ગયેલી સ્ટીમરના બોઇલરનો ભાગ બહાર દેખાય છે. માંગરોળમાં વધુ તપાસ કરતાં ગજેન્દ્રભાઈને જાણવા મળ્યું કે પાંચ-છ કિ.મી. દૂર આવેલા બારા નામના માછીમારોના ગામમાં કદાચ વધુ માહિતી મળી શકશે. બારાના ૧૦૦ વર્ષથી વધુ ઉંમરના યુગલે સમર્થન આપ્યું કે 'વૈતરણા'ની ઘટના સાચી છે. નાનપણમાં આવું બન્યાનું સાંભળ્યું હતું ખરું.

મહેતાસાહેબ માંગરોળમાં જ રહેતા સ્ટૅમ્પ અને એન્ટિક સંગ્રાહક નવનીતભાઈ મહેતાને મળવા ગયા. નવનીતભાઈના બહુ મોટી ઉંમરના ફૈબાએ રસપ્રદ કિસ્સો જણાવ્યો: 'માંગરોળનો એક ઘડિયાળી લંડન ગયો હતો. એના પાછો આવવાના સમયગાળામાં 'વૈતરણા' ડૂબી ગઈ. બધાના મનમાં ફફડાટ પેઠો. એ સમયના માંગરોળના નવાબે કંઈ કેટલાયે ટેલિગ્રામ કર્યા. પછી ખબર પડી કે એ ઘડિયાળ-કારીગર 'વૈતરણા'માં આવતો જ નહોતો.'

મહેતાસાહેબને મળેલી માહિતી મુજબ માંગરોળના નવાબ પાસેથી ઘણા સરકારી દસ્તાવેજો જૂનાગઢના સ્ટેટના સત્તાધીશો લઈ ગયા હતા. આમાં કદાચ 'વીજળી' સંબંધી પેપર્સ હોઈ શકે. ગજેન્દ્રભાઈ ત્રીજી વખત માંગરોળ ગયા ત્યારે બારાના માછીમારોએ જણાવ્યું કે કિનારાથી થોડે દૂર દરિયાની અંદર કોઈક બહુ મોટી વસ્તુ છે ખરી. એ સ્થળે અમારી માછીમારી માટેની જાળ ફસાઈ જાય છે.

આટલું સાંભળીને કંઈ મહેતાસાહેબ ઝાલ્યા રહે! તેમણે માંગરોળ બંદરના કસ્ટમ્સ સુપરિન્ટેન્ડન્ટને લેખિત અરજી કરીને દરિયામાં જવાની મંજૂરી માગી. તેમણે પોતાની સાથે ઓસમાન ઈશા (ઉં.વ. ૭૦), હારૂન ઓસમાન (ઉં.વ. ૪૦), ફકીરા ઉસમાન (ઉં.વ. ૨૦) અને બહાદુર કરસન (ઉં.વ. ૪૫)ને લઈ જવાની મંજૂરી મળી. આ મંજૂરી તો મળી ગઈ પણ બોટ ચલાવવા માટેની રૂપિયા બે હજારની કિંમત આખા ગામમાં ફરીને ભેગી કરવી પડી.

અંતે 'જહાંઆરા સિકંદર' નામની VRL-10537નું રજિસ્ટ્રેશન ધરાવતી બોટ લઈને નીકળી પડ્યા. સાધનસામગ્રીમાં માત્ર દોરી અને લોહચુંબક હતાં. મેગ્નેટ બાંધીને દોરી દરિયામાં ફેંકી તો ખબર પડી કે એ સ્થળે ઊંડાણ બહુ ઓછું હતું. માછીમારોને લાગ્યું કે દરિયાને તળિયે પડેલી ચીજ કે વસ્તુ ૨૦૦થી ૩૦૦ ફૂટ પહોળી હોવી જોઈએ.

બારામાં આ કયું સ્થળ છે? એવા સવાલના જવાબમાં ગજેન્દ્રભાઈ કહે છે: 'ગામની બહાર કાળા રંગના ખડકની સીધી લાઇનમાં ૧૫ કિ.મી. દૂર આ સ્થળ આવેલું છે. માંડ ત્રીસેક મીટરના ઊંડાણે કોઈક ચીજ પડેલી છે.'

શું ખરેખર આપણી 'વૈતરણા' વર્ષોથી ત્યાં પોઢેલી છે? ગજેન્દ્રભાઈએ માંગરોળમાં હોમગાર્ડસના ભૂતપૂર્વ અધિકારી સનતભાઈ વૈદ્યને મળીને પણ પૂછપરછ કરી જોઈ, પણ તેઓ કઈ ચોક્કસપણે ન કહી શક્યા.

'વૈતરણા'ને શોધવાનું ભગીરથ કાર્ય ખર્ચાળ છે, એ સમજાતાં ગજેન્દ્રભાઈએ એક વ્યવસ્થિત રિપોર્ટ બનાવ્યો. એના આધારે તેમણે સંશોધન હાથ ધરવા માટે

'નેશનલ જ્યૉગ્રોફિક' પાસેથી ૫૦ હજાર ડૉલરની ગ્રાંટ માગી, પણ એમને દાદ ન મળી. ગજેન્દ્ર રતિલાલ મહેતાની હિંમત અને પ્રયાસ પ્રશંસનીય છે, પણ આ કામ સમય, ધીરજ, નાણાં અને ખંત માગી લે એવું છે. એ પણ એકલદોકલ વ્યક્તિના નહીં, અનેકને સતત મંડી પડવાની જરૂર છે.

એસ.એસ. વૈતરણા ઉર્ફે વીજળી ભલે દરિયાના પેટાળના અંધકારમાં કુંભકર્ણની ઊંઘમાં ઘોરતી રહે, પણ એક ને એક દિવસ કોઈ ને કોઈ નરબંકો એના સુધી ચોક્કસ પહોંચી જશે જ. સવાલ એ છે કે અતીતનો અંધકાર ઉલેચીને 'વીજળી' સુધી પહોંચવામાં કેટલો સમય લાગશે?

* * *

ટાઇટેનિક

ટાઈટેનિક સાથે કેપ્ટન એડવર્ડ જોહન સ્મિથ.

૧

દરિયામાં તરતો એક રાજમહેલ

સ્વાભાવિકપણે ધંધાની જરૂરિયાત અને ગળાકાપ વ્યાવસાયિક સ્પર્ધા માણસને કે કંપનીને સતત ખડેપગે રાખે છે. એકાદ સદીથી વધુ સમય પહેલાં દરિયાઈ વાહનવ્યવહાર ઘણો કસદાર ધંધો ગણાતો, કારણ કે હવાઈ ઉડ્ડયનનો આજ જેટલો પગપેસારો કે પ્રસાર થયો નહોતો. આમેય ઍરપૉર્ટ કે લાંબાલચક રસ્તા બાંધવા કે જાળવવાની માથાકૂટ વગર રેડીમેઇડ સમુદ્ર મળી જાય એનાથી મોટી સવલત કઈ? ન કોઈ પ્રોડકશન કે મેન્યુફેક્ચરિંગ કોસ્ટ કે ન મેઇટેનન્સ એક્સપેન્સીસ. છતાં દરિયામાં વહાણ ચલાવવાનું ક્યારેક તો રેતીમાં જહાજ ચલાવવા જેટલું વિકટ બની જતું હતું.

બ્રિટનની જાણીતી શિપિંગ કંપની ધ વ્હાઇટ સ્ટાર લાઇન સામે પણ નવો પડકાર મોઢું ફાડીને ઊભો થયો હતો. હરીફો બરાબરનું જોર લગાવી રહ્યા હતા. કુનાર્ડ જૂથે એ સમયના સૌથી ઝડપી પેસેન્જર શિપ લુસીટાનિયા અને મોરેટાનિયા તરતા મૂક્યાં હતાં. જ્યારે બીજા સ્પર્ધક જર્મન લાઇન્સ પણ જોર કરતું હતું. આથી વ્હાઇટ સ્ટાર લાઇનના ચૅરમૅન જે. બ્રુસ ઈસમે અને અમેરિકન ફાઇનાન્સર જે. પી. મોર્ગને પણ સક્રિય થવું પડ્યું. હકીકતમાં તો મોર્ગન જ વ્હાઇટ સ્ટાર લાઇનની માતૃ સંસ્થા (પેટેન્ટ કંપની) નામે ઇન્ટરનેશનલ મર્કન્ટાઇલ મરીન કંપની પર અંકુશ ધરાવતા હતા. ૧૯૦૭ના મધ્યમમાં મોર્ગન અને ઈસમે વચ્ચે લાંબી ચર્ચા ચાલી કે કરવું શું હવે? ઈસમે દઢપણે માને છે કે સ્પર્ધા કરવી હોય તો જહાજના કદમાં કરો. સાઇઝ મહત્ત્વની છે. સ્પીડને જવા દો. તેણે ઇચ્છા વ્યક્ત કરી કે દુનિયાનું સૌથી મોટું જહાજ બનાવો. એમાં એવી સગવડો કે જે કોઈએ ક્યારેય ન જોઈ હોય કે ન માણી હોય. શરૂઆતમાં તો સ્પર્ધાના તાત્કાલિક પ્રતિસાદ રૂપે પ્રવર્તમાન જહાજોને અપગ્રેડ કરવાનું નક્કી

થયું. આ સાથે દરિયામાં દોડતા તરતા ૧૮૯૦નાં બે જૂનાં જહાજ એસ.એસ. પ્યુટોનિક અને એસ.એસ. મૅજેસ્ટિકને બારામાં લાવીને નવા જહાજ લાવવાનું મોંઘુંદાટ અને હિંમતભર્યું પગલું ભરાયું. પ્યુટોનિકની જગ્યા લેવાનું હતું. ઑલિમ્પિક, તો મેજેસ્ટિકના સ્થાને આવવાનું હતું ટાઇટેનિક. જોકે કોઈને ક્યાં ખબર હતી કે બહુ જલદી મેજેસ્ટિકનો જાદુ દરિયાના પાણી પર ફરીથી દેખાવાનો હતો.

બંને નવાં જહાજ માટે તિજોરી ખુલ્લી મૂકી દેવાની હતી. ધ્યેય એક જ બિગેસ્ટ ઍન્ડ ધ બેસ્ટ. આ માટે નામાંકિત ડિઝાઇનર, આર્કિટેક્ટ અને જહાજ-ઘડવૈયાઓની ટીમ ભેગી કરાઈ. જહાજ કદાવર હોય. આરામદાયક સગવડોથી છલકાતું હોય અને સાથોસાથ શોભા-શણગાર, સ્થિરતા, સલામતી, મજબૂતી અને ટકાઉપણામાં ઊણું ન ઊતરે એવી પણ તકેદારી રખાઈ હતી.

વ્હાઇટ સ્ટાર લાઇન સાથે વર્ષોનો અનુભવ-સંબંધ ધરાવતા બેલફાસ્ટના શિપબિલ્ડર્સ હારલૅન્ડ ઍન્ડ વૉલ્ફને બંને જહાજ બાંધવાની જવાબદારી સોંપાઈ. હારલૅન્ડ ઍન્ડ વૉલ્ફને સરસ જહાજ માટે જરૂરી ખર્ચ કરવાનો છૂટો દોર અપાયો હતો. વત્તા પાંચ ટકા નફો. એમાંય ઑલિમ્પિક ક્લાસનાં જહાજ હોવાથી બંને જહાજ માટે ત્રીસ લાખ ડૉલરના બજેટ માટે લીલી ઝંડી બતાવાઈ હતી. જોરદાર જોશ, ઉત્સાહ અને અપેક્ષા વચ્ચે ૧૯૦૮ની ૨૯મી જુલાઈએ હારલૅન્ડ ઍન્ડ વૉલ્ફે જે. બ્રુસ ઈસમે અને અન્ય અધિકારીઓ સમક્ષ જહાજની ડિઝાઇન પેશ કરી દીધી. આ ડિઝાઇન મંજૂર કરાઈ અને બે દિવસ બાદ જહાજ બાંધકામ શરૂ કરવાના ત્રણ-ત્રણ 'લેટર ઑફ એગ્રિમેન્ટ' પર સહી-સિક્કા થયા.

આ સમયાવધિ સુધી બેમાંથી એકેય જહાજને નામ અપાયાં નહોતાં. આગળ જતાં 'ઑલિમ્પિક' નામ મેળવનારા જહાજને કામચલાઉ નામ અપાયું. 'નંબર ૪૦૦' જ્યારે થોડા ફેરફાર સાથેની ડિઝાઇન ધરાવતા જહાજને અપાયો 'નંબર ૪૦૧', જે આગળ જતાં બનવાનું હતું ટાઇટેનિક.

પોતાના સમયનું ટાઇટેનિક સૌથી મોટું જહાજ બનવાનું હતું. એની લંબાઈ ૨૬૯ મીટર એટલે કે ૮૮૨ ફૂટ - નવ ઇંચ રાખવાની હતી. પહોળાઈ ૨૮.૧૯ મીટર યાની ૯૨ ફૂટ છ ઇંચ. ઊંચાઈ ૩૨ મીટર એટલે કે ૧૦૪ ફૂટ. જહાજમાં કુલ દસ ડેક, એમાંથી આઠ પ્રવાસીઓ માટે અને બે જહાજના અધિકારીઓ. ઉપરાંત ત્રણ મુખ્ય એન્જિનથી એકદમ સજ્જ. નવાઈની વાત એ છે કે 'ટાઇટેનિક'ના ઇલેક્ટ્રિકલ પ્લાન્ટમાં એ સમયના શહેરના સામાન્ય પાવર સ્ટેશનથી વધુ ઊર્જા ઉત્પન્ન કરવાની ક્ષમતા હતી!

નવા જહાજ ટાઇટેનિકને દરિયામાં તરતો રાજમહેલ બનાવવાની વ્હાઇટ સ્ટાર

લાઇનની નેમ હતી. આ માટે ઇન્ટિરિયર ૧૬ પ્રાયમરી કમ્પાર્ટમેન્ટમાં વિભાજિત કરાયું હતું. સંકટના સમયે વૉટરટાઇટ બંધ થઈ જાય એવા ઑટોમેટિક દરવાજા બેસાડવાના હતા. ખુલ્લો ડેક પાઇન અને ટીકનો.

જહાજમાં જરૂર પડે ત્યારે ગરમ હવા મળે અને ફર્સ્ટ ક્લાસ કેબિનમાં તો વધારાના ઇલેક્ટ્રિક હિટર પણ ખરાં.

આ જહાજમાં એક વધુ મહત્ત્વની સગવડ હતી, પાણીની જહાજના દરેક ભાગમાં સાદું કે ગરમ પાણી પહોંચાડવા માટે પાઇપ અને વાલ્વનું મોટું જાળું બિછાવાયેલુ હતું. શરૂઆતમાં તો પાણીનો મુખ્ય પુરવઠો બંદર પરથી જ જહાજમાં લાવવાનો હતો પણ જરૂર પડ્યે દરિયાના પાણીનું શુદ્ધીકરણ કરવાની વ્યવસ્થા હતી ખરી પણ દરિયાઈ પાણીની ખારાશથી ડિસ્ટિલેશન પ્લાન્ટમાં તકલીફ થવાની ધાસ્તી રહે ખરી. આ ઉપરાંત રેડિયો રૂમના વાયરલેસ ટેલિગ્રાફની સગવડ.

૨

ટાઈટેનિકે સફર પૂર્વે જ ચાખ્યું લોહી, લીધા જીવ

વ્હાઈટ સ્ટાર લાઇનની મનશા સ્પષ્ટ હતી કે ગ્રાહક એટલે પ્રવાસીને રાજાની જેમ સાચવવો, હથેળીમાં રાખવો. અગાઉ ક્યાંય જોઈ, સાંભળી કે ભોગવી ન હોય એવી લકઝરી પૂરી પાડવી. એકવાર ટાઇટેનિકમાં સફર કરે તો ફરી બીજા જહાજનું નામ ન લે. અને ટાઇટેનિકના મુસાફરની વાત સાંભળીને બીજા પ્રવાસીઓ પણ હડિયાપાટુ કરતા દોડતા આવે.

મૂળ પ્લાન મુજબ ટાઇટેનિકની ક્ષમતા ૨૪૫૩ પ્રવાસીની. ફર્સ્ટ ક્લાસમાં ૮૩૩, સેકંડ ક્લાસમાં ૬૧૪ અને થર્ડ ક્લાસમાં ૧૦૦૬ મુસાફર સમાવી શકાય. ઉપરાંત ૯૦૦થી વધુ કર્મચારી ખરા.

ટાઇટેનિકમાં આ બધાનો સમાવેશ કરવા માટે ઇન્ટિરિયર ડિઝાઇનમાં પાયાનો ફેરફાર કરાયો હતો. વજનમાં ભારેખમ ડિઝાઇનને તિલાંજલિ અપાઈ હતી. આને બદલે એ સમયની જાણીતી હોટેલોની એકદમ હળવી શૈલી અપનાવાઈ હતી. એ સમયની જાણીતી રિટઝ હોટેલને નજર સામે રખાઈ હતી. રેનેસાંથી લઈને વિક્ટોરિયા શૈલીના ડેકોરેશનથી પ્રવાસીઓને જહાજને બદલે તરતી હોટલમાં રહેવાનો અનુભવ કરાવવાનો હતો. હા, પેસેન્જર માટે જહાજ પર ટેલિફોન-સેવા (એ સમયે ઘણી મોટી સગવડ), લાઇબ્રેરી અને હેરકટિંગ સલૂન. ફર્સ્ટ ક્લાસવાળા માટે જિમ્નેશિયમ, સ્કવૉશ કોર્ટ, વરંડા કોફી, સ્વિમિંગ પુલ, ઇલેક્ટ્રિક બાથ, ટર્કીશ બાથ, મોંઘુંદાટ ફર્નિચર વગેરે.

અહીં થર્ડ ક્લાસની સગવડો, ફર્સ્ટ ક્લાસ જેવી નહોતી જ, પણ અન્ય જહાજ કરતાં ઘણી બહેતર. આમાં કંપનીના ધંધાના સુધારિત ધારાધોરણનું પ્રતિબિંબ પડતું હતું. અન્ય એરલાઇન જહાજના એક છેડે થર્ડ ક્લાસના પેસેન્જર માટે ડૉરમેટરી રાખતા હતા. આમાં સૌથી આગળ કુંવારા પુરુષોના

પછી પરણેલાના અને કુટુંબોના કવાર્ટર આવે, પરંતુ વ્હાઇટ સ્ટાર લાઇન થર્ડ ક્લાસના પ્રવાસીઓને જહાજના બે વિરોધી છેડે રહેઠાણ આપતા હતા. અહીં નાની છતાં આરામદાયક કેબિન હતી. જેમાં બે-ચાર, છ, આઠ કે દસ પ્રવાસી રહી શકે. આ ઉપરાંત અલાયદો ડાઇનિંગ એરિયા. હળવામળવાની જગ્યા, સ્મોકિંગ રૂમ, જિમ્નેશિયમ વગેરે.

ટાઇટેનિકની એક નોંધપાત્ર વિશિષ્ટતા હતી એના ફર્સ્ટ ક્લાસ સ્ટેરકેસ. આ પગથિયાં ગ્રાંડ સ્ટેરકેસ કે ગ્રાંડ સ્ટેરવે તરીકે ઓળખાતા. સાત ડેકમાંથી જહાજમાં આવતા પગથિયા ક્યાંક શોભાના વધુ અને ઉપયોગમાં ઓછા આવે એવા હતા. લાકડાની કોતરકામવાળી પેનલ પર સરસ ઘડિયાળ હતી.

વિચિત્રતા કે વિશેષતા એ હતી કે મૂળભૂતપણે તો ટાઇટેનિક પેસેન્જર લાઇનર હતી, પરંતુ તેમાં ભારે પ્રમાણમાં માલસામાનની અવરજવર માટે વ્યવસ્થા કરાઈ હતી. આથી જ તેના નામ આગળ હતું છોગું: આરએમએસ-રૉયલ મેઈલશિપ. આનો સરળ અર્થ એવો થાય કે ટાઇટેનિકમાં રૉયલ મેઈલ એટલે કે યુનાઇટેડ સ્ટેટસ પોસ્ટ ઑફિસના ટપાલ-પાર્સલ લઈ જવાનો કૉન્ટ્રેક્ટ થયો હતો. આ ટપાલો, પાર્સલો અને સોનું, સિક્કા અને અન્ય ચીજવસ્તુઓ લઈ જવા માટે જહાજમાં ૨૮ હજાર ચોરસ ફૂટ ફાળવાઈ હતી.

હકીકતમાં જહાજના જી ડેક પર દરિયાઇ ટપાલ ઑફિસ હતી. જે સંભાળવા માટે ત્રણ અમેરિકન ને બે બ્રિટિશર મળીને પાંચ પોસ્ટલ ક્લાર્ક હતા. આ પાંચેયે રજા વગર રોજેરોજ ૧૩ કલાક કામ કરવાનું હતું કે જેથી રોજબરોજ જહાજ પર આવનારી ૬૦ હજાર જેટલી ચીજવસ્તુઓને વર્ગીકરણ કરીને છૂટી પાડી શકાય.

ટાઇટેનિકનો પ્રચાર એવો ભવ્ય કરાયો હતો કે એમાં પ્રવાસ કરવો અને સૌથી પહેલાં કરવો એ સામાજિક મોભો ગણાય. ફિલ્મના ફર્સ્ટ ડે ફર્સ્ટ શૉ જેવો નશો. એટલે જ તો આ જહાજના પહેલા પરથમ પ્રવાસમાં જોડાયેલા નસીબદારોની યાદી પ્રગટ થઈ હતી. ઘણી પરણવાલાયક કન્યાઓની મમ્મીઓ માટે તો આ કલદાર-માલદાર મુરતિયાની રેડીમેઇડ યાદી બની હતી. ઘણી મમ્મી તો ખુદ દીકરીને સાથે ટાઇટેનિક સવારી કરીને પ્રવાસ દરમિયાન જ બધું પાકી કરી લેવાના ઓરતા ધરાવતી હતી.

ટાઇટેનિક પર માલેતુજારોની ભીડ જામ્યાનો વધુ એક પુરાવો હતો. સામાનનો અસાધારણ જથ્થો માત્ર હેરફેર માટે નૂર સામે સ્વીકારાયેલા માલસામાન ઉપરાંત ફર્સ્ટ અને સેકંડ ક્લાસના પ્રવાસીઓના માલસામાને ૧૯,૪૫૫ ચોરસ ફૂટ જેટલી જગ્યા રોકી હતી.

આ સામાનના લોડિંગ અને અનલોડિંગ ઉપરાંત હેરફેર માટે આઠ ઇલેક્ટ્રિક ક્રેન, ચાર ઇલેક્ટ્રિક ગરેડી તથા વરાળ પર ચાલતી ત્રણ ગરેડી હતી. આ કારગા માલસામાન માટે ઊર્જા મેળવવા માટે સધમ્પટનથી ૪૧૫ ટન કોલસો વપરાયો હતો.

જોકે, આ અગાઉ ટાઇટેનિક બાંધવામાં પડેલી તકલીફો અને મુશ્કેલીઓ પણ ઓછી નહોતી. ટાઇટેનિકનું કદ જ મોટો એન્જિનિયરિંગ પડકાર હતો. એને બાંધનાર હારલૅન્ડ ઍન્ડ વૉલ્ફ તો ઠીક, પણ અન્ય કોઈ જહાજનિર્માતાએ આવો પડકાર ઝીલ્યો ન હતો. બેલફાસ્ટ બંદરના ક્વિન્સ આયર્લૅન્ડમાં ટાઇટેનિક બંધાયું, પણ હવે ટાઇટેનિક ક્વાર્ટર તરીકે ઓળખાય છે. ટાઇટેનિક અને સાથી જહાજો બાંધવા માટે પ્રવર્તમાન ત્રણ શિપને તોડીને બે નવા શિપ બંધાયા હતા, જે તત્કાલીન સમયમાં સૌથી વિશાળ હતા.

ટાઇટેનિકના બાંધકામની જવાબદારી સ્કૉટિશ પેઢી સર વિલિયમ ઍરોલ ઍન્ડ કંપનીને સોંપાઈ હતી. આ કંપનીએ જ લંડનનો ટાવર બ્રિજ બાંધ્યો હતો. આ ટાઇટેનિકની લગભગ સમાંતરે જ વ્હાઇટ સ્ટાર લાઇનના અન્ય જહાજ ઑલિમ્પિક્સનું બાંધકામ શરૂ થયું હતું. ટાઇટેનિક બાંધકામના શ્રીગણેશ ૧૯૦૯ની ૩૧મી માર્ચે થયા. લગભગ ૨૬ કલાક બાંધકામ ચાલતું રહ્યું.

ટાઇટેનિકનું બાંધકામનો આ સમયગાળો અત્યંત જોખમભર્યો હતો. ત્યારે કંપની માટે કાર્યરત ૧૫ હજારના માનવબળને માથે, સલામતીનાં પગલાં છતાં, ડગલે ને પગલે જોખમ ઝળૂંબતું હતું. મોટા ભાગની કામગીરી મુશ્કેલ જ નહીં, જોખમી હતી.

જહાજના બાંધકામ વખતે માથે પહેરવા ન (હેલમેટ જેવી) મજબૂત ટોપી મળતી કે ન હેન્ડ ગ્લોવ મળતાં. આથી અકસ્માત મોટી વાત નહોતી. મોતનો પડછાયો અને ઈજાનો ભય ક્યારેય કેડો ન મૂકે. આની સાબિતી આપતા આંકડા જુઓ. ટાઇટેનિકના ૨૬ મહિનાના બાંધકામ દરમિયાન નવ કામદારનાં મોત થયાં અને ૨૪૬ ઘાયલ થયા, જેમાંથી ૨૮ની ઈજા ઘણી ગંભીર હતી. અહીં 'ગંભીર ઈજા' એટલે મશીનમાં હાથ કે પગ કપાઈ જવા. ક્યાંક માથા પર લોખંડનો ટુકડો પડે, તો ક્યાંક હાથની અંતિમક્રિયા થઈ જાય.

ટાઇટેનિકે પહેલો પ્રવાસ શરૂ કર્યો એ અગાઉ જ એના પર લોહી રેડાઈ ચૂક્યું હતું અને જીવ ગયા હતા.

૩

એક વિલંબે બદલી નાખ્યો ઈતિહાસ

૧૫મી એપ્રિલે દુનિયાનું સૌથી મોટું અને સલામત જહાજ ટાઇટેનિક પોતાની પહેલીવહેલી સફર શરૂ કરવાનું હતું. ટાઇટેનિકની પ્રથમ સફરમાં જોડાવાનો ઉત્સાહ અને રોમાંચ હતા. અન્ય કડવા અને જીવલેણ ભૂતકાળમાંથી જરૂરી બોધપાઠ લઈને વ્હાઇટ સ્ટાર લાઇને ટાઇટેનિકમાં સલામતી માટે વ્યવસ્થા કરી હતી. જે તેમના મતે ઘણી વધુ હતી. આ સલામતી વ્યવસ્થામાં મુખ્યત્વે હતી લાઇફબોટ. ટાઇટેનિકમાં ૨૦ લાઇફબોટ મુકાઈ હતી. એ સમયે વપરાતી લાકડાની ૧૪ લાઇફબોટ હતી. જેની પ્રત્યેકની ક્ષમતા ૬૫-૬૫ પ્રવાસીને બચાવવાની હતી. આ ઉપરાંત ચાર 'કોલેપ્સીબલ' લાઇફબોટ, જેની કેપેસિટી ૪૭-૪૭ વ્યક્તિને લઈ જવાની. આ ઉપરાંત કટોકટીના સમય માટેની બે 'કટર' લાઇફબોટ, જે ૪૦-૪૦ માનવીનો જીવ બચાવી શકે.

આમાંથી બે 'કોલેપ્સીબલ' સિવાયની બધી લાઇફબોટ્સ બોટ સલામતપણે ગોઠવી દેવાઈ હતી. બાકીની બે લાઇફબોટ્સને જહાજની હોડી ઉતારવા કે ટાંગી રાખવાના ઊંટડા સાથે બાંધી રખાઈ હતી.

આ બોટમાં રખાયેલી સામગ્રીમાં ખાવાની ચીજો, પીવા માટેનું પાણી, ધાબળા અને લાઇફ બેલ્ટ રખાયા હતા. મુખ્ય આશય જહાજમાંથી પ્રવાસીઓને ઉગારવા સાથે પાણીમાં પડી ગયેલાઓને બચાવવાનો પણ ખરો જ.

ટાઇટેનિકમાં ૧૬ ઊંટડા હતા. દરેક ઊંટડાની ક્ષમતા લાકડાની ચાર-ચાર લાઇફબોટ્સ સંભાળવાની હતી. આ ૬૪ લાકડાની લાઇફબોટ્સ એકદમ સરળતાથી ચારેક હજાર માણસોને બચાવી શકે. આ આંકડો ટાઇટેનિકની કુલ ક્ષમતાથી વધુ હતો... પરંતુ કંપનીએ જહાજ પર લાકડાની ૧૬ અને ચાર કોલેપ્સીબલ લાઇફબોટ્સ જ રાખી, જે ૧૧૭૮ માણસોને બચાવી શકે.

આ આંકડો ટાઇટેનિકમાંની પ્રવાસી ક્ષમતાનો માંડ ત્રીજો ભાગ હતો. હકીકતમાં એ સમયે નિયમ મુજબ ૧૦,૦૦૦થી વધુ વજનના બ્રિટિશ જહાજમાં ૯૯૦ પ્રવાસીને બેસાડવાની ક્ષમતા હોય તો ૧૬ લાઇફબોટ્સ રાખવી અનિવાર્ય હતી. જ્યારે ટાઇટેનિકનું ૪૬ હજારથી વધુ હતું અને પહેલા જ પ્રવાસમાં હતા ૨,૨૨૪ પ્રવાસી! છતાં કંપનીને ૨૦ લાઇફબોટ પૂરતી લાગી! આ ભૂલ, ભ્રમ કે સંતોષ બહુ નજીકના ભવિષ્યમાં ભયંકર પરિણામો સર્જવાના હતા.

ખેર, ૧૯૧૧ની ૩૧મી મેના રોજ બપોરે ૧૨.૧૫ કલાકે ટાઇટેનિકને લૉન્ચ કરાઈ. મહાનુભાવો સહિત લગભગ એકાદ લાખની ભીડ ટાઇટેનિકના દરિયાઈપ્રવેશની સાક્ષી બનવા ઊમટી પડી હતી. લાગન નદીમાં પ્રવેશવાના માર્ગને લીસો—સરકણો બનાવવા માટે ૨૨ ટન જેટલા સાબુ અને પ્રવાહી ચરબી વપરાયા હતા. કંપનીના ધારાધોરણ મુજબ આ તોતિંગ જહાજને નામ અપાયું નહોતું.

જહાજના માળખાને ખેંચીને એના નિયત સ્થળે મૂકી દેવાયું કે જ્યાં એકાદ વર્ષની અંદર એમાં એન્જિન અને પંખા સહિતની ટેક્નિક અનિવાર્ય યાંત્રિકી ચીજો બેસાડાઈ અને સુશોભન શરૂ થયું. પરંતુ વ્હાઇટ સ્ટાર કે સ્ટાઇ લાઇનનું અન્ય જહાજ ઑલિમ્પિક અથડામણમાં ઘવાયું અને તેનું સમારકામ પહેલાં હાથ ધરાતા ટાઇટેનિકને તૈયાર કરવામાં વિલંબ થયો. ટાઇટેનિક સમયસર પૂરું થઈ ગયું હોત તો ઇતિહાસ કદાચ સાવ અલગ જ હોત.

અલબત્ત ૧૯૧૨ની બીજી એપ્રિલના સોમવારે ટાઇટેનિકમાં સળવળાટ વધી ગયો. સવારે છ કલાકે શરૂ થઈ પહેલી ટ્રાયલ રન હકીકતમાં તો ટ્રાયલ-રન પહેલી એપ્રિલે જ થવાની હતી. પણ હવામાને બધાને 'ફૂલ' બનાવ્યા ટાઇટેનિકના પ્રથમ સત્તાવાર પ્રવાસી આડે માંડ આઠ દિવસ હતા. અલગ અલગ સ્થળે ટાઇટેનિકના ટ્રાયલ-રનમાં ઘણાં પરીક્ષણો થયાં, એ પણ કંપનીના અધિકારીઓ, નિષ્ણાતોની હાજરીમાં વિવિધ સ્પીડે દોડાવાઈ, ક્રેશ બ્રેક લગાવાઈ. જહાજે સફળતાપૂર્વક ૧૫૦ કિ.મી.નો પ્રવાસ કરી લીધો. આ ટ્રાયલ-રન્સમાં સરેરાશ ઝડપ કલાક દીઠ ૩૩ કિ.મી. અને વધુમાં વધુ ૩૯ કિ.મી.

આ ટ્રાયલ રન્સ બાદ જહાજને 'સીવર્ધી' દરિયામાં ઊતરવાલાયક જાહેર કરાયું આ પ્રમાણપત્ર ૧૨ મહિના પૂરતું હતું. આના એકાદ કલાક બાદ ટાઇટેનિક બેલફાસ્ટથી રવાના થઈ સધમ્પ્ટન જવા માટે ૨૮ કલાક બાદ એ ચોથી એપ્રિલની મધરાતે પોતાના મુકામે પહોંચી ગઈ.

હવે રાહ હતી પ્રવાસી રાજાઓના આગમનની અને કર્મચારીઓના હાજર

થવાની. ૧૫મી એપ્રિલે દુનિયાનું સૌથી મોટું અને સલામત જહાજ ટાઇટેનિક પોતાની પહેલીવહેલી સફર શરૂ કરવાનું હતું. આના માટે કંપનીના સંચાલકોમાં જ નહીં, ધનવાનોમાં ગજબનો રોમાંચ હતો.

૪

'ટાઈટેનિક' અકસ્માતમાંથી સહેજ માટે બચી ગઈ

દસમી એપ્રિલ, ૧૯૧૨. આ દિવસ આરએમએસ ટાઇટેનિકની પહેલી સફર માટે મુકરર હતો. સગવડોથી ભરપૂર આ જહાજની પ્રથમ સફર યાદગાર બનવા વિશે બેમત નહોતા. શુભારંભે જે ક્રૉસ-એટલાન્ટિક મુસાફરી ઇંગ્લૅન્ડમાં સધમ્પટન, ફ્રાંસમાં ચેરબોર્ગ, આયર્લૅન્ડમાં ક્વીન્સલૅન્ડ અને અમેરિકામાં ન્યૂયૉર્ક. છોગામાં રિટર્ન મુસાફરીમાં વાયા ઇંગ્લૅન્ડનું પ્લેમાઉથ આ સધમ્પટન-ચેરબોર્ગ ન્યૂયોર્ક એટલો લોકપ્રિય થઈ ગયો કે પહેલાં વિશ્વયુદ્ધ બાદ મોટા ભાગના બ્રિટિશ જહાજની એ પહેલી પસંદ બની રહ્યો. આમાં ટાઇટેનિકનો પણ સમાવેશ ખરો.

પ્રવાસીઓ આ જહાજ પકડી શકે એ માટે લંડન અને પૅરિસથી ખાસ ટ્રેન દોડાવાતી હતી.

'ટાઇટેનિક'માં કૅપ્ટન એડવર્ડ સ્મિથના કમાન્ડ હેઠળ ૮૮૫ કર્મચારી હતા. જોકે એ સમયના રિવાજ મુજબ 'ટાઇટેનિક' માટે કાયમી કર્મચારી નહોતા. મોટા ભાગના હંગામી હતી. આમાંથી બહુમતી કર્મચારીઓ તો સધમ્પટનથી જહાજ ઊપડવાના થોડાક કલાક અગાઉ જ આવ્યા હતા.

મોટા ભાગના નાવિક નહોતા. એન્જિનિયર, બંબાવાળા, બેકર, ચેફ, કસાઈ, ડિશ ધોનારા, સ્ટુઅર્ટ, જિમ્નેશિયમ ઇન્સ્ટ્રક્ટર, લોન્ડ્રીમૅન, વેઇટર અને ક્લીનર. એટલું જ નહીં, વાયરલેસ ઓપરેટરો પાસેથી મળેલા તાજા સમાચારો પરથી જહાજના પ્રવાસીઓ માટે 'એટલાન્ટિક ડેઇલી બુલેટીન' નામનું અખબાર છાપવા માટે એક પ્રિન્ટર સુધ્ધાં કર્મચારીઓમાં હતો. આમાં સૌથી વધુ પગાર કૅપ્ટન સ્મિથનો, મહિનાના ૧૦૫ ડૉલર, જ્યારે સૌથી સ્ટુઅર્ડના.

જોકે 'ટાઇટેનિક'માં મહાલવા માટે થનગનતાં હૈયાંઓ તો કંઈક ભળતા જ મિજાજમાં હતા. પહેલી સફરમાં ટાઇટેનિક પર સવારી કરી કુલ ૧૩૧૭

જણે, જેઓ પોતાને લકી માનતા હતા, પરંતુ 'ટાઇટેનિક'ના અકસ્માત સમયે તેમાં કેટલા હાજર હતા તેનો સત્તાવાર આંકડો આજેય ઉપલબ્ધ નથી. ટિકિટ બુક કરાવનારા બધા સફરમાં ન જોડાયા, પચાસેક જણે છેલ્લી ઘડીએ ટિકિટ કેન્સલ કરાવી અને કેટલાક જહાજ પર બેઠા પણ અંતિમ મજલ અગાઉ ઊતરી ગયા હતા.

ખેર ઉપલબ્ધ આંકડા મુજબ તો ફર્સ્ટ ક્લાસમાં ૩૨૪, સેકંડ ક્લાસમાં ૨૮૪ અને થર્ડ ક્લાસમાં ૭૦૯ મુસાફર. આમાં ૬૬% (૮૬૯) પુરુષ, ૩૪% ૪૪૭ મહિલા. પ્લસ ૧૦૭ બાળકો, જેમાંથી મોટા ભાગના થર્ડ ક્લાસમાં હતાં. 'ટાઇટેનિક'ની પ્રવાસી ક્ષમતાના પ્રમાણમાં એમાં બહુ ઓછા મુસાફરો હતા. હકીકતમાં તો ૨૫૬૬ મુસાફરોને સમાવવાની જોગવાઈ હતી. 'ટાઇટેનિક'માં તો આ પ્રેસ્ટીજિયસ શિપ પહેલી જ સફરમાં હાઉસફુલ કેમ ન થયું? આના મૂળમાં છે કોલસો. હા, બ્રિટનમાં કોલસા ઉદ્યોગમાં પડેલી રાષ્ટ્રીય હડતાળને પ્રતાપે ઘણાં જહાજોનાં ટાઇમટેબલ ખોરવાઈ ગયાં હતાં. કેટલાંય જહાજોની ટ્રીપ રદ થઈ હતી. આથી ઘણાં ઇચ્છુકોએ હડતાળ ન પતે ત્યાં સુધી પોતાના ટ્રાવેલ પ્લાન અભેરાઈ પર ચડાવી દીધા હતા. પરંતુ 'ટાઇટેનિક'ની પહેલી સહેલગાહ શરૂ થવાના થોડા દિવસ અગાઉ કોલસા હડતાળ પતી ગઈ, પરંતુ ત્યારે ઘણું મોડું થઈ ચૂક્યું હતું. 'ટાઇટેનિક' પણ સમય સાચવી શકે માટે અન્ય જહાજોમાં ભરીભરીને કોલસો સધમ્પ્ટન લવાયો હતો.

કોલસાના કાળા કેરથી સમૃદ્ધ વર્ગને લેશમાત્ર ફરક પડ્યો નહોતો. 'ટાઇટેનિક'ની પહેલી સફરમાં જોડાયેલા મહાનુભવોની યાદી ખાસ્સી લાંબી છે. અમેરિકન અબજપતિ જોન જેકબ એસ્ટર અને તેની પત્ની મેડેલીન, જાણીતા ઉદ્યોગપતિ બેન્જામીન ગગેનહેમ, વિખ્યાત બ્રાંડ 'મેસી'ના માલિક ઈસીડોર સ્ટ્રાઉસ અને તેની પત્ની ઈડા, ડેનેવરના અબજોપતિ, માર્ગારેટ બ્રાઉન, ક્રિકેટર-બિઝનેસમૅન જોન બોર્લેન્ડ થેયર પત્ની અને પુત્ર સાથે, લેખિકા હેલન ચર્ચિલ કેન્ડી, પત્રકાર વિલિયમ થોમસ સ્ટીડ, લેખક જેક્સ ફટરેલ અને મૂક ફિલ્મોની સ્ટાર એક્ટ્રેસ ડોરોથી ગીબ્સન ઉપરાંત વ્હાઇટ સ્ટાર લાઇનના મૅનેજિંગ ડિરેક્ટર જે. બ્રુશ ઈસમે જહાજ પર કોઈ સમસ્યા ઊભી થાય તો તાત્કાલિક ઇલાજ માટે ડિસઈના થોમસ ઍન્ડ્રુ પણ ખરા. જહાજના માલિક જે. પી. મોર્ગન પહેલી સફરમાં જોડાવાના હતા, પરંતુ છેલ્લી ઘડીએ માંડી વાળવું પડ્યું. રામ રાખે તેને કોણે ચાખે?

'ટાઇટેનિક'માં ટિકિટના દર પણ રજવાડી સફરને શોભાવે એવા હતા. સૌથી મોંઘા ફર્સ્ટ ક્લાસ સ્યુટનું ભાડું હતું ૮૭૦ ડૉલર, તો ફર્સ્ટ ક્લાસનું ઓછામાં ઓછા અંતરનું ભાડું ૨૩ ડૉલર. આ આંકડા એ સમયના છે. આજના હિસાબે દશેક ગણા વધુ થઈ જાય.

૧૯૧૨ની ૧૦મી એપ્રિલે હતો બુધવાર. એ દિવસે સવારે ૯.૩૦ કલાકે લંડનના વોટરલૂ સ્ટેશનથી નીકળેલી બોટ ટ્રેન સધમ્પટન રેલવે ટર્મિનસ પહોંચી ત્યારે એમાંથી 'ટાઇટેનિક'ના કર્મચારીઓ અને મુસાફરોનાં ધાડેધાડાં ઊતરી પડ્યા. થર્ડ ક્લાસના પેસેન્જરોની બીમારી માટે ચકાસણી સુધ્ધાં થઈ કે જેથી અમેરિકામાં તેમને પ્રવેશ ન મળે એવી નોબત ન આવે.

જહાજમાં સૌ પ્રથમ ચડવાનો મોકો મળ્યો બહુમતીને એટલે કે થર્ડ ક્લાસના પેસેન્જરોને. ત્યાર બાદ સેકંડ ક્લાસવાળાનો વારો આવ્યો. છેવટે ફર્સ્ટ ક્લાસના મોંઘેરા મહેમાનને આવકારવા તો ખુદ કૅપ્ટન સ્મિથ સસ્મિત ખડેપગે ઊભા રહ્યા હતા.

સધમ્પટનથી ચડ્યા ૯૨૨ પ્રવાસી. બાકીનાની ચેરબોર્ગ અને ક્વીન્સ ટાઉનથી પધરામણી થઈ.

પહેલી સફર સૌ માટે મંગળદાયી નીવડે એવી સ્વાભાવિક ઇચ્છા અને આશા સાથે 'ટાઇટેનિક' સહેજ ગતિમાં આવ્યું બપોરે. વિશ્વના સૌથી મોટા, સૌથી વધુ ભવ્ય અને અત્યંત આરામદાયક 'ટાઇટેનિક' કઈ દિશામાં જવાનું હતું અને કેવી દશા થવાની હતી એની અમંગળ એંધાણી જહાજ માંડ ઊપડ્યાની થોડી મિનિટોમાં જ થઈ ગઈ.

દરિયાઈ કાદવમાં ખૂંપી ગયેલા એસ.એસ. સિટી ઑફ ન્યૂયૉર્ક અને ઓશિયેનિક નામના બે લાઇનરની નજીકથી તોતિંગ ટાઇટેનિક પસાર થયું તો પાણીમાં થયેલી જોરદાર હિલચાલથી મુશ્કેલી ઊભી થઈ ગઈ. આને લીધે બંને નાનાં જહાજ જાણે રીતસર ઊછળ્યાં. એસ.એસ. સિટી ઑફ ન્યૂયૉર્કનાં લંગર આ ઓચિંતા દબાણને સહન ન કરી શક્યાં અને છૂટાં પડી ગયાં. આથી આ જહાજ ટાઇટેનિકની આસપાસ ઘૂમરાવો લેવા માંડ્યું.

નજીક ઊભેલી વલ્કન નામની ટગબોટ વહારે આવી અને 'ન્યૂયૉર્ક'ને બાંધીને ખેંચી ગઈ. ટાઇટેનિક અને 'ન્યૂયૉર્ક' વચ્ચેની અથડામણ માત્ર ચાર ફૂટના અંતરને લીધે રહી ગઈ નહીંતર... જોકે 'ન્યૂયૉર્ક'ને ખેંચી જવાનું સરળ નહોતું એટલે 'ટાઇટેનિક'ને પ્રથમગ્રાસે જ એકાદ કલાક મોડું થવું પડ્યું.

હાશ, પહેલો અકસ્માત તો ટળ્યો. આ સાથે 'ટાઇટેનિક'માં શરૂ થયો... આરામ, મસ્તી, મોજ, ખાણીપીણી અને પ્રેમનો સમય... પરંતુ ભવિષ્યમાં અને સમુદ્રના પેટાળમાં કયો ખતરનાક આંચકો હતો એની કોઈને જાણ નહોતી.

૫

ચેતવણી છતાં કૅપ્ટને ન કરી હિમશિલાઓની દરકાર

આરએમએસ ટાઇટેનિક પોતાની પહેલી સફરે ૧૯૧૨ની ૧૦મી એપ્રિલે ઊપડી. જેટલી ભવ્ય તૈયારી એટલી જ મોટી અપેક્ષા અને આશા-ઉમંગ સૌને આ જહાજ અને તેની પહેલીવહેલી સફર માટે હતી, પરંતુ સફર શરૂ થવાની મિનિટોમાં જ ટક્કર થતાં રહી ગઈ અને આરંભમાં જ એકાદ કલાકનો વિલંબ થઈ ગયો.

જોકે આના પછી સધમ્પટન અને સોલન્ટ ચૅનલના પાણી તથા વિચિત્ર ભરતી ઓટમાં ટાઇટેનિકે ઇંગ્લિશ ચૅનલ ભણી કૂચ કરી. લગભગ ૭૭ નોટિકલ માઈલની સફર બાદ ટાઇટેનિક ફ્રાંસના બંદર ચેરબોર્ગ પહોંચવાની હતી, પરંતુ ચેરબોર્ગમાં આટલા વિશાળ જહાજના ઊભા રહેવા માટેની ગોદી નહોતી. આથી કિનારા પરથી મુસાફરોને જહાજ પર લાવવા માટે ટેન્ડર (નાના વહાણ)નો ઉપયોગ કરવો પડ્યો. આના પરથી કલ્પના કરી શકાય એ સમયની બંદરીય માળખાકીય સુવિધા કેવી હશે અને ટાઇટેનિક પોતાના સમયથી કેટલું આગળ હશે? ટેન્ડર તરીકે વ્હાઇટ સ્ટાર લાઇનનાં બે વહાણ એસ.એસ. ટ્રાફિક અને એસ.એસ. નોમેડિકનો ઉપયોગ કરાયો હતો. ચેરબોર્ગ ખાતે ટાઇટેનિકમાં ૨૭૪ વધુ પ્રવાસી ચડ્યા અને ૨૪ ઊતરી ગયા. આ અવરજવરમાં દોઢેક કલાક લાગી ગયો.

છેવટે રાતે આઠ કલાકે ટાઇટેનિક લંગર ઊંચકીને ક્વીન્સલૅન્ડ ભણી રવાના થઈ ત્યારે સારી એવી ઠંડક સાથે ભારે પવન ફૂંકાતો હતો. બીજા દિવસે સવારે ૧૧.૩૦ કલાકે ટાઇટેનિક આયર્લૅન્ડના કોર્ક હાર્બર પાસે ત્યારે ફરી એની એ લમણાઝીંક કરવી પડી. આ બંદરની સગવડો પણ ટાઇટેનિક માટે અપૂરતી હતી.

અહીં થર્ડ ક્લાસના ૧૧૩ અને સેકંડ ક્લાસના સાત મુસાફર આવ્યા, તે સામે સાત જણા જહાજ છોડી ગયા. આ સાતમા એક હતા ફ્રાન્સીસ બ્રાઉની

જેણે ટાઇટેનિકના ઘણા ફોટા પડ્યા અને તે જ આ જહાજના જાહેર થયેલા છેલ્લા ફોટોગ્રાફ છે.

અહીં એક નાટ્યાત્મક ઘટના બની. જહાજની ભઠ્ઠીમાં ઈંધણ ભરનારો ક્વીન્સલૅન્ડનો રહેવાસી જોન કોફે ટપાલના કોથળાની હેરફેર વખતે સંતાઈને જહાજમાંથી ભાગી છૂટ્યો.

લગભગ બપોરે ૧.૩૦ કલાકે ટાઇટેનિકનું લંગર ઊંચકાયું ત્યારે કોઈને જાણ નહોતી કે આ છેલ્લી વખત થઈ રહ્યું છે! અહીંથી ટાઇટેનિક આઈરીશ કિનારા પરના ફાસ્ટનેટ રાંક સુધી ગઈ ત્યાંથી નોર્થ એટલાન્ટિક પાર કરીને ન્યૂ ફાઉન્ડલૅન્ડ પાસેના 'ધ કૉર્નર' નામના સ્થળે પહોંચી. અહીંથી ઘણી સ્ટીમર માર્ગ બદલતી હતી.

આમ તો ક્વીન્સલૅન્ડથી પહેલા ત્રણેક દિવસની ટાઇટેનિકની મુસાફરીને દરિયાઈ ભાષામાં અકસ્માતવિહીન કહી શકાય. પહેલા દિવસે ૮૯૬ કિ.મી., બીજા દિવસે ૯૬૧ કિ.મી. અને છેલ્લા દિવસે ૧૦૧૧ કિ.મી. પ્રવાસ કર્યો. પછી અંતિમ પળ સુધીમાં તે વધુ ૪૭૮ કિ.મી. અંતર કાપી ચૂકી હતી.

આમ તો ટાઇટેનિક આયર્લૅન્ડથી નીકળી ત્યારે વાદળિયું આકાશ અને પવનનો સથવારો હતો. શનિવાર તારીખ ૧૩ એપ્રિલે ઉષ્ણતામાન પ્રમાણમાં સામાન્ય રહ્યું પણ પછીના દિવસે ટાઢાબોળ હવામાન વચ્ચે આઠ ફૂટ ઊંચે ઊછળતાં મોજાં ટાઇટેનિકને આવકારવા આવતાં હતાં, પરંતુ ટાઇટેનિક અડગ રહીને આગળ ધપતી રહી અને રવિવાર સાંજ સુધીમાં હવામાન અને દરિયો શાંત પડી ગયા. પણ આ તો તોફાન પહેલાંની શાંતિ હતી.

ટાઇટેનિકને આ તોફાનનો અણસાર જ નહોતો મળ્યો, રીતસરની ચેતવણી સુધ્ધાં મળી હતી. અન્ય જહાજો તરફથી સાવધાનીના સંદેશા મળતા હતા કે ન્યૂ ફાઉન્ડલૅન્ડના ગ્રાંડ બૅંક આલ્યાસ દરિયામાં તરતી હિમશિલાઓ છે. સાબદા રહેજો હો, પરંતુ ત્યારે હિમશિલાને બહુ ગંભીરતાથી લેવાનો રિવાજ નહોતો ત્યારે એવી ખોટી માન્યતા પ્રવર્તતી હતી કે મોટા જહાજોને તો વળી હિમશિલાથી જોખમ કેવું? ભૂતકાળમાં કેટલાંક જહાજો હિમશિલા સાથેની ટક્કરથી સહેજ માટે બચી ગયાં હતાં, અમુકની ટક્કર સુધ્ધાં થઈ હતી, પણ તે જોખમી કે વિનાશક નિવડી નહોતી. દરિયાઈ ઇતિહાસમાં આનાં દૃષ્ટાંત પણ મોજૂદ હતાં. ૧૯૦૭માં જર્મન લાઇનર ક્રોપ્રીન્ઝ વિલ્હેમ હિમશલા સાથે અથડાવા છતાં પોતાની સફર પૂરી કરી શક્યું હતું. આથી ટાઇટેનિક હિમશિલાની હાજરી કે એની ચેતવણીની લેશમાત્ર દરકાર રાખ્યા વગર આગળ ધપતી હતી. ખોટી લોકવાયકા મુજબ

ટાઇટેનિક ભલે સ્પીડનો વિક્રમ નોંધાવવા આગળ ધસતી નહોતી, પણ સમયપત્રક જાળવી રાખવા જેટલી ગતિ તો હિમશિલાઓ વચ્ચેય છોડી નહોતી. આના મૂળમાં કેપ્ટન સ્મિથનો આત્મવિશ્વાસ જ હોઈ શકે.

આ સ્મિથ સાહેબ તો ૧૯૦૭માં ખુલ્લેઆમ જાહેર કરી ચૂક્યા હતા કે હવે જહાજ ડૂબી જાય એવી કોઈ સ્થિતિની કલ્પના કરી શકતો નથી. આધુનિક વહાણવટું આ બધાથી ખૂબ આગળ વધી ચૂક્યું છે.

કદાચ કેપ્ટન સ્મિથ આમ ન માનતા હોત તો આ સફરના અંતિમ તબક્કાની ૩૫૭ કિ.મી.ની યાત્રા બાકી ન રહી ગઈ હોત. ઇતિહાસ અને માનવીય માન્યતાનું કુદરતના કોપ સામે તણખા જેટલુંય વજન કે મહત્ત્વ નથી એ બોધપાઠ માનવી વારંવાર બહુ આકરી કિંમત ચૂકવ્યા બાદ જ શીખતો હોય છે.

૬

ટાઇટેનિકને રિવર્સ લેવામાં થયો ભયંકર વિલંબ

આરએમએસ ટાઇટેનિક. વિશ્વના સૌથી વધુ વિશાળ અને સલામત મનાતા આ રજવાડી જહાજની પહેલી પરથમ સફર આગળ ધપી રહી હતી. પ્રથમ ગ્રાસે જ મક્ષિકા સમાન સહેજ માટે અકસ્માત થતાં થતાં રહી ગયો. આગળ જતાં ચેતવણી મળી કે સાબદા રહેજો, દરિયામાં હિમશિલાઓ તરી રહી છે, પરંતુ ટાઇટેનિકના કેપ્ટન એડવર્ડ જોન સ્મિથ છાતી ઠોકીને કહેતા કે 'આધુનિક વહાણવટું ખૂબ આગળ વધી ગયું છે. આવી હિમશિલાઓ ટાઇટેનિક જેવા જહાજને કોઈ નુકસાન ન કરી શકે.' આવું માનવા માટે કેપ્ટન પાસે કારણો હતાં અને ભૂતકાળનાં ઉદાહરણો સુધ્ધાં હતાં, પરંતુ કુદરતની વાત હોય ત્યારે નિયમ, ગણતરી, તર્ક અને માન્યતાને ખોટી પડતાં વાર લાગતી નથી.

૧૯૧૨ની ૧૦, એપ્રિલના રોજ ઊપડેલું ટાઇટેનિક ૧૪મી એપ્રિલે રાતે પોતાની નિશ્ચિત દિશામાં આગળ ધપી રહ્યું હતું. લગભગ રાતે ૧૧.૪૦ કલાકે ટાઇટેનિકના 'લુકઆઉટ' ફ્રેડરીક ફ્લીટે આપેલી ચેતવણી માની લેવાઈ હોત તો ટાઇટેનિકનો ઇતિહાસ સાવ અલગ જ હોત. આ 'લુકઆઉટ' એટલે જહાજમાં વિશિષ્ટ જવાબદારી નિભાવતી વ્યક્તિ. જહાજના માળખામાં સૌથી વધુ ઊંચાઈ પર 'ક્રોઝ નેસ્ટ' (કાગડાનો માળો) નામની કેબિન બંધાતી હતી. આમાં બેસીને 'લુકઆઉટ'ની જવાબદારી નિભાવનારી વ્યક્તિ દૂર-દૂર દેખાતી મુશ્કેલી-જોખમની જહાજને આગોતરી ચેતવણી આપી શકે. જોકે ટાઇટેનિકમાં તો કેબિનને બદલે જાણે મજબૂત થાંભલા આસપાસ ટીપડું બાંધ્યું હોય એવી વ્યવસ્થા કરાઈ હતી. આમાં બે 'લુકઆઉટ'ના બેસવાની વ્યવસ્થા હતી.

'ટાઇટેનિક'ના ઇતિહાસ અને એના પર સવાર દોઢેક હજાર મુસાફરો માટે ફ્રેડરીક ફ્લીટ ઘણો મહત્ત્વનો માણસ હતો. એની સૂચના જહાજ અને મુસાફરો

માટે જીવનદાયી સાબિત થઈ શકી હોત.

આ ફ્રેડરીક ફ્લીટ વિશેની ઘણી વાતો આગળ જતા માંડીને કરીશું. આ ફ્રેડરીક ફ્લીટે રાતે ૧૧.૪૦ કલાકે અંધારી રાતે શાંત દરિયામાં બ્લુ રંગીન હિમશિલા જોઈ અને બૂમાબૂમ કરી મૂકી: 'આઇસબર્ગ', ધેર ઈઝ આઇસબર્ગ'. આ ચેતવણી સાંભળીને જહાજના ફર્સ્ટ ઑફિસર વિલિયમ મુર્ડોકે રસ્તામાં અવરોધરૂપ હિમશિલાને છાવરીને જહાજ ચલાવવાનો આદેશ તો આપી દીધો. આ સાથે જ એન્જિન જહાજને થોડું પાછું લેવા માટે સક્રિય થયું પણ ત્યાં સુધીમાં ઘણું મોડું થઈ ચૂક્યું હતું.

રાતે ૧૧.૪૫ કલાકે ટાઇટેનિકના બાર વાગી ગયા. ટાઇટેનિકની સ્ટારબોર્ડની બાજુ હિમશિલા સાથે અથડાઈ. આ સાથે જ જહાજના પાણીની સપાટી નીચેના ભાગને ભારે નુકસાન થયું. દરિયાના પાણીના અંદર રહેલા જહાજના ભાગમાં સંખ્યાબંધ કાણાં પડી ગયાં. લગભગ જહાજના ૩૦૦ ફૂટ જેટલા વિસ્તારને ભયંકર નુકસાન પહોંચ્યું હતું. હિમશિલા સાથેની આ ટક્કર કેવી પ્રચંડ હશે એની જરા કલ્પના કરી જુઓ. જહાજના પાંચ-પાંચ વોટરટાઇટ કમ્પાર્ટમેન્ટ તૂટી ગયાં. આનો સ્પષ્ટ અર્થ એ થયો કે આ બધા કમ્પાર્ટમેન્ટમાં ધસમસી જતા પાણીને લીધે ટાઇટેનિક માટે તરતા રહેવાનું વધુ સમય શક્ય બનવાનું નહોતું. દરિયાના પાણી એક વૉટરટાઇટ કમ્પાર્ટમેન્ટમાંથી બીજા કમ્પાર્ટમેન્ટમાં ધસમસી જતાં હતાં. એથી ટાઇટેનિકના ડૂબવાની શરૂઆત થઈ ગઈ.

આ અણધારી આફત માટે કોઈ જ તૈયાર ન હોય એ સ્વાભાવિક ગણાય. મોટા ભાગના ઊંઘમાં હોય, ઊંઘવાની તૈયારીમાં હોય કે એક-બે પેગ મદિરા પીધાની મસ્તીમાં હોય. એ સમયમાં ટાઇટેનિક જેવું વિશાળ જહાજ ડૂબી જ ન શકે એવી માન્યતા પ્રવર્તતી હતી, જે એ રાતના અંધારામાં દરિયાના ખારા પાણીમાં ગરકાવ થઈ રહી હતી.

આની સામે ટાઇટેનિક પર ઉપલબ્ધ લાઇફબોટ્સની ક્ષમતા માત્ર ૫૦ ટકા મુસાફરોને બચાવવાની જ હતી. કર્મચારીઓ સહિત કુલ ૩૩૩૯ માણસો જહાજ પર હતા, જેમાંથી ૩૦-૩૫ ટકાનો ઉધ્ધાર લાઇફબોટ્સ થકી શક્ય હતો—અધૂરામાં પૂરું, જહાજના કર્મચારીઓ બચાવકાર્યની પૂરેપૂરી તાલીમ ધરાવતા નહોતા. આ ભયંકર આફતની ઘડીએ જહાજના અધિકારીગણને ખબર નહોતી પડતી કે આમાંથી કેટલાંને સલામતપણે ખસેડી શકાશે? કેવી રીતે? અને ક્યારે?

આ જીવલેણ સંકટના સમયે થર્ડ ક્લાસના મુસાફરો પર વધારાની મુશ્કેલીઓ ત્રાટકી હતી. આ ગરીબ-મધ્યમવર્ગીય મુસાફરોનો કોઈ ધણીધોરી નહોતું. આ સૌને તેમના પોતાના કે ઈશ્વરના ભરોસે છોડી દેવાયા હતા. જહાજમાં પાણી ભરાવા માંડ્યું, એ સાથે જ ઘણા ડેકની નીચે ફસાઈ ગયા.

રાતે ૧૧.૪૫ વાગ્યે ડૂબવા માંડેલા ટાઇટેનિકે પૂરેપૂરી જળસમાધિ લીધી.

૭

આંખોમાં સપનાં ને ઊંઘને બદલે છવાયો મોતનો આતંક

આરએમએસ ટાઇટેનિક પહેલી જ સફરમાં ૧૯૧૨ની ૧૪મી એપ્રિલે રાતે ૧૧.૪૦ કલાકે હિમશિલા અથડાઈ અને લગભગ રાતે ૨.૨૦ કલાકે પૂરેપૂરી દરિયામાં ડૂબી ગઈ.

આ સૌથી વિશાળ, સૌથી સલામત અને સૌથી આરામદાયક જહાજમાં બે કલાક અને ચાલીસ મિનિટ સુધી ખેલાયો જીવન અને મોત વચ્ચે જંગ. રાતનાં અંધારા અને અફાટ સમુદ્ર વચ્ચે મોતના નાગપાશથી બચવામાં કેટલા સફળ થયા? એ માટે કેટલું ઝઝૂમવું પડ્યું?

૨૨ બસને એક લાઇનમાં ઊભી રાખીએ એટલી લંબાઈવાળું ટાઇટેનિક અને અન્ય જહાજની સરખામણી કરીએ તો હાથી સામે બકરી લાગે. મોટા મોટા એન્જિનિયરો અને ટેક્નિશિયનોએ દાવો કર્યો હતો કે ટાઇટેનિક ન ક્યારેય ડૂબી શકે કે ન ક્યારેય હિમખંડ સાથે ટકરાઈને તૂટી શકે. પરંતુ ૧૯૧૨ની ૧૪મી એપ્રિલની રાતે અને ૧૫મી એપ્રિલના શરૂઆતના કલાકોમાં આ દાવા પોકળ બનીને એટલાન્ટિક સમુદ્રમાં ડૂબવા માંડ્યા હતા.

ટાઇટેનિકની સફરના આરંભે ઉત્સાહ-ઉમંગ હતા અને ચહેરા પર સ્મિત પણ ખરું. કેટલાક ઉતારુઓએ પ્રવાસની મોજમાં પોતાના પાલતુ શ્વાનને પણ સાથે રાખ્યા હતા. ત્રણ દિવસ પ્રવાસ એકદમ આનંદદાયક રહ્યો: ખાવું, પીવું, ગાવું, વગાડવું અને પછી નિરાંતવાળી નિદ્રા. પરંતુ ચોથા દિવસે મજાની પૉઝિશનમાં પંક્ચર પડી ગયું. બધાને જાણ થઈ કે જહાજ એટલાન્ટિકના મહાસાગરના એ ઉત્તરીય વિસ્તારમાં પહોંચી ગયું છે કે જ્યાં બરફના ભારેખમ ટુકડા કે પહાડ જોખમી રીતે તરી રહ્યા છે. કેટલાક તોતિંગ ટુકડા તો જાણે જહાજ ભણી ધસી

આવતા દેખાતા હતા. સતત જોખમ સૂચક ચેતવણી આવતી રહેતી હતી.

આ કારણસર જહાજના ઉપરના ભાગમાં બનેલી 'ક્રોઝ નેસ્ટ' નામની ચેકપોસ્ટ પરથી દૂર દૂર નજર રખાઈ રહી હતી કે જેથી તોફાની બરફીલા પથરા પર નજર રાખી શકાય.

અંધારાના ઓળા જહાજને ઘેરી રહ્યા હતા. રાતની પરવા કર્યા વગર ટાઇટેનિક તો પોતાની મૂળ સ્પીડે આગળ વધી રહ્યું હતું. ઘણીવાર સામેથી ધસી આવતી લાગતી હિમશિલા નજીક આવતાં જ જહાજની બાજમાં ફંટાઈ જાય. કેટલીક હિમશિલા દરિયાની સપાટી નીચે હતી, જે વધુ જોખમી હતી. પહેલી નજરે મહાસગાર શાંત લાગતો હતો, કાતિલ હવા ફૂંકાઈ રહી હતી.

અચાનક ચેકપોસ્ટ પરથી ગાર્ડે ઇમરજન્સી બૅલ વગાડી અને ફોન પર ચીસ પાડી: હિમશિલા જહાજની નજીક આવી ગઈ છે! ફરજ પર તૈનાત ફર્સ્ટ ઑફિસરે સૌ પ્રથમ તો જહાજને બીજી તરફ વાળવા અને એન્જિન બંધ કરવાનો આદેશ આપી દીધો. આ આદેશના પાલન સાથે ધ્યેય તો ધીમે ધીમે જહાજને હિમશિલાથી દૂર કરવાનો હતો, પણ ત્યાં સુધીમાં ખૂબ મોડું થઈ ચૂક્યું હતું.

જોરદાર અવાજ સાથે હિમશિલા જહાજના ડાબા ભાગ સાથે અથડાઈ. આ સમયે મીઠી ઊંઘ માણતા કૅપ્ટન સ્મિથ અને અન્ય પ્રવાસીઓ હેબતાઈને જાગી ગયા. કૅપ્ટન સ્મિથ પાયજામામાં જ જહાજ પર દોડી ગયા. તેઓ આ ભયંકર અવાજનું કારણ જાણવા તત્પર હતા. નીચે બોઇલર રૂમમાં પાણી ભરાવા માંડ્યા અને ત્યાં કાર્યરત કર્મચારીઓને કંઈ સમજાય એનાં પહેલાં મિનિટોમાં જ તેઓ કમર સમાણા પાણીની અંદર હતા. પાણીને લીધે બોઇલર તો કામ કરતાં બંધ થઈ ગયાં હતાં, પણ સૌને ચિંતા હતી જીવ બચાવવાની.

ઑટોમેટિક ખૂલ-બંધ થતા દરવાજા એક પછી એક સજ્જડપણે બંધ થઈ રહ્યા હતા. ભયંકર ગભરાટ-રઘવાટ વચ્ચે પ્રવાસીઓમાં દોડધામ મચી ગઈ. દરવાજા સજ્જડ બંધ થઈ જાય એ અગાઉ સૌને પોતપોતાના એપાર્ટમેન્ટમાંથી નીકળીને જહાજ પર ખુલ્લામાં પહોંચી જવું હતું. એક પછી એક કમ્પાર્ટમેન્ટમાં ધડાધડ પાણી ભરાતાં જતાં હતાં. આની વચ્ચે જીવ બચાવવા જીવસટોસટની દોડાદોડી ચાલતી હતી. જો કે કેટલાક હજી સ્થિતિની ગંભીરતાથી પરિચિત નહોતા. એટલે ધસી આવેલા દરિયાના પાણીમાં તરતા બરફના ટુકડાને ફૂટબૉલ સમજીને લાત મારતા હતા.

ટાઇટેનિક પર પ્રવાસીઓનું કીડિયારું ઊભરાતું જતું હતું. આ બધા શાંત

શિસ્તમાં રહે અને એમને હિંમતનું ભાથું બંધાવવા માટે જહાજની બૅંડ પાર્ટીએ બૅંડ વગાડવાનું શરૂ કરી દીધું હતું.

એક એક પ્રવાસી નાઇટ ડ્રેસમાં કે જે કંઈ પહેર્યું હતું એ જ વસ્ત્રોમાં જીવ બચાવવા માટે એપાર્ટમેન્ટમાંથી નાઠા અને જહાજ પર પહોંચવા માંડ્યા. જહાજના પ્લૅટફૉર્મ પર ભયનું સામ્રાજ્ય છવાતું જતું હતું. આ ફફડાટ વચ્ચે સૌ પોતીકાઓને શોધી રહ્યા હતા. બધાના ચહેરા પર ડર હતો. ઘણાએ માની લીધું કે હવે બચવાનું મુશ્કેલ છે. શું અહીં આ સ્થળે જ જહાજમાં જળસમાધિ લેવાનો વારો આવશે?

અત્યાર સુધીમાં એકેએક જાગી ગયા હતા. મોતને સામે જોઈને અડધી રાતે ઊંઘ એકદમ હરામ થઈ ગઈ હતી. લાઇફબોટ થકી જીવ બચાવવા માટે સામાન્યપણે 'સ્ત્રીઓ અને બાળકો પહેલાં'નો રિવાજ ચાલતો આવ્યો હતો અને એનો જ અહીં અમલ થવા માંડયો. આ સંકટ સમયે એકઠી થયેલી ભીડમાં માતાપિતા હતાં, પિતા-પુત્રી હતાં, માતા-પુત્ર હતાં, ભાઈ-ભાઈ હતાં, પતિ-પત્ની હતાં, પ્રેમી-પ્રેમિકા હતાં અને ભાવિ પતિ-પત્ની હતાં. કોઈકના કારકિર્દીનાં સપનાં હતાં, કોઈને નવું ઘર લેવાનું હતું, કોઈ નવી નોકરી માટે જવાના હતાં, કોઈ પરણવાની રાહ જોતા હતા અને કેટલાંક યુગલ તો હનિમૂન માણવા ટાઇટેનિક પર આવ્યાં હતાં.

સૌને ખબર પડી ગઈ હતી કે ટાઇટેનિકને ભયંકર નુકસાન થયું છે. આ જોખમી વિસ્તારમાં બચાવ માટે કોઈ જહાજ આવી શકે એવું કોઈ માનતું નહોતું. નજર સામે હતાં અંધકાર, નિરાશા, ડર અને મોત. સપનાંભરી આંખોમાં મોતનો આતંક છલકાવા માંડ્યો હતો.

૮

વિશ્વનો સૌથી ધનવાન માનવી ટાઈટેનિક પર હતો લાચાર

રાતના અંધકારમાં 'ટાઇટેનિક' જહાજ પર સવાર મુસાફરો અને કર્મચારીઓએ મોત સામેનો જંગ આદરી દીધો હતો. કદી ન ડૂબે એવા જહાજની શાખ અનેકના જીવ લઈને ડૂબવાની હતી. કૅપ્ટન એડવર્ડ સ્મિથ સમજી ગયા હતા કે હવે ટાઇટેનિક ડૂબવાનું એ નક્કી, છતાં કંઈ બચવા અને ખાસ તો બચાવવાના પ્રયાસ છોડી દેવાય ખરા?

કૅપ્ટનના ઑર્ડર મુતાબિક પ્રવાસીઓને લાઇફ જૅકેટની વહેંચણી શરૂ થઈ. આટલું ટેન્શન હોવા છતાં કેટલાકે લાઇફ જૅકેટ પહેર્યાં, તો કેટલાકે ન જ પહેર્યાં! સ્મિથના મગજમાં હતું જ કે ૨૦ લાઇફબોટ છે એટલે બધા કર્મચારીઓને એ પણ કહી દીધું કે હવે 'ટાઇટેનિક' સાથેની બધી લાઇફબોટ ઉતારવાનું શરૂ કરી દો. કમ-સે-કમ, બાળકો અને મહિલાઓને બચાવી લેવાય, પરંતુ કઠણાઈ તો જુઓ કે પહેલી બોટને ૬૦ ફૂટ નીચે ઉતારાઈ. એ બોટની ક્ષમતા ૬૭ જણને લઈ જવાની હતી, પણ એમાં ગયા માત્ર ૨૮ માથાં જ. આમાં બાળકો-મહિલાઓ સાથે કેટલાક પુરુષોને પણ જવાની છૂટ અપાઈ હતી છતાં....

હકીકતમાં કૅપ્ટનના મતથી વિપરીત અનેક પ્રવાસીઓને વિશ્વાસ હતો કે કોઈ ને કોઈ મદદે આવી પહોંચશે, જહાજને અને અમને બચાવી લેવાશે. રાતના અંધારામાં દરિયાના પાણીમાં જવા કરતાં તો જહાજની ઉપર રહેવું વધુ સલામત ગણાય એવું માનનારાઓ લાઇફબોટમાં જવાને બદલે જહાજ પર જ હોય—બોટમાં રહી ગયા. એમની સામે જ આકાશમાં લાલ પ્રકાશવાળા સાંકેતિક રૉકેટ છોડાયાં કે જેથી દૂરદૂરના સ્થળે અને ઊડતાં હેલિકૉપ્ટર-વિમાનને આફતનો અણસાર મળે અને મદદ મગાઈ હોવાની જાણ થાય. સાથોસાથ દૂર

દૂર તરતાં જહાજોને વાયરલેસ પર સહાયની અપીલ મોકલાઈ. પણ ભાગ્યે જ પ્રતિસાદ મળ્યો. રાતને લીધે ઊંઘમાં હશે? હા, 'ટાઇટેનિક'ની જ માલિકીવાળી કંપની વ્હાઇટ સ્ટારના જહાજ 'ઑલિમ્પિક'ને આ એસ.ઓ.એસ. મળ્યો, પણ તે બચાવવા પહોંચી જ શકે એટલું બધું દૂર હતું.

આ તરફ શક્ય એટલા વધુ પ્રવાસીઓને બચાવી લેવાના આશયથી એક પછી એક લાઇફબોટ જહાજમાંથી પાણીમાં ઉતારાતી હતી. વીસમાંથી ઓગણીસ લાઇફબોટ દરિયાના પાણીને સ્પર્શી ગઈ ત્યારે જહાજ પર બાકી માણસોની સંખ્યા હતી ૧૫૦૦ જેટલી. હવે કરવું શું? આથી છેલ્લી લાઇફબોટમાં માત્ર અને માત્ર બાળકો અને મહિલાઓને જ મોકલવાનો નિર્ણય લેવો પડ્યો.

કાળી રાત હોય, મધદરિયો હોય, સમુદ્રમાં તરતી હિમશિલા હોય, લાઇફબોટમાં સંતાનો-પત્નીને એકલાં મોકલવાનો નિર્ણય આસાન ન હોય. એમાંય જહાજ પર રહેવામાં પોતાના જીવનું પણ જોખમ હોય ત્યારે મગજ સ્વસ્થ રાખીને, કઠણ કાળજે ન ગમે તેવી ચીજ કરવી જ પડે.

આ આફતના સમયે 'ટાઇટેનિક'ના પ્રવાસીઓમાં હતો એક મહાનુભાવ. જોન જેકોબ એસ્ટર ચોથો. આ અમેરિકન ધનાઢ્ય બિલ્ડર હતો, રોકાણકાર હતો, લેખક હતો અને અમેરિકા-સ્પેનિશ યુદ્ધનો લેફ્ટનન્ટ કર્નલ પણ હતો. એ સમયે જોન જેકોબ એસ્ટર 'ટાઇટેનિક' પરનો જ નહીં, આખી પૃથ્વી પરનો સૌથી ધનવાન માણસ હતો, પરંતુ એ લાખો ડૉલરની કિંમત ટાઇટેનિકની આફત વખતે કાણી કોડીની પણ નહોતી. 'ટાઇટેનિક' પર જોન સાથે એની ત્રીજી પત્ની મેડેલીન ફોર્સ હતી. ૪૭ વર્ષના જોનની આ ૧૮ વર્ષની પત્ની 'ટાઇટેનિક'ની સફર વખતે ગર્ભવતી હતી અને મેડેલીનની ઇચ્છા હતી કે બાળકનો જન્મ અમેરિકામાં થાય. આથી એસ્ટર દંપતી ફ્રાંસના ચેરબોર્ગથી ન્યૂયૉર્ક જવા માટે 'ટાઇટેનિક' પર પસંદગી ઉતારી હતી. આ પ્રવાસમાં એસ્ટર દંપતી સાથે જેકોબનો સહાયક વિક્ટર રૉબિન્સ. મેડેલીનની નોકરાણી રોસેલી બીડોઈલ અને નર્સ હતી. સાથે આ કપલની સૌથી વહાલી પાળેલી બિલાડી એરેડેલ પણ હતી. આ પતિ-પત્નીને બિલાડીની બહુ ફિકર રહેતી, કારણ કે આ પહેલાંના ઇજિપ્તના પ્રવાસમાં એ ખોવાતાં ખોવાતાં બચી ગઈ. આથી ટાઇટેનિક પર એને ખાસ સાચવવાની હતી.

જીવસટોસટની આ ઘડીએ જેકોબ એસ્ટરે ભારે હૈયે પ્રેગનન્ટ પત્ની મેડેલીન, એની નોકરાણી, નર્સ અને બિલાડી એરેડેલને લાઇફબોટમાં જવા દીધાં, ત્યારે આ વર્લ્ડના રિચેસ્ટ માણસના હૃદય પર શી વીતી હશે?

આ સમયે 'ટાઇટેનિક' પર નવરાતિલ નામના સજ્જન પણ હતા પોતાના બે

દીકરા સાથે ચાર વર્ષનો માઇકલ અને બે વર્ષનો એડમંડ. નવરાતિલ પોતાની પત્ની માર્સેલને મળવા અમેરિકા જઈ રહ્યા હતા પણ... નવરાતિલે હૈયા પર પથ્થર મૂકીને પોતાનાં બે માસૂમ પુત્રને ઠંડીથી બચાવવા ધાબળામાં વીંટીને લાઇફબોટમાં જતી મહિલાને આપી દીધા અને ભારે હૈયે આંખોમાં આંસુ સાથે ટાઇટેનિક પર ઉપસ્થિત ભીડમાં ખોવાઈ ગયો. કર્નલ એસ્ટરે પણ અન્ય લોકો વચ્ચે ખોવાઈ જતાં અગાઉ પત્નીને કહ્યું: 'ગુડબાય.'

૯

જહાજ 'કાર્પેથિયા' ધસી આવ્યું સંજીવની બનીને

'ટાઇટેનિક' પરથી છેલ્લી એટલે કે વીસમી લાઇફબોટ માત્ર મહિલાઓ અને બાળકોને લઈને રવાના થઈ, ત્યારે પ્રવાસીઓને શાંત રાખવા માટે બૅન્ડ વગાડવાનું ચાલુ જ હતું. પોતાના જીવથી વહાલા જોખમી જહાજમાંથી છટકી શક્યાં એની નિરાંત-હાશકારો અનુભવવો કે નિકટના સ્વજનોને અંધારી રાતે મધદરિયે અજાણ્યા સાથે સાવ એકલા મોકલી દીધા એનો ફફડાટ અનુભવવો? અને આ મિશ્ર લાગણીમાં પોતાનો જીવ બચાવવાની ફિકર કે ચિંતા કેટલાને!

જેમ જેમ સમય વીતતો જતો હતો એમ એમ ટાઇટેનિકની અંદર ઘૂસી આવતાં પાણીનું સ્તર ઊંચું વધતું જતું હતું. આ સાથે મોટા ભાગના પ્રવાસીઓનું મનોબળ નીચું જવા માંડ્યું હતું કે હવે તો ટાઇટેનિક ડૂબ્યું જ સમજો. ઘણાને ખાતરી થઈ ગઈ કે ટાઇટેનિક ડૂબવાનું અને આપણે મરવાના.

કમનસીબે ટાઇટેનિક દરિયાનાં મોજાં સાથે એવા જોરદાર હિલોળા લેતું હતું કે પ્રવાસીઓ માટે સ્થિર ઊભા રહેવાનું મુશ્કેલ હતું. સદ્ભાગ્યે જહાજમાં હજી વીજળીપ્રવાહ અસ્ખલિત હતો. એના પ્રકાશમાં દેખાતું હતું કે જહાજનું મોંઘુંદાટ રાચરચીલું પાણીમાં તણાઈ રહ્યું હતું. માણસો પણ જહાજના એક ખૂણેથી બીજા ખૂણે અથડાતા-કુટાતા ફંગોળાતાં હતાં. ઘણા માંડ માંડ રેલિંગ પકડીને ઊભા રહેવા મથતા હતા. તો જેના હાથમાંથી રેલિંગ છટકી જતી હતી તેઓ ૬૦ ફૂટ નીચે પાણીમાં ખાબકતા હતા. દરિયાના પાણીમાં પડેલાઓમાંથી કેટલાક લાઇફ-જૅકેટ પહેરી ચૂક્યા હતા. આમાંથી થોડા હિંમતબાજ તરવા મથતા હતા, પરંતુ બરફીલા પાણીમાં લાંબો સમય તરવાનું શક્ય નહોતું. દરિયાનું પાણી, બરફ અને ભાંગતી હિંમત મોતના બાહુપાશમાં ધકેલતી હતી.

જિંદગી અને મોતની ઝનૂની લડાઈ ચાલતી હતી, ત્યાં વધુ એક ફટકો પડ્યો.

ટાઇટેનિક પર અંધારું છવાઈ ગયું. વીજળી પણ વેરણ થઈ.

ટાઇટેનિક પર ચીસાચીસ વધી ગઈ. દરિયામાં પડી ગયેલા લોકો પણ બૂમાબૂમ કરતા હતા. એમાં મોજાંઓના અટ્ટહાસ્યનો અવાજ પણ ઉમેરાતો હતો. જીવ બચાવવાની ચીસ, મોતને નજીક આવતું જોઈને નીકળતી ચીખ અને સર્વસત્તાધીશ દરિયાનું પાશવી અટ્ટહાસ્ય... આ કલ્પના જ ભયંકર બિહામણી લાગે છે, એ રાતે ઝઝૂમનારાઓની મનઃસ્થિતિની કલ્પના કરવી પણ અત્યંત મુશ્કેલ છે.

અંધારા વચ્ચે દરિયામાં કાળાં કાળાં પાણીમાં હિલચાલ અને અવાજ કંઈક અંશે શાંત પડી રહ્યા હતા. ફર્સ્ટ, સેકંડ અને થર્ડ ક્લાસના બધા પ્રવાસી હવે જહાજ પર અને દરિયામાં એકસમાન થઈ ગયાં હતાં. સૌને એક જ ટેન્શન કે હવે થશે શું? જીવ બચશે કે...?

આ તરફ મોટા ભાગની લાઇફબોટ ટાઇટેનિકથી દૂર નીકળી ચૂકી હતી. 'અનસિંકેબલ' શિપ દરિયામાં ગરકાવ થઈ રહ્યું હતું. એના બે ટુકડા થવામાં હતા.

'રામ રાખે તેને કોણ ચાખે'ની યાદ આવે એવું કંઈક મધદરિયે બન્યું પણ ખરું. ટાઇટેનિકના ડૂબવા અગાઉ કરાયેલા મરણિયા પ્રયાસોમાં એક હતો રૉકેટ છોડીને મદદ માગવાનો, આની જાણ કાર્પેથિયા નામના જહાજને થઈ અને તેણે મદદ કરવા કમર કસી લીધી. જો કે ત્યારે કાર્પેથિયા ઘટનાસ્થળથી ૯૩ કિલોમીટરના અંતરે હતું. આટલો રસ્તો કાપવામાં જ ચારથી પાંચ કલાક લાગવાનો અંદાજ હતો.

એ સમયે આરએમએસ કાર્પેથિયામાં કેવી સ્થિતિ-સંજોગો હતાં? રાતનું અંધારું ઘેરું થતું જતું હતું. અડધાથી વધુ રાત વીતી જવામાં હતી. દિવસભરનું કામ પૂરું થઈ ચૂક્યું હોવાથી ૨૧ વર્ષનો હેરલ્ડ કોટેમ ઊંઘવાની તૈયારી કરતો હતો. તે ટ્રાન્સમીટર પર અમેરિકાથી પ્રસારિત થનારા સમાચાર સાંભળતો હતો. ત્યાં જ મોર્સ કોડમાં 'ટાઇટેનિક'નો સદેશો મળ્યો. જલદી આવો, અમે બરફ સાથે ટકરાયા છીએ.' આ ઘટના વિશે કોટેમે ૧૯૫૬માં બી.બી.સી.ને કહેલી વાતો જાણો: આ એસઓએસ મળ્યા બાદ મેં ટાઇટેનિક વાયરલેસ ઓપરેટર જેક ફિલિપ્સને પૂછ્યું હતું—શું મામલો ગંભીર છે? જેકે સ્પષ્ટ જવાબ આપ્યો કે, 'હા, શક્ય એટલા જલદી મદદ માટે આવી જાઓ.'

પછી હેરલ્ડ કોટેમે જહાજના બ્રિજ પર જઈને એક વરિષ્ઠ અધિકારીને વાત કરી, પરંતુ કાર્પેથિયા પર આ માહિતીને બહુ ગંભીરતાથી ન લેવાઈ, કારણ કે વાયરલેસ નવીસવી શરૂ થયેલી ટેક્નિક હતી. વળી સૌ માનતા હતા કે ટાઇટેનિક તો અજય, અમર અને ક્યારે ન ડૂબી શકે એવી ગેરેન્ટી હતી. છતાં કોટેમે જઈને

કાર્પેથિયાના કેપ્ટન આર્થર રોસ્ટ્રોને બધી જાણકારી આપી. ટાઇટેનિકની સ્થિતિની વિગતો લઈને રોસ્ટ્રોન નાઇટ ડ્રેસમાં જ કામે લાગી ગયા. તેમણે જહાજની સ્પીડ વધારવાની સૂચના આપી. સાથોસાથ કર્મચારીઓને ખાધાખોરાકી અને ધાબળા તૈયાર રાખવાનો આદેશ પણ આપી દીધો.

કાર્પેથિયા બનતી ગતિએ આગળ વધ્યું, પણ ઘટનાસ્થળે પહોંચતાં પહોંચતાં લગભગ સવાર પડી ગઈ. કોટેમના જ શબ્દોમાં જાણીએ: અમે ટાઇટેનિક ડૂબવાના સ્થળ પહોંચ્યા તો લાકડાં અને થોડો કાટમાળ દેખાયો, પણ કોઈ લાશ નજરે ન પડી, પરંતુ આસપાસ જીવવા મથતા પ્રવાસીઓ નજરે પડ્યા. જેમાં મોટા ભાગનાં બાળકો-મહિલાઓ હતાં.

આ સાથે જ કાર્પેથિયા પુરજોશમાં બચાવકાર્યમાં મંડી પડ્યું. ત્રણ કલાકની ભારે જહેમત બાદ પૂરા ૭૦૫ માનવીને સલામતપણે જહાજ પર લઈ લેવાયાં. કાર્પેથિયા સમયસૂચકતા વાપરીને ધસી ન ગયું હોત તો ૭૦૫ માણસોના કેવા હાલ થયા હોત એની કલ્પના કરવાનું મુશ્કેલ નથી. જોકે બચી ગયેલાઓની પણ કઠણાઈ ઓછી નહોતી. અમુક નવદંપતીમાંથી લાઇફબોટમાં ગયેલી પત્નીઓ બચી ગઈ હતી, તો પતિઓ ડૂબી ગયા હતા!

૧૦

અમંગળ અનિશ્ચિતતા વચ્ચે પોતીકાંને મળવાની પ્રતીક્ષા

'ટાઇટેનિક' હિમશિલા સાથે અથડાઈ, એ પછી જહાજ પર મચેલી ભયંકર દોડધામ, લાઇફબોટ થકી જીવ બચાવવાના ધમપછાડા અને જહાજ કાર્પેથિયાનું ઘટનાસ્થળે પહોંચી જવું... આ બધા વચ્ચે સૌથી મહત્ત્વની બાબત હતી દરિયામાં ફંગોળાયેલા કે કૂદી પડેલા લોકોની.

રાતનું બિહામણું અંધારું. મધદરિયે ઘૂઘવાતાં મોજાં, મન પર સવાર જીવ બચાવવા માટેનો ફફડાટ અને... આમાં ઘણાંને તરત જ ધ્યાનમાં ન આવ્યું, પરંતુ દરિયાનું પાણી એકદમ ટાઢુંબોળ હતું, એમાં પાછા બરફનાં ચોસલાં તરતાં હતાં. આ પાણીનું ટેમ્પરેચર ૨૮ ફેરનહીટ એટલે કે માઇનસ બે સેન્ટિગ્રેડ હતું. નિષ્ણાતોના મત મુજબ આટલા ઠંડા પાણીમાં એકદમ યુવાન અને સશક્ત માણસ પણ લાંબો સમય જીવી ન શકે: વધુમાં વધુ સરેરાશ પંદરેક મિનિટ જીવન ટકી શકે!

હકીકતમાં બદનસીબ માણસો થિજાવી નાખતા પાણીને લીધે લાંબું જીવી ન શકે. કેટલાંક નબળા અને અશક્ત તો 'ટાઇટેનિક'માંથી પછડાવાના આઘાત ઉપરાંત 'કૉલ્ડ શૉક'ને લીધે બે મિનિટમાં જ મરણને શરણ થઈ જતાં હતાં. આના કારણમાં શ્વાસ લેવામાં ફાંફાં. નાકમાં જતાં દરિયાનાં પાણી, બ્લડપ્રેશરમાં ભયંકર વધારો અને હૃદય પર વધતા ભાર વચ્ચે જીવ આફતમાં મુકાયાનો ડર માંડ બે મિનિટ જીવવા દે. થોડા વધારે સશક્ત અને વધુ નસીબદાર એવા પચાસેક ટકા ઠંડા પાણીને પ્રતાપે તરવા માટે અનિવાર્ય એવા હાથ-પગના હલનચલન પરથી અંકુશ ગુમાવી બેઠા, પછી ભયંકર થાક અને બેહોશીએ ડુબાડી દીધા.

ટાઇટેનિકમાંથી પાણીમાં પડેલામાંથી મોટા ભાગનાએ ૧૫થી ૩૦ મિનિટમાં હૃદયની તકલીફથી જીવ ગુમાવ્યો. માંડ માંડ તેરેક જણને પાણીમાં પડ્યા બાદ ઉગારીને લાઇફબોટમાં લઈ જવાયા હતા. ભૂખ, તરસ, ઠંડી અને જીવવા માટેના સંઘર્ષ વચ્ચે બચાવ કાર્યકરોએ દરિયામાં તરતી લાશોને પણ ઉલટાવીને ચોકસાઈ કરી લીધી કે કોઈના થોડા ઘણા શ્વાસ ચાલે છે ખરા? લગભગ અંતિમ શ્વાસ સુધી પહોંચવાના આરે પહોંચેલા ચાર જણને બચાવી લેવાયા, પરંતુ આમાંથી એકને તો દરિયામાંથી ઊંચકાયો એ સાથે જ પ્રાણ છોડી દીધા!

દરિયામાં ઊતરી ચૂકેલી બધી લાઇફબોટમાં કુલ મળીને લગભગ ૫૦૦ જણને ઉગારી લેવાની ક્ષમતા હતી પણ... દેવદૂત બનીને ધસી આવેલી કાર્પેથિયા થકી ન્યૂયૉર્ક સંદેશો મોકલાયો કે ૭૧૦ જણને ટાઇટેનિક હોનારતમાંથી બચાવી લેવાયા છે. હકીકતમાં ટાઇટેનિક પર સવાર પૂરેપૂરા ૧૫૦૦ માણસોએ જીવતેજીવ અને રાજીખુશીથી ન્યૂયૉર્ક પહોંચવાનું હતું, પણ નિયતિના લેખ કંઈક અલગ જ હતા.

જોકે કાર્પેથિયા માટે 'ટાઇટેનિક'ના મુસાફરો-કર્મચારીઓને ઉગારી લીધા પછીનો પ્રવાસ આસાન નહોતો. ખુદ 'કાર્પેથિયા'ના કૅપ્ટને એ સમયના દરિયાને 'આઇસ ફિલ્ડ' ગણાવતાં કરેલા વર્ણન મુજબ આસપાસ ૨૦૦ ફૂટ ઊંચી ૨૦ તોતિંગ હિમશિલા, અસંખ્ય નાના નાના હિમખંડ, બરફનાં વિશાળકાય ચોસલાં અને 'ટાઇટેનિક'ના કાટમાળ માલસામાન દરિયામાં તરતા હતા.

આ બધા અવરોધને લીધે અનેક ઘવાયેલા અને ત્રસ્ત મુસાફરો છતાં 'કાર્પેથિયા'ને ઘટનાસ્થળેથી ન્યૂયૉર્ક પહોંચતાં ત્રણ દિવસનો સમય લાગ્યો હતો. આ માનસિક અને શારીરિક તકલીફ ઓછી હોય તેમ દરિયો તોફાની બન્યો. ધુમ્મસ ઘેરાયું અને હવામાને જ આપી તોફાનની ભેટ. માંડ માંડ બહારની દુનિયા સાથે સંબંધ જળવાયેલો રહેતો. એમાંય ગેરસમજણ કહો કે સંદેશવ્યવહારનો ગૂંચવાડો, અમેરિકાના અખબારોમાં અહેવાલો પ્રગટ થયા કે 'એસ.એસ. વર્જિનિયન' નામનું જહાજ ૧૫મી એપ્રિલે 'ટાઇટેનિક'ને ટૉ કરીને (ખેંચીને) બંદરે લાવી રહ્યું છે.! જો કે પછી સાચા સમાચાર આવ્યા કે 'ટાઇટેનિક' તો પૂરેપૂરું ડૂબી ચૂક્યું છે.

'ટાઇટેનિક'ના ડૂબવાના સમાચાર આવવા સાથે જ 'વ્હાઇટ સ્ટાર લાઇન'ની બધી ઑફિસો બહાર ભારે ભીડ જામવા માંડી હતી. ન્યૂયૉર્ક, લંડન, સધમ્પટન, મોન્ટ્રિયલ, બેલફાસ્ટ અને લીવરપુલ ખાતેની ઑફિસ પાસેથી કોઈ ટસના મસ થવા તૈયાર નહોતા. સૌ હૈયામાં પ્રચંડ ફફડાટ વચ્ચે પોતીકાંઓના હેમખેમ હોવાની પ્રાર્થના કરતા હતા. કર્મચારીઓ ગુમાવવામાં સધમ્પટન મોખરે હતું. લગભગ ૮૦ ટકા મૃતક કર્મચારી તો સધમ્પટનના હતા.

આ ભારે ભીડમાં ફફડાટ અને ચિંતાનું એક કારણ એ હતું કે ટીવી ચૅનલો, ઇન્ટરનેટ અને મોબાઇલ ફોન વગરના એ દિવસોમાં દરેક અખબારમાં ટાઇટેનિકની જાનહાનિના એકદમ વિરોધાભાસી અહેવાલ અને આંકડા પ્રગટ થયા હતા.

'કાર્પેથિયા' ન્યૂયૉર્ક બંદરે પહોંચવાનું હોવાથી ત્યાં બંદરે હકડેઠઠ ભીડ ભેગી થઈ હતી. પોતાના પ્રિયજનોની પ્રતીક્ષા કરતા સૌની ધીરજ ખૂટી રહી હતી. ન્યૂયૉર્ક બંદરે હજારોની ભીડ હતી. સાથોસાથ ડૉક્ટરો અને નર્સોને પણ ખડેપગે રખાયાં હતાં. કોણ બચી ગયું અને કોણ ડૂબી ગયું એના કોઈ ખબર જ નહોતા. એટલે સૌના મનમાં આશા હતી અને છાને ખૂણે એટલો જ ડર હતો. મન ઊછળતું હતું કે, 'કાર્પેથિયા' પરથી માતા, પિતા, ભાઈ, બહેન, પતિ-પત્ની, મિત્ર, પુત્ર, પુત્રી ઊતરે એટલે એને ભેટી પડીએ પણ...

૧૧

ન્યૂયૉર્ક બંદરે આશાનું ઘોડાપૂર

૧૮મી એપ્રિલ, ૧૯૧૨. ન્યૂયૉર્કમાં એ દિવસે ભારે વરસાદ હતો, છતાં ન્યૂયૉર્ક બંદરે હૈયેહૈયું દળાતું હતું. કોઈ હટવાનું, ખસવાનું કે ઘરે જવાનું નામ નહોતું લેતું. નાખી દેતાંય ચાલીસેક હજારની ભીડ જમા થઈ હતી. ઘડિયાળના કાંટા આગળ વધવા સાથે સૌના હૃદયના ધબકારા એકદમ વધતા જતા હતા. શું થયું હશે? એ આવશે ને? હા, હા, જરૂર આવશે એને કંઈ નહીં થયું હોય. ગૉડ પ્લીઝ...

'ટાઇટેનિક'માં ઘાયલ કે બીમાર પ્રવાસીઓને તાત્કાલિક તબીબી સહાય આપવા માટે ડૉક્ટર અને નર્સનો કાફલો પણ ખડેપગે ઊભો હતો.

બરાબર રાતે ૯-૩૦ કલાકે 'કાર્પેથિયા'એ ન્યૂયૉર્ક બંદર ખાતે લંગર નાખ્યું. જહાજમાંથી ઊતરેલો પહેલો પ્રવાસી 'ટાઇટેનિક' હોનારતનો સાક્ષી હતો. બંદર પર જામેલી ભીડમાંથી લોકો પોતાના સગાંસંબંધીનાં નામોથી બૂમ પાડીને વ્યાકુળતા વ્યક્ત કરતા હતા. 'કાર્પેથિયા'માંથી બહાર પડતા એક એક પગ પર હજારોની નજર હતી. અંધારું, બંદર અને જહાજ વચ્ચેનું અંતર તથા આંખનાં આંસુ છતાં સૌ માનતા હતા કે આગંતુક પોતાનું જ સ્વજન છે. છેને?

'ટાઇટેનિક' જેવું અજય-અમર જહાજ ડૂબી ગયું, એમાં વિશ્વભરના ધનવાનો હતા અને મોટીમસ જાનહાનિ થઈ હતી. આથી 'કાર્પેથિયા' ન્યૂયૉર્ક પહોંચ્યું ત્યારે અખબારવાળાની પડાપડી આજની ચૅનલ વૉરને યાદ અપાવે એવી હતી. બધા રિપોર્ટરોને બચી ગયેલા નસીબદારોની વાર્તા સૌથી પહેલાં પોતાના અખબારમાં છાપવી હતી. કેટલાક વધુ પડતા ઉત્સાહી રિપોર્ટર તો 'કાર્પેથિયા'ને બંદર સુધી દોરી લાવનારી પાઇલોટ બોટ 'ન્યૂયૉર્ક'માં લાંચ આપીને પહોંચી ગયા હતા. એક રિપોર્ટર તો 'કાર્પેથિયા' લાંગરે એ પહેલાં એની અંદર ઘૂસી ગયો હતો.

'ટાઇટેનિક'ના બચી ગયેલા, લાપતા અને મૃતકોની યાદી પૂરેપૂરી પ્રગટ થતા ચાર દિવસ લાગ્યા હતા. એ મેળવવા માટે અખબારોની કચેરીઓ આગળ મોટી ભીડ જામેલી રહેતી હતી.

'ટાઇટેનિક' પર શાહી સવારી માટે ગયેલા મુસાફરો અને કર્મચારીઓમાંથી ૭૦૫ બચી ગયા હતા. આમાં એકમાત્ર વાયરલેસ ઓપરેટર હેરોલ્ડ બ્રાઇડ હતો, પણ તેના બંને પગ બરફને લીધે ઘાયલ થયેલા હતા અને એના પગ પાટાપિંડીમાં હતા. મૂળ ફ્રાંસના બે બાળક માઈકલ અને એડમંડ નવરાતિલ પણ જીવતા બચી ગયા હતા, પરંતુ તેમના પપ્પા કમનસીબ હતા. પપ્પાએ જે મહિલાને આશરે તેમને લાઇફબોટમાં મોકલ્યા એ જ હવે સર્વેસર્વા હતું. જોકે અખબારમાં છપાયેલા આ બાળકોના ફોટા જોઈને માતા તેમના સુધી પહોંચી ગઈ. આ બંને ભૂલકાંનાં મમ્મી-પપ્પા અલગ પડી ગયાં હતાં. પપ્પા માતા પાસેથી બાળકોને રીતસર ચોરી ગયા હતા. સૌને કહેતા ફરતા હતા કે મારા સંતાનોની માતા મરી ચૂકી છે. કુદરતની લીલા જુઓ કે પપ્પાએ જે દુર્ઘટનામાં જીવ ગુમાવ્યો એના જ સમાચાર થકી માતા અને સંતાનોનું મિલન થયું.

ડૂબી રહેલા 'ટાઇટેનિક'થી પોતાની બોટને દૂર લઈ જવામાં નાવિકોને મદદ કરનારી મિસિસ એસ્ટર બચી હતી, પરંતુ તેમના પતિ કર્નેલ એસ્ટરની લાશ મળી હતી. કોલર પર લખેલા નામને લીધે કર્નેલ એસ્ટરની ઓળખ થઈ હતી, પણ લગભગ ૧૫૦૦ જણ મરી ચૂક્યા હતા કે લાપતા થયા હતા. આમાંથી માત્ર ૩૨૮ લાશ મળી હતી. બાકી બચેલા ૧૧૭૩ને જીવતા કે મરેલા શોધવાના પ્રયાસો પર દરિયાના ખારા પાણી ફરી વળ્યા હતાં. વિશાળ બરફાચ્છાદિત મહાસાગરમાં આ બદનસીબો ક્યાં ખોવાઈ કે ખવાઈ ગયા એ સવાલ આજેય અનુત્તર છે. એ સમયે જીવિત કે મૃત અવસ્થામાં ન મળેલા લોકોમાં જહાજના કૅપ્ટન એડવર્ડ સ્મિથનો સમાવેશ થતો હતો.

આ તરફ ન્યૂયૉર્ક બંદરે આવી પહોંચેલા મુસાફરોમાંથી મોટાભાગના ત્યાં રોકાવાને બદલે પોતાના કે સંબંધીના ઘરે જવા નીકળી ગયા હતા. પેનિસિલવાનિયા રેલરોડે નસીબદાર મુસાફરોને ફિલાડેલ્ફિયા પહોંચાડવા માટે વિશેષ ટ્રેન દોડાવી હતી. જ્યારે ધનવાન મુસાફરોએ ઘરે પહોંચી જવા માટે ખાનગી વાહનો રોકી લીધાં હતાં.

'ટાઇટેનિક' પરથી જીવિત પાછા આવેલા ૨૧૪ કર્મચારીઓને રેડ સ્ટાર લાઇનની સ્ટીમર એસ.એસ. લેપલૅન્ડ પર લઈ જવાયા હતા. અહીં તેમને મુસાફરો માટેની કૅબિનમાં આશરો અપાયો હતો.

આ માનવતા અને હિંમતભર્યું ભગીરથ કામ આટોપ્યા બાદ ‘કાર્પેથિયા’ને તો ઓસ્ટ્રિયા-હંગેરી તરફ જવાનું હતું. આથી જહાજમાં ફરી અન્ન+પાણી સહિતની સામગ્રીનો જરૂરી જથ્થો લઈને ‘કાર્પેથિયા’ રવાના થયું. આ પરાક્રમ બદલ ‘કાર્પેથિયા’ની માલિક કંપની કુનાર્ડ દ્વારા બધા કર્મચારીઓને બક્ષિસ પેટે એક મહિનાનું બોનસ અપાયું હતું. ‘ટાઇટેનિક’ના બચી ગયેલા મુસાફરોએ પણ તેમને લગભગ ૯૦૦ ડૉલર આપ્યા હતા.

‘ટાઇટેનિક’ની પહેલવહેલી યાત્રાનો ભલે અંત આવ્યો. બચી ગયેલા નસીબદારો ઈશ્વરનો પાડ માનીને પોતપોતાના ઘરભણી રવાના થયા, પરંતુ આ એક નવી શરૂઆત હતી... વિવાદની શરૂઆત... લડાઈની શરૂઆત... સ્વજનો વિના જીવવાની શરૂઆત...

ઓછી જાણીતી હકીકતો

- ૧૯૧૨ની ૧૪મી એપ્રિલે એટલે કે 'ટાઇટેનિક'ના ડૂબવાના એક દિવસ અગાઉ લાઇફબોટ ડ્રીલ યોજાવાની હતી, પરંતુ અકળ કારણોસર કેપ્ટન એડવર્ડ સ્મિથે ડ્રીલ રદ કરી હતી. ડ્રીલ થવાથી વધુ માણસોના જીવ બચી શક્યા હોત એવું મનાય છે.
- ટાઇટેનિક ડૂબી ગયા પછી અમેરિકી સાંસદની અધ્યક્ષતા હેઠળની તપાસ સમિતિનું માનવું હતું કે આ જહાજની ડિઝાઇનમાં જ ભયંકર ત્રુટિ હતી અને તેને દરિયામાં જવાની મંજૂરી જ મળવી જોઈતી નહોતી.
- ટાઇટેનિક' પર દુનિયામાં મળે એ લગભગ બધું હતુંઃ પોતાનું અખબાર સુધ્ધાં 'ધ એટલાન્ટિક ડેઇલી બુલેટિન' રોજ જહાજ પર જ છપાતું હતું. આ અખબારમાં સમાચારો, શૅરના ભાવ, અશ્વ-દોડનાં પરિણામ, સોસાયટી ગૉસિપ, જાહેરખબર અને આજનું મેનુ પ્રગટ થતા હતા. 'ટાઇટેનિક' પર કુલ નવ શ્વાન આવ્યા હતા. આમાંથી માત્ર બેના જ જીવ બચાવી શકાયા હતા.
- 'ટાઇટેનિક'ના મોટા ભાગના મુસાફરોએ બાથરૂમ શેર કરવાના હતા, પરંતુ હદ એ વાતે થઈ કે થર્ડ ક્લાસના ૭૦૦થી વધુ પ્રવાસીઓ માટે હતા માત્ર બે બાથટબ.
- 'ટાઇટેનિક'નો મુખ્ય રસોઇયો માઇકલ લોવેન જહાજ ડૂબતું હોવા છતાં પોતાની ફરજ બજાવતો હતો. ફર્સ્ટ ક્લાસના પેસેન્જરોને સવારે ભૂખ્યા ન રહેવું પડે એટલે પોતે ડૂબી ગયો ત્યાં સુધી એ નાસ્તો બનાવવામાં ગળાડૂબ હતો.
- 'ટાઇટેનિક'માં રોજ ૬૦૦ ટન કોલસો બળતો હતો. આને લીધે રોજ દરિયામાં લગભગ ૧૦૦ ટન જેટલી રાખ ઓકાતી હતી.
- પોતે બનાવેલું મહાન જહાજ ડૂબી રહ્યું છે એ જાણીને એના ડિઝાઇનર થોમસ એન્ડ્રુસે માથું પકડીને નિસાસો નાખ્યો હતો. અરેરે, મારે હિમખંડ સામે ટકી રહે એવું સ્ટીલ વાપરવાની જરૂર હતી, પણ થોડી રકમ બચાવવા માટે મેં...
- આ જહાજ પર આવેલાં યુગલોમાં ૨૬ હનિમૂન કપલ હતાં.
- ટાઇટેનિક દરિયામાં ઊંધા માથે ડૂબ્યું, ત્યારે તેની પૂંછડી દરિયાના પેટાળમાં ૧૮ મીટર ઊંડી ઊતરી ગઈ હતી.

૧૨

દરિયાએ ન જાળવી જાણ્યો મોતનો મલાજો

'ટાઇટેનિક' દરિયાના ઊંડાણમાં અંધારા, એકલતા અને ખારા પાણી વચ્ચે કાયમી વિરામ-મુદ્રામાં પોઢેલું હતું, ત્યારે બહારની દુનિયા આ ભયંકર હોનારતના આંચકા અને ધ્રુજારી અનુભવતી હતી. જેનાં નસીબ વધુ પડતા બળવાન હતા તેવા માનવીઓ નિશ્ચિત્ત મોતને થાપ આપીને 'કાર્પેથિયા' પર સવાર થઈને પહોંચી ગયા ન્યૂયૉર્ક. આ ઊગરી ગયેલાઓની વાતો અને વાર્તા ખૂબ કહેવાઈ, સંભળાઈ અને વંચાઈ.

પરંતુ જીવ ગુમાવનારા બદનસીબોના નસીબમાં મર્યા બાદ મોક્ષ તો ઠીક ભયંકર અપમાનથી છુટકારો નહોતો. જાણે મોતનો મલાજો મળવાની વાત દરિયાએ સાંભળી જ ન હોય. 'ટાઇટેનિક' સાથે અંદાજે ૧૫૨૬ જીવને દરિયો ગળી ગયો હતો. આમાંથી કેટલીક લાશ ન મળી, કેટલીક મળી અને મળેલામાંથી પણ કેટલીકને દરિયામાં જ પધરાવી દેવી પડી. કિનારે લવાયેલ અમુક લાશો સંબંધી લઈ ગયા, તો કેટલીકની સામૂહિક દફનવિધિ હેલિફેક્સમાં થઈ.

૧૯૧૨ની ૨૩મી એપ્રિલે નૉર્થ એટલાન્ટિકમાં સૂર્યોદય થયો ત્યારે દરિયો કબ્રસ્તાનથી બદતર લાગતો હતો. ઠેર ઠેર ખુરશી, ટેબલ, દરવાજા, ઓશીકા જેવી ચીજો તરતી હતી. મોજા સાથે આમથી તેમ ફંગોળાતી હતી. દૂરથી દેખાય કે આ બધી નિર્જીવ સામગ્રી વચ્ચે નાના નાના સફેદ ટપકાં દેખાતાં હતા. હકીકતમાં આ ટપકા બીજું કંઈ નહીં પણ 'ટાઇટેનિક'ના પ્રવાસી અને જહાજ-કર્મચારીઓના મૃતદેહ કે એનાં અંગો હતાં! આ કમકમાટીભર્યો સિનારિયો 'ટાઇટેનિક' ડૂબી ગયાના છ દિવસ પછીનો હતો... આ આજે ભલે વિચિત્ર લાગે કે માનવામાં ન આવે પણ મોબાઇલ-ઇન્ટરનેટ વગરનો જમાનો હતો, દરિયાઈ માર્ગ હિમશિલાઓથી ભરપૂર હતો અને હવાઈ ઉડ્ડયન-નૌકાસેવાનો

વિકાસ આજના જેટલો થયો નહોતો.

એ દિવસે એક 'કટર' (મોટે ભાગે એક જહાજમાંથી બીજા જહાજમાં હેરફેર માટે વપરાતી બોટ) પાંચ માણસો સાથે એ વિસ્તારમાં પ્રવેશી હતી. હલેસાં મારતી વખતે વાતચીત કરનારા એકાએક ચૂપ થઈ ગયા. અચાનક નજર સામે મૃતદેહ ઊછળી આવ્યો. આ લોકો કંઈ બોલે, વિચારે કે અનુભવે એ અગાઉ દરિયો જાણે બોટની પાછળથી ત્રાટક્યો અને મૃતદેહને મોજાં સાથે તાણી ગયો.

અમુક કિસ્સામાં તો લાઇફબેલ્ટ બંધાયેલા હોવાથી લાશો દરિયા પર તરતી હતી. ક્યારેક મોટાં મોજાં લાઇફબેલ્ટ સાથેના મૃતદેહને ગાયબ કરી દેતાં, પણ થોડી વારમાં લાશ ફરી દેખા દેતી. ક્યાંક મહિલાઓના હાથ અને વાળ તરતા હતા. પોતાના ચાર સંતાનોથી છૂટી પડી ગયેલી સ્વીડિશ વસાહતી મહિલા આલ્મા પાલસોન જીવ પણ ખોઈ બેઠી હતી. તેણે 'ટાઇટેનિક' સાથે જળસમાધિ લીધી હતી. એના જેવા સેંકડો મુસાફરોના મૃતદેહ દરિયાનાં મોજાં સાથે અથડાતા-કુટાતા હતા. આ બદનસીબ મહિલાની લાશ બોટમાં લવાઈ ત્યારે મેકે બેનેટ નામનો ખલાસી ન કંઈ બોલી શક્યો કે ન પોતાની જગ્યા પરથી હલી શક્યો. શ્રીમતી આલ્મા પાલસોનની લાશ ઓળખ માટે લવાઈ, ત્યારે તેમના ગજવામાંથી શિકાગોમાં રહેતા પતિનો પત્ર અને 'ટાઇટેનિક'ની ટિકિટ મળી હતી... અને આવી બે-ત્રણ દિવસની કામગીરી બાદ ખલાસી મેકે બેનેટ વધુ સહન ન કરી શક્યો એટલે નોકરી પરથી રજા મૂકીને ઘરે જતો રહ્યો. આ બચાવકાર્યમાં જોડાયેલા ફ્રેન્ક ઇયાન્સે કહ્યું કે, દરિયામાં એટલાં બધાં શબ હતાં કે એની ગણતરી કરવી મુશ્કેલ હતી. મેકે બેનેટની નજર સામેથી લાશના ચહેરા હટતા નહોતા. દરિયા પર તરતી લાશોમાં બાળકો હતાં, માતાઓ હતી અને પિતાઓ હતા. આમાંથી મોટા ભાગના થર્ડ ક્લાસના પ્રવાસીઓ હતા, ગરીબ વસાહતીઓ હતા અને જહાજના કર્મચારીઓ હતા.

આ કમનસીબોની લાશ પર પણ પિશાચી અત્યાચાર ચાલુ જ રહ્યા. આ કંપારી ઉપજાવતી કામગીરી કરી હવામાને. મોજાં સાથે તણાઈને જોશભેર ફંગોળાતી લાશ કોઈક જહાજના પતરા કે લાકડા સાથે અથડાતી, કૂટાતી, ચિરાતી, કપાતી હતી... અધૂરામાં પૂરું, નૉર્થ એટલાન્ટિકની રાતની ઠંડીમાં લાશ સાવ થીજી જાય અને દિવસે સૂરજના તાપમાં દાઝી ગઈ. દરિયો જાણે શેતાની બાળકની જેમ પોતાની મસ્તીમાં આટલી બધી લાશ સાથે ક્રૂર રમત

રમતો હતો. અરે! એક શબના હાથ તો પોતાના મૃત બાળક ફરતે વળગેલા હતા... આ કોહવાતી લાશો પાસે થોડા દિવસ અગાઉ ઘણા સંઘર્ષ હતા, સપનાં હતાં, આશા હતી અને... કહેવા માટેની વાર્તા હતી. હવે જીવતીજાગતી અને ધબકતી વાર્તાઓ પૂરી થઈ ગઈ અને... પોતે જ વાર્તા બની ગયા...

ઓછી જાણીતી હકીકતો

- 'ટાઇટેનિક' જોખમમાં મુકાયું ત્યારે આફતમાંથી બચાવવાની મદદરૂપે આકાશમાં ગોળા છોડાયા હતા. 'ટાઇટેનિક'ની સૌથી નજીક તરતા 'કેલિફોર્નિયા' નામના જહાજે આ ભેદી પ્રકાશની નોંધ ન લીધી. આ જહાજનો વાયરલેસ ઓપરેટર ઊંઘી ગયો હતો. એટલે કેપ્ટને કોઈ આદેશ ન આપ્યો. 'કાર્પેથિયા'ને બદલે 'કેલિફોર્નિયા' સક્રિય થયું હોત તો ઘણાંના જીવ બચી ગયા હોત.
- 'ટાઇટેનિક'માંથી તરતી મુકાયાના અડધા કલાકની અંદર લાઇફબોટ નં. ૧૩ને બહુ નાની હિમશિલા અથડાઈ, પણ કોઈનો વાળ સુધ્ધાં વાંકો ન થયો. કારણ એટલું જ કે માથે મોત ભમતું હતું છતાં અનલકી ગણાતા તેર નંબરની લાઇફબોટમાં કોઈ બેઠું જ નહોતું!
- 'ટાઇટેનિક'માં ફર્સ્ટ ક્લાસના પેસેન્જર્સ માટે મસ્તીમાં રહેવાની પૂરતી સગવડ કરાઈ હતી. બીઅરની વીસ હજાર બૉટલ, વાઇનની ૧૫૦૦ બૉટલ અને આઠ હજાર સિગાર.
- 'ટાઇટેનિક'ના લંગરને લઈ જવા માટે વીસ-વીસ અશ્વની જરૂર પડી હતી.
- ટાઇટેનિક' પરના ૮૮૫ કર્મચારીઓમાં માત્ર ૨૩ મહિલા હતી.
- ફર્સ્ટ ક્લાસના પેસેન્જરોને પિરસાયેલા અંતિમ ભોજન-ડિનરમાં ૧૧ વાનગી હતી.
- 'ટાઇટેનિક' પર ફ્લીટ સ્ટુડેલ નામનો ઘોડો પણ હતો. ધનવાન પ્લેબૉય અને અશ્વગારના માલિક બેરોન ઇનાઝ વૉન ગ્લુકોબોગેન કાયમ અશ્વ-સવારી માટે સજ્જ રહેતા હતા. જહાજ ડૂબવાની જાણ થતાં બેરોને જાહેરાત કરી કે હું તો મારા ઘોડા સાથે જ મરીશ, પરંતુ જહાજમાં વધતું પાણી જોઈને ઘોડો ભડક્યો અને પાણીમાં કૂદી પડ્યો.
- આ રજવાડી જહાજના ફર્સ્ટ ક્લાસના પ્રવાસીઓને ૩૫૨ ગીતની યાદી અપાઈ હતી. ગાયક-સંગીતકાર વૃંદ બધાં ગીતો માટે તૈયાર રહેતા હતા કે જેથી ગમે તે ફરમાઈશ આવે તો ન્યાય આપી શકાય.
- 'ટાઇટેનિક'ની ટિકિટ મેળવ્યા બાદ ઘણા નસીબદાર આ પ્રવાસ કરી શક્યા નહોતા.

૧૩

એક હોનારત, બબ્બે તપાસ પણ પરિણામ મોટુંમસ મીંડું

'ટાઇટેનિક'નું ડૂબવું કેટલી મોટી હોનારત અને એના કેવા ભયંકર પડઘા પડ્યા એ તાત્કાલિક અને ઉગ્ર પ્રતિભાવ પરથી ખબર પડે છે. બ્રિટન અને અમેરિકા બંનેએ આ હોનારત માટે તપાસ યોજી કે જેથી ભવિષ્યમાં હજારોના જીવ બચાવી શકાય. બ્રિટિશ તપાસનો સાર વધુ ટેક્નિકલ અને નિષ્ણાતોના અભિપ્રાયથી ભરપૂર હતો, તો અમેરિકન સૂર પરંપરા અને તત્કાલીન પદ્ધતિનો ભયંકર ટીકાવાળો હતો.

અમેરિકન તપાસ પંચની કામગીરી તો 'કાર્પેથિયા' ન્યૂયૉર્ક બંદરે પહોંચ્યું એના બીજા જ દિવસે શરૂ થઈ ગઈ! સેનેટર વિલિયમ એલ્ડન સ્મિથની અધ્યક્ષતા હેઠળની તપાસ સમિતિ ૧૯ એપ્રિલે સવારે ૧૦.૩૦ કલાકે કામે લાગી ગઈ.

હકીકતમાં તો 'ટાઇટેનિક'ના બચી ગયેલા લોકો 'કાર્પેથિયા'માં આવી પહોંચે એ અગાઉ જ તપાસ પંચ માટેનાં ચક્રો પૂરી ગંભીરતાથી ગતિમાન થઈ ગયાં હતાં. તપાસના અધિકારક્ષેત્રમાં બે મુદ્દા મહત્ત્વના હતા. એક, શું બન્યું? બે, એનું પુનરાવર્તન કેવી રીતે ટાળી શકાય?

સેનેટર વિલયમ એલ્ડન સ્મિથ બચી ગયેલા પ્રવાસીઓ અને કર્મચારીઓના મનમાં વીતક-કથા તાજી હતી, ત્યારે જ વધુ ને વધુ જાણી લેવા ઇચ્છુક હતા. આ સાથે બ્રિટિશ મુસાફરો-કર્મચારીઓ સ્વદેશ જતા રહે તો તેમને પાછા બોલાવવાનું મુશ્કેલ બને. આથી ૨૫મી મે સુધી તપાસ પંચની કામગીરી પૂરી ન થઈ, ત્યાં સુધી બધાને રોકી લેવાયા.

જો કે સ્મિથના ઇરાદાને અવળી દૃષ્ટિથી પણ જોવાયા. બ્રિટિશ માધ્યમોએ સ્મિથને તકવાદી, સંવેદનહીન ગણાવ્યા. કોઈકે એમને 'વિશ્વમંચ પર નામના રળવા

ઇચ્છુક' ગણાવ્યા. જોકે સ્મિથ અમેરિકામાં રેલ-માર્ગ સલામતી માટે સક્રિય હોવાથી જળ-માર્ગમાં સલામતી માટેની એમની આ ગતિશીલતામાં ઘણાને કંઈ ખોટું ન લાગ્યું. એમને ખાસ એ જાણવું હતું કે 'ટાઇટેનિક'ના મૂળ માલિક અને રેલરોડ ટ્રાન્સપોર્ટેશન ટાયકુન જે. પી. મોર્ગન દ્વારા કોઈ ગેરરીતિ તો આચરાઈ નથીને?

'ટાઇટેનિક'ના કેપ્ટન ઈ. જે. સ્મિથ વિશે સેનેટર સ્મિથનું નિરીક્ષણ ઘણું કહી જાય છે: 'મોટે ભાગે સતર્ક-સજ્જ રહેતી યંત્રણાઓ આત્મવિશ્વવાસના આના અતિરેકથી નકામી બની ગઈ હોઈ શકે.'

'ટાઇટેનિક'ની માલિક વ્હાઇટ સ્ટાર લાઇનના ડિરેકટર જે. બ્રુસ ઈસમેએ લંડનમાં બોર્ડ ઑફ ટ્રેડ ઇન્કવાયરી સમક્ષ જુબાનીમાં કહ્યું: 'તમે મને સમજો છો શું? જહાજ પર એકેય બાળક કે મહિલા હોય તો તેને છોડી જાઉં એવો તમે માનો છો? આવી વાતો જ મને વેદના પહોંચાડે છે. વધુ પીડા એટલા માટે થાય કે આ વાતો ખોટી અને પાયાવિહોણી છે. મને ખાતરી છે કે મારે ન કરવું જોઈએ એવું કોઈ કામ મેં કર્યું નથી. મારો અંતરાત્મા એકદમ સાફ છે.'

જોકે બોર્ડ ઑફ ટ્રેડ ઇન્કવાયરીની તપાસને ગંભીરતાથી ન લેવાઈ, કારણ કે 'ટાઇટેનિક'ને દરિયામાં ઊતરવાની મંજૂરી પણ આ બોર્ડે જ આપી હતી. 'ટાઇટેનિક'ના ઊગરી ગયેલા કર્મચારીઓએ પણ જુબાનીમાં પોતાના ઉપરીઓ અને સદ્‌ગત સાથીઓ પર દોષારોપણ કરવાનો નનૈયો ભણી દીધો. બધાએ 'ટાઇટેનિક' હોનારતને ફકત બદનસીબી ગણાવી.

તપાસનો સૌથી મોટો મૂંઝવતો મુદ્દો હતો જહાજ 'કેલિફોર્નિયા'નો. એ 'ટાઇટેનિક'થી માત્ર ૧૯ કિ.મી. દૂર હતું, છતાં વહારે કેમ ન ગયું? હિમશિલા સાથે અથડાવા પહેલાં, પછી અને ડૂબતી વખતે પણ એ 'ટાઇટેનિક' સાથે રેડિયો સંપર્કમાં હતું! 'કેલિફોર્નિયા' ડૂબતા જહાજ સાથે અર્થપૂર્ણ વાર્તાલાપ કરીને સેંકડોના જીવ બચાવી શક્યું હોત જે કેમ ન થયું?

લાંબીલચક વિગતોમાં સમય-સ્થળના અભાવે ન પડીએ પણ અમેરિકન તપાસના તારતમ્ય પર દૃષ્ટિપાત જરૂર કરીએ. આ તપાસની પ્રક્રિયા અને પરિણામને મિશ્ર પ્રતિસાદ સાંપડ્યા. ઘણાંને ગળે એ વાત ન ઊતરી કે 'ટાઇટેનિક'ના ડૂબવા બદલ કોઈને દોષી કે ગુનેગાર નક્કી કર્યા વગર જે. બ્રુસ ઈસમે અને બધા કર્મચારીઓને ઘરે જવા દેવાયા.

આ તપાસને પગલે બધા મુલકી જહાજોમાં બધા પેસેન્જરોને પૂરતી થઈ પડે એટલી લાઇફબોટ્સ રાખવાનું શરૂ થયું. આ સાથે જ જહાજ પર સર્ચલાઇટ્સ અને ૨૪ કલાકની રેડિયો સેવાની ભલામણોનો તાત્કાલિક અમલ શરૂ થઈ ગયો.

ઘણાંને અમેરિકાના પ્રમાણમાં બ્રિટિશ તપાસ વધુ આકરી અને કંઈક અર્થસભર લાગી, પરંતુ એક અભિપ્રાય એવો પણ હતો કે બ્રિટિશ વહાણવટાનો મૃત્યુઘંટ ન વાગે અને લાખો-કરોડોના દાવા ન થાય એ હેતુસર આ તપાસમાં માત્ર દેખાડો જ કરાયો હતો. આ તપાસનો મુખ્ય મુદ્દો હતો 'ટાઇટેનિક'ના રસ્તાની પસંદગીમાં બેદરકારી. માર્ગ હિમશિલાઓથી ભરપૂર હોવાની જાણીતી હકીકત છતાં કેપ્ટન સ્મિથે આ રૂટ પર હંકારીને નર્યું ગાંડપણ કર્યાનું લાગ્યું. શું ઈસમે અને અન્ય સંચાલકોએ વાહવાહી મેળવવા માટે 'ટાઇટેનિક'ની ગતિ જાળવવા કેપ્ટન પર દબાણ લાવ્યા હતા? આવા સવાલો, 'ટાઇટેનિક'ના કાટમાળની જેમ દરિયાની અંદર અંધકારમાં જ રહ્યા.

સૌથી અકળાવનારો પ્રાણપ્રશ્ન એ રહ્યો કે શું માળખાકીય દૃષ્ટિએ 'ટાઇટેનિક' દરિયામાં ઉતારવાને લાયક હતું ખરું? આવું તોતિંગ જહાજ અત્યંત ઝડપે ચાલવામાં ડૂબી ગયું તો એમાં ભૂલ ક્યાં, કઈ અને કોની? ત્રીજો મહત્ત્વનો ચર્ચાનો મુદ્દો રહ્યો અપૂરતી લાઇફબોટ્સ. આ સાથે હોનારતનો સૌથી વધુ ભોગ બનેલા ત્રીજા વર્ગના પ્રવાસીઓ સાથે અન્ય પ્રવાસીઓ અને કર્મચારીઓના વર્તનનો મામલો પણ સારા એવા પ્રમાણમાં ચર્ચાયો.

છેલટે બ્રિટિશ તપાસમાં ન 'ટાઇટેનિક'ની માલિક કંપની વ્હાઇટ સ્ટાર લાઇનનો વાંક કઢાયો કે ન 'ટાઇટેનિક'ને દરિયામાં જવાની મંજૂરી આપનારા બ્રિટિશ બોર્ડ ઑફ ટ્રેડનો દોષ કઢાયો!

હોનારત ગમે તેટલી મોટી હોય, ભલે સેંકડો-હજારોના જીવ ગયા હોય; તપાસ પંચથી શું ઊપજે એ કહેવાની જરૂર ન હોય. એકસોથી વધુ વર્ષથી આવું જ ચાલતું આવ્યું છે!

ઓછી જાણીતી હકીકતો

- *ડૂબતા 'ટાઇટેનિક'માંથી જીવતા ભાગી છૂટવા માટે લાઇફબોટમાં બેસી જવા એક પુરુષ પ્રવાસીએ સ્ત્રીનો વેશ પહેર્યાની વાતો ઊઠી હતી, પરંતુ ઓસગુડ જે. વેમ્પલ સ્ત્રી-પુરુષના ભળતા-સળતાં વસ્ત્રો પહેરતો હતો. પોતાની કૅબિનમાં વાગતા ફોનોગ્રાફ પર નશામાં ડાન્સ કરતી વખતે તેણે બ્લોન્ડ વીગ અને લાંબો ગાઉન પહેર્યાં હતાં. આથી જહાજ ત્યજવાનો વારો આવ્યો, ત્યારે તેની પાસે કપડાં બદલવાનો સમય નહોતો, એ પહેરેલે કપડે જ ભાગ્યો. સજ્જન ખલાસી ફ્રેન્ક હાબ્રીજ તેની સાથે પહેલી નજરમાં પ્રેમમાં પડી ગયો. વેમ્પલ સાથે 'કાર્પેથિયા' પર પહોંચ્યા બાદ હાબ્રીજે તેને પ્રપોઝ પણ કર્યું હતું!*
- *જહાજ પરના સૌથી ધનવાન પ્રવાસી જોન જેકોબ એસ્ટોર 'ટાઇટેનિક' સાથે જ ડૂબી ગયો. કહેવાય છે કે હિમશિલા સાથે ટક્કર બાદ તેણે વેઇટરને કહ્યું: મેં તો માત્ર બરફ માગ્યો હતો, પણ આ તો ભયંકર મજાક કહેવાય.*
- *જાણીતા અમેરિકન વેપારી બેન્જામીન ગગેનહેમને જહાજ ડૂબવાની ખબર પડી ત્યારે તેણે ઈવનિંગ ડ્રેસ પહેરી લીધો, પછી બોલ્યો: 'આપણે પોતાના શ્રેષ્ઠ' ડ્રેસમાં છીએ અને જેન્ટલમૅનની જેમ વિદાય માટે તૈયાર છીએ. છેલ્લે એ ડેક પર બ્રાન્ડી અને સિગાર પીતો નજરે પડ્યો હતો.*
- *'ટાઇટેનિક'માંથી ઊગરી ગયેલા નસીબદારોમાં હતી બે મહિનાની મિલીવીના ડીન. ૨૦૦૯ની ૩૧મી મેએ ૯૭ વર્ષની ઉંમરે તેણીનું નિધન થયું. એ સાથે 'ટાઇટેનિક' સાથેની છેલ્લી જીવંત કડી તૂટી ગઈ.*
- *'ટાઇટેનિક'ને સફર શરૂ થવા અગાઉ હિમશિલાઓ વિશે છ ચેતવણી મળી હતી.*
- *બેકરી કર્મચારી ચાર્લ્સ જોઘીને બે કલાક સુધી જહાજમાં ઘૂસી આવેલા દરિયાના પાણીમાં કોઈ જાતની અસર વગર કામ કરતો રહ્યો. પોતે વધુ વ્હિસ્કી પીધી હોવાથી દરિયાના ઠંડા પાણીની જાણ કે અસર ન થયાનો તેણે દાવો કર્યો હતો.*

૧૪

માનવ-ભૂલને ખપાવી દેવાઈ 'ઍક્ટ ઑફ ગૉડ'માં

'ટાઇટેનિક'ના ડૂબવા વિશે બ્રિટિશ ઇતિહાસની સૌથી લાંબી, સૌથી વિગતવાર અને વિસ્તારપૂર્ણ તપાસ પૂરી થઈ, પરંતુ બ્રિટિશ ઉપરાંત અમેરિકન તપાસ પંચના વલોણામાંથી કંઈ વિશેષ ન ઊપજ્યું. સ્પષ્ટપણે દેખાતી માનવભૂલથી સર્જાયેલી આ ભયંકર હોનારતને 'ઍક્ટ ઑફ ગૉડ'માં ખપાવી દેવાઈ.

બ્રિટિશ તપાસમાં એક વિષય પર ભાર મુકાયો કે કૅપ્ટન સ્મિથે અગાઉ જોખમી ન ગણાતી જૂની પદ્ધતિનું જ અનુકરણ કર્યું હતું. આમાં ખાસ નોંધાયું કે બ્રિટિશ જહાજોએ આગલા દાયકામાં ૩૫ લાખ મુસાફરોને અવરજવર કરાવી હતી અને એમાં માત્ર દસ માનવીનાં મોત નોંધાયાં હતાં. સારમાં પુનરાવર્તન કરાયું કે કૅપ્ટન સ્મિથે આ સંજોગોમાં કોઈ પણ કાબેલ માણસે કર્યું હોત એ પ્રમાણે જ કર્યું હતું. જોકે, બ્રિટિશ તપાસના અહેવાલમાં ચેતવણી અપાઈ કે 'ટાઇટેનિક'ના મામલામાં થયેલી ભૂલ ભવિષ્યમાં બેશક બેદરકારી જ ગણાશે.

તપાસ પંચોની ભલામણોમાં નવા સલામતી પગલાં, પર્યાપ્ત લાઇફબોટ્સ અને ૨૪ કલાક વાયરલેસ સેવા તો આવ્યાં જ. ઉપરાંત નોર્થ એટલાન્ટિકમાં હિમશિલાઓ પર નજર રાખવા ઇન્ટરનેશનલ આઇસ પેટ્રોલ એજન્સી અને મેરીટાઇમ સેફ્ટી રેગ્યુલેશન્સની ભલામણ થઈ, જેનો તાત્કાલિક થયેલો અમલ અત્યાર સુધી ચાલુ જ છે... હવે હોનારત. અને તપાસ પંચોની ભલામણોથી થોડા આગળ વધીએ.

હોનારતના વર્ષો બાદ મનાતું હતું કે 'ટાઇટેનિક' અખંડ-વનપીસ ડૂબ્યું હતું. લાંબા સમય સુધી એના કાટમાળને દરિયાની બહાર કાઢવાની વિચારણા ચાલતી હતી પણ એમાંથી કંઈ ઊપજ્યું નહીં. સૌથી મોટી અડચણ એ હતી કે કાટમાળ સપાટીથી ૧૨ હજાર ફૂટ એટલે કે ૩૭૦૦ મીટર નીચે હતો. અહીં પાણીનું દબાણ ચોરસ ઇંચ દીઠ ૬૫૦૦ પાઉન્ડ હતું.

આ તકલીફોને લીધે 'ટાઇટેનિક' શોધવાના અનેક સાહસો નાકામ રહ્યાં પણ

૧૯૮૫ની પહેલી સપ્ટેમ્બરે ફ્રાન્કો-અમેરિકન સાહસ ટુકડીએ મેળવી સફળતા. તેમણે શોધી કાઢ્યું કે 'ટાઇટેનિક' આખેઆખું એક ટુકડામાં નહોતું ડૂબ્યું. છૂટા પડી ગયેલો જહાજનો મોરો અને પૂછડીનો ભાગ એકમેકથી એક માઈલ દૂર પડ્યા હતા. આ કાટમાળનું લોકેશન પણ ધારણા-ગણતરીથી ઘણું અલગ હતું, દૂર હતું.

હકીકતમાં તો 'ટાઇટેનિક'ના આ ભાગ એકદમ જોર-તાકાત સાથે દરિયાની સપાટી પર પટકાયા-અથડાયા હતા. આથી બંનેનો લગભગ કચ્ચરઘાણ નીકળી ગયાનું બહાર આવ્યું. પૂંછડીના ભાગની સરખામણીમાં મોરોની સ્થિતિ બહેતર હતી. આશ્ચર્ય ઉપજાવનારી હકીકત એ હતી કે જહાજનું ઘણું ઇન્ટિરિયર હજી યથાવત્ હતું. કાટમાળમાં મુખ્યત્વે જહાજના ટુકડા, ફર્નિચર, ડિનર સેટ્સ અને મુસાફરોના અંગત સામાન જેવી હજારો વસ્તુઓ હતી. લગભગ પાંચ માઈલ પહોળા અને ત્રણ માઈલ લાંબા વિસ્તારમાં આ બધુ વિખેરાયેલું-પથરાયેલું પડ્યું હતું.

આ કાટમાળનું બિછાનું જ ઘણાં મૃતકોનું અંતિમ વિરામ સ્થળ હતું. જોકે મોટા ભાગનાં શબને તો જળચર પ્રાણીઓ અને બેક્ટેરિયા ભરખી ગયા હતા અને માત્ર વસ્ત્રો-બૂટ પરથી ક્યારેક અહીં માનવદેહ હોવાના અણસાર મળતા હતા.

એક વખત 'ટાઇટેનિક'નો કાટમાળ મળી આવ્યો, પછી તો એની મુલાકાતે જનારાઓ વધવા માંડ્યા. વિજ્ઞાનીઓ, ફિલ્મ-સર્જકો, સાહસિકો, પર્યટકો એક પછી એક જવા માંડ્યાં. દરિયાના પેટાળમાં આ વધેલી હલચલ-અવરજવરની માઠી અસર કાટમાળ પર પડી છે. એક અંદાજ મુજબ આગામી પચાસેક વર્ષમાં 'ટાઇટેનિક'નું પોલાદી માળખું દરિયાના ખારા પાણી અને બેક્ટેરિયાના પ્રતાપે સાવ પડી ભાંગશે. આવા સંજોગોનો પ્રતિકાર કરી શકનારી જહાજની અંદરની સાધન-સામગ્રી અને રાચરચીલા કદાચ ટકી શકે.

ડૂબેલી 'ટાઇટેનિક'ની ઘણી ચીજ-વસ્તુઓ આજે મ્યુઝિયમની શોભા બની ગઈ છે અને દર્શકોને આશ્ચર્યચકિત કરી મૂકે છે, પરંતુ 'ટાઇટેનિક' વિશે લખવામાં એક અત્યંત મહત્ત્વની માહિતી હમણાં ધ્યાનમાં આવી. આ જહાજના ડૂબી ગયાના ૨૯ દિવસે (હા, ફક્ત ઓગણત્રીસ દિવસ) બાદ તેના પરની એક ફિલ્મ 'સેવ્ડ ફ્રૉમ ધ ટાઇટેનિક' રિલિઝ થઈ હતી! આ જહાજમાં મુસાફરી કરનારી મૂક ફિલ્મોની સ્ટાર ડોરોથી ગિબ્સન હોનારતમાંથી બચી ગઈ હતી. આ ફિલ્મ ડોરોથીના અનુભવ અને વિતકકથા પર આધારિત હતી. ઇતિહાસવિદોના મત મુજબ જેમ્સ કેમેરુનની 'ટાઇટેનિક' ભલે સૌથી વધુ સફળ હોય, પણ હોનારતના લગભગ સાચા અને ઐતિહાસિક ચિત્રણ માટે ૧૯૫૮ની બ્રિટિશ ફિલ્મ 'અ નાઇટ ટુ રિમેમ્બર' યાદગાર ગણાય છે.

ઓછી જાણીતી હકીકતો

- 'ટાઇટેનિક'ની વહારે ન જઈને સેંકડો લોકોને મરવા દેનારા જહાજ 'એસ.એસ. કેલિફોર્નિયા'ની ખૂબ ટીકા થઈ. અંતે આ જહાજને પણ જર્મન સબમરીને ડુબાડી દેતાં જળસમાધિ જ લેવી પડી.
- 'ટાઇટેનિક'ના મૃતકોમાંથી ૩૦૬ મૃતદેહ મળ્યા હતા. આ શબ નોવા સ્કોટિયાના હેલિફેક્સ લઈ જવાયાં હતાં. અહીંના મેરિટાઇમ મ્યુઝિયમમાં 'ટાઇટેનિક'ના કાટમાળમાંથી મળેલી ડેકચેર, મુસાફરોનાં જૂતાં, કફન-બૅગ જેવી સામગ્રી સ્મૃતિરૂપે સાચવી રખાઈ છે.
- ટાઇટેનિક દુર્ઘટના પર ડઝનબંધ ફિચર અને દસ્તાવેજી ફિલ્મો બની છે. આમાં સૌથી વિવાદાસ્પદ ફિલ્મ જર્મનીના કુપ્રચાર માટે બદનામ જોસેફ ગોબેલ્સે બનાવડાવી હતી. આ દસ્તાવેજી ફિલ્મનો સૂર એવો હતો કે હોનારત માટે બ્રિટિશ અને અમેરિકન વેપારીઓની બદબોઈ કરાઈ હતી અને જર્મન પ્રવાસીઓને બહાદુર ગણાવાયા હતા. બ્રિટનની નફાખોરીનું આ પરિણામ હોવાનો દાવો કરાયો હતો. આ હોનારત પર બનેલી ફિચર ફિલ્મોમાં જેમ્સ કેમેરુનની ૧૯૯૭ની 'ટાઇટેનિક' સૌથી સફળ ગણાવાય છે. આ ફિલ્મે ૧૧ ઑસ્કાર એવૉર્ડ્સ જીત્યા અને બે અબજ ડૉલરથી વધુનો વકરો કર્યો હતો.
- ૧૯૮૫માં 'ટાઇટેનિક'ના કાટમાળને શોધી કઢાયો, ત્યારે એ ન્યૂફાઉન્ડલૅન્ડના કિનારાથી ૩૭૦ માઈલ દૂર હતો અને દરિયાની સપાટીથી ૧૨,૫૦૦ ફૂટ નીચે પડ્યો હતો.
- આ ભયંકર હોનારતમાંથી રોકડા કરવાના પ્રયાસ પણ થયા હતા. રશિયન એકેડેમી ઑફ સાયન્સિઝની ચાર્ટર કરેલી મિર સબમરીનમાં દરિયાના પેટાળમાં 'ટાઇટેનિક' દર્શન માટે લઈ જવાતા હતા. આમાં બેઠક દીઠ ૫૯ હજાર ડૉલર લેવાતા હતા, પણ ૨૦૧૨માં આ ટૂર બંધ કરી દેવાઈ હતી.

૧૫

હોનારત અને મૃતકોના નામે વેપલો

૨૦૧૨ની ૧૬મી એપ્રિલ આ દિવસ એટલે 'ટાઇટેનિક' હોનારતની પુણ્યતિથિની શતાબ્દી. સેંકડો નિર્દોષોનાં કમોત થયાંના ૧૦૦ વર્ષની પૂર્ણાહુતિ. શતાબ્દી નિમિત્તે 'ટાઇટેનિક' ટ્રેજેડીના અગાઉ ક્યારેય પ્રગટ ન થયેલા ફોટા બહાર આવ્યા. આ ફોટા ૨૦૦૪માં દરિયાઈ સાહસ વખતે રૉબર્ટ બલાર્ડે પાડ્યા હતા. આમાંના એક ફોટામાં તૂટેલા મોભ પાસે પ્રવાસીના બૂટ નજરે પડે છે. નિષ્ણાતો આને નક્કર પુરાવો માનતા કહે છે કે દરિયામાં તણાઈ આવેલા આ કદડા નીચે લાશ ધરબાયેલી હોઈ શકે.

'ટાઇટેનિક' હોનારત અને નિર્દોષ કમનસીબ મૃતાત્માઓને નામે વેપલો કરવાના અગણિત પ્રયાસો થયા, પરંતુ હવે 'ટાઇટેનિક'ના દરિયાના પેટાળમાં પડેલા કાટમાળને અન્ડરવોટર કલ્ચરલ હેરિટેજ હેઠળ રક્ષણ મળી ગયું છે. યુનેસ્કોના ૨૦૦૧ના નિર્ણય મુજબ 'ટાઇટેનિક' સાથે સંકળાયેલા કોઈ પણ દેશ દ્વારા આ જહાજના કાટમાળ અને કલાકૃતિ ચીજને લૂંટવા, ધંધાદારી પ્રવૃત્તિ કરવા, વેચવા અને સગેવગે કરવા પર પ્રતિબંધ મુકાયો છે. હાલ 'ટાઇટેનિક'નો ભંગાર આંતરરાષ્ટ્રીય જળસીમાડામાં છે. આમાં કરાયેલી યંત્રણા પ્રમાણે આ પ્રાચીન 'ટાઇટેનિક'ના કાટમાળ જેવી સાઇટ સંબંધી કોઈ પણ પ્રવૃત્તિ હાથ ધરનારા દેશે અન્ય સંબંધિત દેશોને આગોતરી જાણકારી આપવાની રહે.

'ટાઇટેનિક' હોનારતની સ્મૃતિ સમયાંતરે ફેણ ઊંચકીને ઊભી થાય છે. આ વિષય લેખકો અને ફિલ્મ-સર્જકોને તથા દસ્તાવેજી ફિલ્મમેકરને આકર્ષિત કરે છે. આ હોનારતમાંથી બચી ગયેલાં ઘણાં સદ્દનસીબોએ પોતાનાં સંભારણાં પર પુસ્તક લખ્યાં. 'ટાઇટેનિક'ના મૃતકો માટે ઘણાં દેશમાં મૅમોરિયલ ઊભાં કરાયાં છે. બ્રિટનમાં સધમ્પટન, લીવરપુલ અને બેલફાસ્ટ, તથા અમેરિકાના ન્યૂયૉર્ક

અને વૉશિંગ્ટનમાં તથા આયર્લૅન્ડના કોબમાં મેમોરિયલ છે. ઉત્તર આયર્લૅન્ડમાં પ્રવાસીઓને આકર્ષવા માટે ૨૦૧૨ની ૩૧મી માર્ચે 'ટાઇટેનિક'ની પ્રતિકૃતિ ખુલ્લી મુકાઈ, જે પર્યટકોના આકર્ષણનું કેન્દ્ર બની ગઈ છે. આ સ્થળ 'ટાઇટેનિક' બંધાયું હતું એ શિપયાર્ડમાં જ છે.

હાલ 'ટાઇટેનિક'ના ભંગારને દરિયામાંથી બહાર કાઢવાનો હક ધરાવતા આરએમએસ ટાઇટેનિક ઇન્કૉર્પોરેશન દ્વારા પણ લકઝર લા વેગાસ હોટેલ અને નેવાડાના કેસિનોમાં કાયમી પ્રદર્શન રાખ્યા છે, જેમાં 'ટાઇટેનિક' જેવું ખોખું રખાયું છે. આ લોકો વિશ્વભરમાં હરતુંફરતું ટાઇટેનિક પ્રદર્શન પણ ચલાવે છે. હોનારતના થોડા દિવસ બાદ મેળવાયેલી કલાકૃતિ-ચીજો નોવા સ્કોટિયાના હેલિફેક્સ મેરીટાઇમ મ્યુઝિયમમાં રખાયેલી છે. ચીનના એક ઉદ્યોગપતિએ પણ 'ટાઇટેનિક' જેવું અને જેવડું જહાજ બાંધવાની જાહેરાત કરી છે.

૨૦૧૨માં શતાબ્દી નિમિત્તે 'ટાઇટેનિક'ને યાદ કરવા માટે પ્રદર્શનો, નાટકો, રેડિયો કાર્યક્રમો, પરેડ, વિશેષ ટપાલ ટિકિટ અને સિક્કા બહાર પાડવા સાથે હોનારતના સ્થળની મુલાકાતો પણ ગોઠવાઈ હતી.

'ટાઇટેનિક' દરિયાના પેટાળમાં હિલોળા લે છે. સમયાંતરે એનો કાટમાળ સંપૂર્ણપણે માટી-ભૂક્કો બનીને ક્યાંય વહી જશે, પરંતુ 'ટાઇટેનિક'ની કથા ઘણો લાંબો સમય યાદ રહેશે.

ઓછી જાણીતી હકીકત

- સાબદા રહેવાની ચેતવણી અપાયા પછીની માત્ર ૩૭ સેકંડમાં જ 'ટાઇટેનિક' હિમશિલા સાથે અથડાયું હતું.
- પાણી ભરાવા સાથે 'ટાઇટેનિક' એક દિશામાંથી નમવા-ડૂબવા માંડ્યું, ત્યારે આગમચેતી વાપરીને સેકંડ ક્લાસના સ્ટુઅર્ટ રેજ ફ્રેન્સ્ટરે જહાજને ડૂબતું બચાવવા માટે ફટાફટ ખુરશીઓ વિરુદ્ધ દિશામાં ગોઠવવાનું શરૂ કરી દીધું હતું કે જેથી સંતુલન જળવાય. ત્યાર પછીના નવા એન્જિનિયરિંગ અભ્યાસ મુજબ ફ્રેન્સ્ટર લગભગ સફળ થવાને આરે પહોંચી ગયા હતા.
- 'ટાઇટેનિક' દરિયામાં ઊતર્યું ત્યારે વિશ્વનું સૌથી મોટું પ્રવાસી જહાજ હતું. આ સાથે પૃથ્વી પરની હરતી ફરતી સૌથી મોટી ચીજ પણ બની રહ્યું.
- ૧૯૧૨ની ૧૪મી એપ્રિલે રાતે ૧૧.૪૦ કલાકે લુકઆઉટ ફ્રેડરીક ફ્લીટે સૌપ્રથમ હિમશિલા જોઈ, પણ ત્યારે એની પાસે બાયનોક્યુલર નહોતાં. હોનારતમાંથી બચી ગયા બાદ કુદરતી મૃત્યુ બાદ કોઈ તોફાનીએ તેની કબર પર બાયનોક્યુલર મૂકીને નોંધ લખી: સૉરી, આ બાયનોક્યુલર ૧૦૦ વર્ષ મોડાં મળ્યાં.
- 'ટાઇટેનિક' સાથે જળસમાધિ લેનારા કૅપ્ટન એડવર્ડ સ્મિથના છેલ્લા શબ્દો હતા: 'વેલ બૉય્ઝ, યુ ડેવ ડન યૉર ડ્યૂટી... ગૉડ બ્લેસ યુ.'
- 'ટાઇટેનિક' માટે જીવલેણ બનેલી હિમશિલા ૧૦૦ ફૂટ ઊંચી હતી અને ગ્રીનલૅન્ડની હિમનદીમાંથી આવી હતી.
- ટાઇટેનિકની બેકરીમાં કામ કરતા ચાર્લ્સ જોધીન બે કલાક સુધી જહાજમાં ઘૂસી આવેલા દરિયાના ઠંડાબોળ પાણીમાં અડીખમ રહ્યો. તેના પર આ પાણીની અસર જ ન થઈ, કારણ કે તે ભારે પ્રમાણમાં વ્હિસ્કી પીધેલો હતો.

૧૬

યાદ રાખવા જેવી નહીં, ભૂલી જવા જેવી રાત

'ટાઇટેનિક' હોનારતને ૧૦૦ વર્ષ પૂરાં થયાં ત્યારે એની સાથે સંકળાયેલું કોઈ જ હયાત ન હોય એ સ્વાભાવિક ગણાય, પરંતુ ૨૦૧૨ની ૧૫મી એપ્રિલે ફરી એ ઘટના, સંભારણા, બહાદુરીની ગાથા અને નામર્દાનગીની નાલોશીનું રિ-રન થયું.

'ટાઇટેનિક' ડૂબી ગયાના વાવડ આવ્યા ત્યારે ચોમેર એક જ સવાલ હતો: કોણ બચી ગયું? આનો જવાબ ૧૯૧૨ના ગુરુવાર તારીખ ૧૮મી એપ્રિલે મળ્યો, જ્યારે કાર્પેથિયા ન્યૂયૉર્ક પહોંચ્યું. આ દેવદૂત બનેલા જહાજમાં હતા 'ટાઇટેનિક'ના પંજામાંથી જીવતા પાછા ફરેલા ૭૦૫ માણસો.

આ એક એક માણસ પાસે પોતીકી વાર્તા, વાસ્તવિક વાર્તા હતી; જે સાંભળવા આખી દુનિયા તલપાપડ હતી. સમય પારખીને 'ન્યૂયૉર્ક ટાઇમ્સ' તરફથી રિપોર્ટર્સની ફોજને કામે લગાવી દેવાઈ. ઘોર અંધારામાં ભરદરિયે મોતને હાથતાળી કેવી રીતે અપાઈ એ દિલધડક બયાન જાણીએ.

લૉરેન્સ બીસલે. આ લંડનના સાયન્સ પ્રોફેસર પોતાના મા વગરના દીકરાને ઘરે મૂકીને એકલા 'ટાઇટેનિક'ની સફરે ગયા હતા. લૉરેન્સ જતા હતા ટોરન્ટોમાં ભાઈને મળવા. આ હોનારતના નવ અઠવાડિયાં પછી બીસલેએ પોતાની વિતક-કથા કે સંભારણા પર પુસ્તક પ્રગટ કર્યું: લોસ ઑફ એસ.એસ. ટાઇટેનિક. તેમણે ભારપૂર્વક કહ્યું કે હવે ક્યારેય હું તેરના આંકડાને બદનસીબ કહેવાનો નથી. બોટ નં. ૧૩ મારી સર્વશ્રેષ્ઠ મિત્ર છે.

૪૦ વર્ષનાં એલિઝાબેથ શુટસ 'ટાઇટેનિક' પર ફેમિલી ગવર્નેસ હતા. હિમશિલા સાથે અથડામણ પછીની અંધાધૂંધી, લાઇફબોટ પરની સ્થિતિ અને ઉદ્ધારક 'કાર્પેથિયા'ના આવી પહોંચવાનું એલિઝાબેથે વર્ણન કર્યું. "અમારી સાથેના પુરુષોને કંઈ જ સમજ પડતી નહોતી કે કરવું શું? ન તારાને આધારે દિશાની ખબર

પડે કે ન શું કરવું એની ગતાગમ. બે ખલાસી તરત જ જહાજના તૂતક પર આવ્યા. એમના હાથ એટલા ઠંડા પડી ગયા હતા કે પકડી ન શકાય. પવનના ભયંકર સુસવાટા સાથે ફરી અમારા પર પાણી ફરી વળ્યું. ત્યારે મેં સાંભળ્યું કે એકમેકને બળપૂર્વક જકડી રાખો નહીંતર ઉપરાઉપરી ઊછળતા શેતાની મોજાંનો કોળિયો બની જઈશું.

ચાર્લોટ કોલિયર 'કાર્પેથિયા' થકી બચી ગયેલા મુસાફરોમાંની એક હતી. પોતાના પતિને શોધવાના વાંઝિયા હવાતિયાંનું વર્ણન કરતાં ચાર્લોટે કહ્યું હતું. જહાજ પર ભાગ્યે જ એવું કોઈ હશે કે જે પતિ, સંતાન કે મિત્રથી વિખૂટું ન પડ્યું હોય.'

'ટાઇટેનિક' હોનારત વખતે માત્ર સાત વર્ષની હતી ઈવા હાર્ટ. સેકંડ ક્લાસમાં મુસાફરી કરતી આ માસૂમ ટ્રેજેડીમાં પિતાને ગુમાવી બેઠી, પરંતુ પછી ઈવા ઝિંદાદિલીથી જીવવા માંડી: 'લોકોને નવાઈ લાગતી કે ટ્રેન, મોટર, વિમાન કે જહાજમાં હું કેવી રીતે બેફિકરાઈથી મુસાફરી કરી શકું છું. સૌને થતું કે મુસાફરીના ખયાલ માત્રથી મારા પગ ધ્રૂજવા માંડશે. એ રીતે જીવી હોત તો વર્ષો અગાઉ હું ડરથી મરી ગઈ હોત.'

'ટાઇટેનિક'ની માલિક કંપની વ્હાઇટ સ્ટાર લાઇનના ચૅરમૅન બ્રુસ ઈસમે સલામતીપૂર્વક લાઇફબોટમાં બેઠા એ બદલ એમની આકરી ટીકા થઈ હતી. હોનારતમાંથી પોતાનો પતિ બચી ગયાની લાગણી ફ્લોરેન્સે વ્યક્ત કરી હતી. 'એક અઠવાડિયા અગાઉ ભવ્ય જહાજ 'ટાઇટેનિક'ને દરિયામાં તરતું જોઈને મને ગર્વ થયો હતો... મે પ્રભુને જહાજની ગતિ માટે પ્રાર્થના કરી ત્યારે જોખમની સપનેય કલ્પના નહીં. સેંકડો અમૂલ્ય જીવન ગુમાવવા બદલ વેદના થાય જ. આપણે બંનેને એકમેક માટે જીવતાં રખાયાં છે. તો આપણા જીવન દુનિયાને કામમાં આવે એવું કરીએ.

જોકે પોતે જ બાંધેલા ભવ્ય જહાજને નજર સામે ડૂબતા જોયું અને ખુદ સલામતપણે બચી ગયા એ બદલે ઈસમે પર ખૂબ પસ્તાળ પડી. સમાજની નારાજગી વચ્ચે એ એકદમ એકાકી જીવન જીવવા માંડ્યા. ૧૯૩૭માં ૭૪ વર્ષની ઉંમરે 'ટાઇટેનિક'ના મૃતકોને મળવા નીકળી પડ્યા.

લંડનમાં સેક્રેટરીની નોકરી કરતી ૩૦ વર્ષની લોરા માબેલ ફ્રાંકાટેલીની લાગણી જુઓ: 'સૂર્યોદયને થોડી વાર હતી ત્યારે ચારેક કિ.મી. દૂરથી આવતા 'કાર્પેથિયા'ની લાઇટ જોઈને અને લાઇફબોટને ગાંડાની જેમ હલેસાં મારવા માંડ્યા અને પહાડ જેવડી હિમશિલા જાણે કુદાવતા ગયા... લગભગ સવારે

૬.૩૦ વાગ્યે પ્રિય 'કાર્પેથિયા'એ અમને ઊંચકી લીધાં. એ વિશાળ જહાજ સામે અમારી નાનકડી બોટ તો એક ટપકા જેવી હતી.

'ટાઇટેનિક'ના ૭૦૫ મુસાફરોનું બચી જવું આનંદદાયક હતું. તેમની વાતો રસપૂર્વક સાંભળવી એ માનવસહજ ગણાય. પોતાના બચી જવાના બહાદૂરીપૂર્વક બણગાં મારનારા પુરુષો એ સમજાવી ન શક્યા કે એનાં બાળકો અને સ્ત્રીઓ મરી ગયાં તો પોતે કેવી રીતે બચી ગયા?

આવું મહાન કામ કરવા અને ઉદ્ધારક કે મસીહાનું કામ કરવા છતાં 'કાર્પેથિયા' તો 'વિધવાઓનું જહાજ' કહેવાયું. હોનારતમાં ખપી ગયેલા બ્રોડવે નિર્માતા હેન્રી હેરિસની પત્ની રીજાએ કહ્યું: 'એ યાદ રાખવા જેવી નહીં, ભૂલી જવા જેવી રાત હતી.'

'ટાઇટેનિક' દુર્ઘટના પર સૌથી પહેલું પુસ્તક લખ્યું આર્ચીબાલ્ડ ગ્રેસીએ પણ આ 'ધ ટ્રુથ અબાઉટ ટાઇટેનિક' પ્રગટ થવા પહેલા જ તેનું અવસાન થઈ ગયું.

બચી ગયેલા મુસાફરો જ નહીં, જીવિત રહી ગયેલા કર્મચારીઓને પણ 'ટાઇટેનિક'નું ભૂત પજવતું રહ્યું. એકેય કર્મચારીને આજીવન પોતાની મૂળ કામગીરી ક્યારેય ફરી ન મળી.

મોતને ખો આપનારા જેક થેયરના શબ્દો જુઓ: સવારે આગમનાં કોઈ એંધાણ નહોતા. આગલી રાતેય કોઈ અમંગળ અણસાર નહીં.

'ટાઇટેનિક'ના મુસાફરોમાં માત્ર સવા બે મહિનાની મિલવીના ડીન સૌને પરાણે વહાલી લાગતી. આ ટ્રેજેડીએ એના પપ્પાનો ભોગ લીધો. આ દુ:સ્વપ્નથી દૂર રહેવા તેણે જેમ્સ કેમેરુનની 'ટાઇટેનિક' જોવાનો નનૈયો ભણી દીધો હતો. ૨૦૦૯ની ૩૧મી મેએ ૯૭ વર્ષની ઉંમરે મિલવીનાએ અંતિમ શ્વાસ લીધા. એ સાથે 'ટાઇટેનિક' સાથે જોડાયેલી છેલ્લી જીવંત કડી પણ તૂટી ગઈ.

૧૭

'ટાઈટેનિક'ના થર્ડ ક્લાસના પ્રવાસીઓ હતા બંધક !

'ટાઈટેનિક'. ૧૯૧૨ની ૧૪મી એપ્રિલની રાતે આરએમએસ ટાઇટેનિક નૉર્થ એટલાન્ટિકમાં હિમશિલા સાથે અથડાતાં ૧૫૦૦ માણસોનાં મોત થયાં, તો ૭૧૦ બચી ગયા. વીસમી સદીની સૌથી જાણીતી ઘટનાઓમાં સમાવાયેલી ટાઇટેનિક ટ્રૅજેડી પર અસંખ્ય પુસ્તકો લખાયાં અને કેટલીય ફિલ્મો બની. આ દુર્ઘટનાને થયેલા એકસોથી વધુ વર્ષમાં ઘણી દંતકથાઓ પ્રચલિત થઈ, અફવાઓ ચગી. આ બધાની ચકાસણીમાં સચ્ચાઈ સુધી પહોંચવાના ઘણા પ્રયાસો થયા.

આજે જોઈએ 'ટાઇટેનિક' વિશેની અત્યંત પ્રચલિત માન્યતાઓ અને કરીએ એની ચકાસણી. આનાથી પશ્ચિમના દેશોનો ઇતિહાસ-પ્રેમ અને સચ્ચાઈ માટે ખેવનાનો પણ અણસાર મળે છે.

(૧) 'ટાઇટેનિક'નું હોમ પૉર્ટ લિવરપુલ હતું

આ વાત ખોટી છે. ટેક્નિકલી ભલે 'ટાઇટેનિક'ની નોંધણી લિવરપુલમાં થઈ, પણ આ જહાજ ક્યારેય લિવરપુલ ગયું જ નહોતું. હકીકતમાં પૉર્ટ ઑફ રજિસ્ટ્રી અને પહેલી સહેલ માટેનું બંદર અલગ હોઈ શકે. 'ટાઇટેનિક'નું બાંધકામ અને લોન્ચિંગ બેલફાસ્ટમાં થયું પણ તે માત્ર સધમ્પટન, ચેરબોર્ગ અને ક્વીન્સટાઉન બંદર સુધી જ પહોંચી હતી.

(૨) શ્રીગણેશ વખતે 'ટાઇટેનિક' સજ્જ હતું

સાચી વાત. સજ્જ કરતાં પણ કંઈક વધુ. હોનારત બાદ દરિયાને તળિયે પણ ટાઇટેનિક પર હાથ ધરાયેલી ચકાસણી મુજબ તે, અફવાઓથી વિપરીત, ખૂબ જ મજબૂત હતું. એક મત પ્રમાણે 'ટાઇટેનિક' હિમશિલા કે પહાડને લીધે

થનારી ઈજા-ચિરાવાના અપવાદ સિવાય અત્યંત મજબૂત હતું. લોખંડને બદલે પોલાદ વાપરીને વધુ મજબૂત રિવેટ (સ્ક્રૂ) વાપરવાથી મજબૂતી ચોક્કસ વધી હોત પણ એ કેટલી ઉપયોગી થઈ હોત એ વિશે આજેય બેમત છે.

(૩) અગાઉ 'ટાઇટેનિક' જેવું-જેવડું જહાજ જ નહોતું

આ દાવો તથ્યહીન છે. હકીકતમાં તો 'ટાઇટેનિક' અગાઉ 'ઑલિમ્પિક' નામનું જહાજ આવ્યું હતું. 'ટાઇટેનિક' માત્ર વજનધારક ક્ષમતા ૪૬,૩૨૮ ટનને લીધે મોટું હતું. હકીકતમાં તો બંને જહાજમાં એટલી બધી સમાનતા હતી કે 'ટાઇટેનિક' માટે અલગ પ્લાન ઘડાયા જ નહોતા, 'ઑલિમ્પિક'ના પ્લાનનો જ ફરીથી ઉપયોગ કરાયો હતો.

(૪) 'ટાઇટેનિક'ની સ્પીડ વધુ પડતી હતી

બિલકુલ સચ. પરંતુ માત્ર વિક્રમ રચવા માટે ટાઇટેનિકની ઝડપ અત્યંત વધુ હોવાની વાતમાં દમ નથી. 'ટાઇટેનિક'ના અનુભવી કર્મચારીઓ બરાબર જાણતા હતા કે પોતાનું જહાજ ઘણું વિશાળ છે અને અન્ય નાનાં સમકાલીન જહાજોની ગતિની સ્પર્ધા ન કરી શકાય. 'ટાઇટેનિક' આસાનીથી કલાકની ૨૪ નોટ્સની ગતિએ ધસમસતું જઈ શકે, પણ દુર્ઘટનાને સમયે ગતિ લગભગ ૨૧.૫ નોટ્સ હતી. છતાં 'ટાઇટેનિક'ની ગતિ ઓછી હોત તો તે કદાચ હિમશિલાથી બચી શક્યું હોત એવી દલીલ થાય છે.

(૫) 'ટાઇટેનિક' હતું અસિન્કેબલ-અજય

સ્પષ્ટ ના. હકીકતમાં તો આ જહાજની ડિઝાઇન બનાવનારા એન્જિનિયરે દુર્ઘટનાના કલાકો અગાઉ જ નિવેદન કર્યું હતું કે 'ખુદ ઈશ્વર પણ ટાઇટેનિકને ડુબાડી ન શકે.' અને પછી જહાજ ડૂબી ગયું એટલે આ દાવો ટીકા અને મજાકનું કારણ બની ગયો. હકીકતમાં તો જહાજની માલિક કંપની વ્હાઇટ સ્ટાર લાઇને ક્યારેય આ મતલબનું સત્તાવાર નિવેદન કર્યું નહોતું. હકીકતમાં વહાણવટા ઉદ્યોગના એક સામયિકે ટાઇટેનિકને ક્યારેય ન ડૂબી શકે એવું અદ્ભુત જહાજ ગણાવ્યું. આ વાતનો માધ્યમો સગવડતાપૂર્વક સંદર્ભ વગર ઉપયોગ કરતાં રહ્યાં અને સત્તાવાર માણસોના મોઢામાં આ શબ્દો મુકાતા રહ્યા!

(૬) ઈસમેના પાપે 'ટાઇટેનિક' ડૂબ્યું

ગલત, એકદમ ગલત. ૧૮૯૯માં પિતાના અવસાન બાદ જોસેફ બ્રુસ ઈસમે વ્હાઇટ સ્ટાર લાઇનના ચૅરમૅન અને મૅનેજિંગ એડિટર બન્યા. આ માણસે જ 'ટાઇટેનિક' અને અન્ય બે જોરદાર જહાજ બાંધવાનું હિંમતભર્યું પગલું લીધું. ઈસમેએ જોશમાં કે ગરમ લોહીને લીધે કારકિર્દીની શરૂઆતમાં અમેરિકાના શક્તિશાળી અખબાર-માંધાતા વિલિયમ રેન્ડોલ્ફ હર્સ્ટ સાથે અજાણતાં જ દુશ્મની વહોરી લીધી હતી. સમર્થનવિહોણા અહેવાલ મુજબ હર્સ્ટે જ કૅપ્ટન સ્મિથને પૂરઝડપે જહાજ હંકારવાની વિનંતી કરી હતી, પણ આના ક્યારેય કોઈ પુરાવા ન મળ્યા. ઈસમેને મેઇન વિલન ચીતરનારાઓ ઇરાદાપૂર્વક ઈસમેની ગંભીરતાની ઘોર અવગણના કરી. જહાજ ડૂબી રહ્યું હતું, ત્યારે દોઢ કલાક સુધી આ માણસ ત્યાં જ હતો. બધા બાળકો અને મહિલાઓ લાઇફબોટ્સમાં બેસી ગયા પછી જ એ માણસ છેલ્લી કોલેપ્સિબલ બોટમાં રવાના થયો હતો. એ બોટમાં ન બેઠો હોત તો એક સીટ ખાલી રહી હોત, પરંતુ હર્સ્ટની માલિકીનાં બધાં અખબારોમાં ઈસમે પર જ દોષનો પૂરેપૂરો સૂંડલો ઢોળાયો હતો.

(૭) 'ટાઇટેનિક' પર અપૂરતી લાઇફબોટ હતી

સાડી સોળ આના સાચી વાત. હકીકતમાં જહાજ બનાવનારાઓ પર દબાણ હતું કે ડૂબવાની ઓછામાં ઓછી શક્યતા પર ધ્યાન આપો. આથી વધુ લાઇફબોટ્સ રાખવાને પ્રાથમિકતા જ નહોતી અપાઈ. એ સમયના ધારાધોરણ કરતાં વધુ લાઇફબોટ્સ જહાજ પર હતી, પણ એ પૂરતી નહોતી જ.

(૮) થર્ડ ક્લાસમાં મોટા ભાગના પ્રવાસી આઈરીશ હતા

સાવ ખોટું. આ છાપ ઊભી કરી છે 'ટાઇટેનિક' પરની ફિલ્મોએ. આ જહાજ પર કુલ ૩૧ દેશના નાગરિકો હતા. થર્ડ ક્લાસમાં સૌથી વધુ પ્રવાસી બ્રિટિશર હતા, પછી આઈરીશ હતા. એમાંય થર્ડ ક્લાસના ૧૧૩ આઈરીશમાંથી ૪૭ જીવી ગયા હતા, પણ ૧૧૮ બ્રિટિશરમાંથી માત્ર ૧૮ જ નસીબદાર હતા. જહાજ પર સવાર થયેલા ૩૦૬ અમેરિકનમાંથી ૫૮ ટકા, ૩૨૭ બ્રિટિશરમાંથી ૩૩ ટકા, ૧૨૦ આઇરીશમાંથી ૩૫ ટકા અને ૧૧૩ સ્વિડીશમાંથી ૨૪ ટકાના જીવ બચ્યા હતા.

(૯) થર્ડ ક્લાસના પ્રવાસીઓ બંધક હતા

હા. અમેરિકાની તત્કાલીન ઇમિગ્રેશન નીતિ પ્રમાણે આરોગ્યના કારણસર થર્ડ ક્લાસના મુસાફરોને અન્ય પ્રવાસીથી અલગ રખાયા હતા. આથી જહાજ ડૂબતી વખતે આમાંથી થોડા—રિપિટ બધા નહીં—પ્રવાસીને બહાર નીકળવામાં તકલીફ પડી હોઈ શકે. જોકે મોડેથી સબમરીન દ્વારા કાટમાળની તપાસમાં બહાર આવ્યું કે થર્ડ ક્લાસના પ્રવાસીઓ માટેના બધા દરવાજા-અવરોધ ખૂલી ગયા હતા. મુશ્કેલી એ થઈ હતી કે થર્ડ ક્લાસના પ્રવાસીઓ બહાર નીકળતી વખતે આઠ સમાન કોરિડોરને લીધે મૂંઝાઈ ગયા હતા અને માત્ર ઇંગ્લિશમાં અપાતી સૂચના બધા સમજી અનુસરી શકતા નહોતા. આથી તેઓ માટે લાઇફબોટ્સ સુધી પહોંચવાનું મુશ્કેલ બની ગયું હતું.

(૧૦) 'ટાઇટેનિક' પૃથ્વી પરનું સૌથી ઊંચું બાંધકામ?

હા. એ સમયનું વિશ્વનું સૌથી ઊંચું મકાન ન્યૂયૉર્કનું મેટ્રોપોલિટન લાઇફ ટાવર હતું, જેવીની ઊંચાઈ ૭૦૦ ફૂટ હતી. આની સામે 'ટાઇટેનિક'ની ઊંચાઈ ૮૮૨ ફૂટ અને નવ ઇંચ હતી.

૧૮

'ટાઇટેનિક' જેવા જહાજ ડૂબવાની આગોતરી વાત લેખ-નવલકથામાં થઈ હતી !

આ હોનારતને લીધે હડતાળ પડી અને બચી ગયેલા બધા કર્મચારીએ ગુમાવી નોકરી!

ભયંકર જીવલેણ હોનારત સાથે સંકળાયેલી વધુ માન્યતા પર નજર કરીએ.

(૧) 'ટાઇટેનિક' ડૂબવાની આગાહી થઈ હતી?

હા, એમ કહી શકાય. 'ટાઇટેનિક'ના એક મૃતક વિલિયમ થોમસ સ્ટીડ વિશે બ્રિટનમાં થોકબંધ લખાયું. આ લેખક અને પત્રકાર ૧૯૧૨માં નોબેલ પ્રાઇઝ જીતવાને આરે હોવાની ચર્ચા હતી. ૧૮૮૬ની ૨૨મી માર્ચે સ્ટીડે એક કાલ્પનિક લેખ લખ્યો. આ લેખમાં એટલાન્ટિકમાં ડૂબી ગયેલા એક એવા જહાજની વાત હતી, જેમાં પૂરતી લાઇફબોટ્સ નહોતી! 'હાઉ ધ મેઈલ સ્ટીમર વેન્ટ ડાઉન ઇન મિડ-એટલાન્ટિક, બાય અ સર્વાઇવર' જેવા શીર્ષકવાળા લેખની છેલ્લી લાઇન હતી: 'જો જહાજોને દરિયામાં ઓછી (લાઇફ) બોટ્સ સાથે મોકલાશે, તો અસલ આવું જ થઈ શકે છે.' વધુ રસપ્રદ તો એ છે કે મિસ્ટર સ્ટીડે ૧૮૯૨માં મૅજેસ્ટિક નામના કાલ્પનિક જહાજ વિશે વાર્તા લખી હતી. આ વાર્તા જહાજમાં એટલાન્ટિકમાં હિમશિલા સાથે અથડાયા બાદ લોકોને ઉગારવા પર કેન્દ્રિત હતી.

વધુ રસપ્રદ યોગાનુયોગ. અમેરિકન લેખક મોર્ગન રૉબર્ટસને ૧૮૯૮માં 'ફ્યુટીલિટી' નામની નવલકથા લખી હતી. આમાં ત્રણ પ્રોપેલરથી ચાલતા ૮૦૦ ફૂટ લાંબા અનસિન્કેબલ મનાતા જહાજ 'ટાઇટન'માં ત્રણ હજાર પ્રવાસીઓને સમાવવાની ક્ષમતા હતી, પરંતુ મધરાતે નોર્થ એટલાન્ટિકમાં હિમશિલા સાથે અથડાતાં 'ટાઇટન'ના ઘણા મુસાફરો ડૂબી ગયા., કારણ કે માત્ર ૨૪ લાઇફબોટ્સ

જ હતી. ૧૯૧૨ બાદ આ નવલકથા 'ફ્યુટીલિટી: ઑર ધ બ્રેક ઑફ ટાઇટન'ના નામ સાથે પ્રસિદ્ધ થઈ હતી.

(૨) શાંતિ-સમયની સૌથી મોટી દરિયાઈ કરુણાંતિકા

કમનસીબે એવું નથી. ૧૮૬૫માં મિસિસિપીની એસ.એસ. સુલ્તાના ડૂબતાં ૧૮૦૦ માણસોએ જીવ ગુમાવ્યા હતા. પછી ૧૯૮૭ની વીસમી ડિસેમ્બરે વધુ પડતા પ્રવાસીઓ સાથેનું જહાજ 'ડોના પાઝ' ઓઈલ ટેન્કર 'એમટી વેક્ટર' સાથે અથડાતાં ઊંધું વળી ગયું હતું અને દરિયામાં ભડભડતી આગમાં ડૂબી ગયું હતું. આમાં બંને જહાજનાં ૪૫૦૦ પ્રવાસી ડૂબી ગયા હતા.

(3) હોનારત વખતના બધા કર્મચારીઓને પાણીચું

હા, વ્હાઇટ સ્ટાર લાઇને તાત્કાલિક જ આ પગલું ભર્યું હતું. આને લીધે બચી ગયેલા કર્મચારીઓ અને ખાસ તો મૃતક કર્મચારીઓની વિધવાઓ માટે જીવનનિર્વાહ મુશ્કેલ બની ગયો. આને લીધે ઘર ચલાવવા ઘણી વિધવાઓએ દાન પર આધાર રાખવો પડ્યો કે તાત્કાલિક પુનઃ લગ્ન કરી લેવા પડ્યાં. આ સાથે જ વિધવાઓ-અનાથો માટે દાનની અપીલ કરાઈ હતી. અંતે જાહેર જનતાની લાગણી સામે નમીને વ્હાઇટ સ્ટાર લાઇને પણ નમતું જોખવું પડ્યું હતું.

(૪) 'ટાઇટેનિક' હોનારતે પડાવી હડતાળ

હા, 'ટાઇટેનિક' ડૂબી ગયાના નવ દિવસ બાદ એટલે કે ૨૪ એપ્રિલે વહિની જહાજ 'ઑલિમ્પિક'ના ૨૮૫ કર્મચારીઓએ હડતાળ પર ઊતરીને સધમ્પ્ટનથી જહાજને આગળ વધારવાનો નનૈયો ભણી દીધો હતો. આ દુર્ઘટના બાદ તાત્કાલિક વધારાની ૩૫ કોલેપ્સીબલ લાઇફબોટ્સ 'ઑલિમ્પિક' પર મુકાઈ હતી, પરંતુ પછી આ સંખ્યા ઘટાડીને ૨૪ની કરાઈ હતી. આ સાથે જ અફવાએ વેગ પકડ્યો કે કોલેપ્સીબલ લાઇફબોટ્સ કંઈ દરિયામાં જવાને લાયક નથી. કર્મચારીઓ પણ જીદ પર ઊતરી આવ્યા કે વધારાની અને પૂરતી પરંપરાગત લાઇફબોટ મૂકો તો જ અમે કામે ચઢીશું. અંતે કંપનીએ આ ૨૮૫ હડતાળિયાઓના વિકલ્પરૂપે તાત્કાલિક શેફિલ્ડથી ૨૮૫ કામદારોને બોલાવાયા, જેમાં મોટાભાગના ખાણિયા હતા. આના ઉગ્ર પ્રતિસાદરૂપે બાકીના ૬૦૦ કર્મચારીઓ પણ હડતાળમાં જોડાઈ ગયા. આને જહાજના કેપ્ટન હેડોકે મ્યુટિની(બળવો)માં ખપાવી અને ૫૩ જણની ધરપકડ કરીને અદાલતમાં કામ ચલાવવા મોકલી અપાયા. તપાસમાં બહાર

આવ્યું કે કોલેપ્સીબલ બોટ દરિયામાં જવાને લાયક છે, પરંતુ જજસાહેબે ચુકાદો આપ્યો કે બળવાખોરોને દંડ કે કેદની સજા અયોગ્ય જણાશે. વાહ ક્યા બાત હૈ? અંતે ૧૫મી મેએ 'ઑલિમ્પિક' આગળ વધ્યું હતું.

(૫) સરસામાનનો વીમો કેટલો?

'ટાઇટેનિક'ના અસંખ્ય ધનવાન મુસાફરોએ પોતાની મોંઘી અને વીમા-કવચ ધરાવતી ચીજવસ્તુના નુકસાન પેટે ૧.૬ કરોડ ડૉલરના વળતરના દાવા કર્યા પણ વ્હાઇટ સ્ટાર લાઇન તરફથી માત્ર છ લાખ ડૉલર ચુકવાયા હતા.

(૬) 'ટાઇટેનિક' હોનારતનું પુનરાવર્તન અશક્ય

ના, લાઇફબોટની સંખ્યામાં વધારો, ૨૪ કલાકની સંદેશવ્યવહાર સુવિધા અને સોનાર-રડારની શોધથી સલામતી વધી જરૂર છે, પણ જોખમ સાવ નાબૂદ થઈ ગયું નથી. 'ટાઇટેનિક' હોનારતના એકસો વર્ષ પૂરા થવા અગાઉ ૨૦૧૨ના જાન્યુઆરીમાં આની સાબિતી આપતું હોય એ રીતે એમએસ કોસ્ટા કોન્કોર્ડિયા ડૂબી ગયું હતું. મોત ૩૪.

(૭) 'બચી ગયા'નો ભ્રામક હાશકારો

કબૂલ કે ૭૫ ટકા મહિલા મુસાફરો બચી ગયા. બચી ગયેલો છ વર્ષનો બાળક ડગ્લાસ સ્પેડન સમગ્ર બચાવ કામગીરી વખતે ઊંઘતો હતો! પરંતુ નવ વર્ષનો થયો ત્યારે કાર અકસ્માતમાં મરી ગયો. બે વર્ષની 'બચી ગયેલી' મારિયા નેકિડ ૩૦મી જુલાઈએ મેનિન્જાઇટિસનો ભોગ બની. કર્નલ આર્કીબાલ્ડ ગ્રેસિયા બચી ગયા બાદ હાયપોથર્મિયાથી પીડાતા રહ્યા અને થોડા મહિના બાદ અનંતની સફરે ઊપડી ગયા. બચી ગયેલામાંથી આઠ જણે આપઘાત કરી લીધા. આમ હિમશિલાને સૌપ્રથમ જોનારો 'લુકઆઉટ' ફ્રેડરિક ફ્લીટ પણ ખરો.

(૮) સર્વસ્વનો જ ખાત્મો

થર્ડ ક્લાસમાં બેઠેલા બે પરિવારને ભયંકર ફટકો પડ્યો. જોન અને એની સાથે મુસાફરીમાં તેમનાં નવ બાળકો હતાં, તો ફ્રેડ અને ઑગસ્ટ સાથે છ સંતાન હતાં. કમનસીબે આ બે પરિવારમાંથી કોઈ જ ન બચ્યું.

૧૯

ભેદી મમીના શ્રાપે 'ટાઈટેનિક'ને ડુબાડ્યું હતું ?

'આરએમએસ ટાઇટેનિક' નામનું જહાજ ડૂબી જવાનું મુખ્ય કારણ છે હિમશિલા. આ હોનારત માટે જહાજના બાંધકામ અને સલામતીની કચાશને સુધ્ધાં આગળ ધરાય છે, પરંતુ 'ટાઇટેનિક'ના ડૂબવા અને સેંકડોનાં મોત માટે એક મૃતાત્માને દોષી મનાય છે. હા, આ મૃતાત્મા છે એક મમી. સેંકડો વર્ષ જૂના મમીના શ્રાપે 'ટાઇટેનિક'ને જળસમાધિ લેવડાવવાની માન્યતાને માનનારાઓની સંખ્યા મોટી છે.

કેટલાક આ મમીની વાતને 'સિલીએસ્ટ મિથ' ગણે છે, તો અમુક એને સાચી-ગંભીર વાત માને છે. આજે જોઈએ કે 'ટાઇટેનિક'ને ડુબાડનાર મમી કોનું હતું? એને 'ટાઇટેનિક' સાથે શું સંબંધ હતો?

કહેવાય છે કે ઇજિપ્તના આમેન-રાની રાજકુમારીના શ્રાપે ટાઇટેનિકને ડુબાડી દીધું. આ રાજકુમારીની મમીના કૉફિનનો મૂળ માલિક ટાઇટેનિકને ડુબાડવા માટે જવાબદાર હોવાનું માનનારા પણ ઘણાં છે. આ જ કારણસર બ્રિટિશ મ્યુઝિયમમાં રાજકુમારીના કૉફિનનો લાકડાનો દરવાજો સૌથી વધુના આકર્ષણનું કેન્દ્ર બની રહ્યો છે. બ્રિટિશ મ્યુઝિયમ વારંવાર રદિયો આપતું રહે છે કે ભાઈ, એટલાન્ટિક સમુદ્રમાં ટાઇટેનિકના ડૂબવામાં આ કૉફિન કોઈ રીતે જવાબદાર નથી. આમ છતાં આ કૉફિનના દરવાજા હેઠળ કાયમ પોઢેલી રહેતી મમી ક્યાં છે એનો ગળે ઊતરે એવો ખુલાસો મ્યુઝિયમના સત્તાધીશો કરી શક્યા નથી.

આ ઘટનાને એકદમ ગંભીરતાથી લેનારો વર્ગ દલીલ કરે છે કે આ મમીના શાપવાળી વાત કંઈ ઇન્ટરનેટ સર્જિત અફવા નથી. એમાં ઘણું તથ્ય છે. 'ટાઇટેનિક' દુર્ઘટનામાંથી બચી ગયેલા નસીબદારો 'કાર્પેથિયા' થકી કિનારે આવ્યા ત્યારથી આ ઘટના બહાર આવી હતી.

ફ્રેડરિક કિમ્બર સીવર્ડ અને અન્ય પ્રવાસીઓએ વિગતવાર વર્ણન કર્યું હતું કે વિલિયમ ટી. સ્ટીડ દુર્ઘટના સમયે કેવું વિચિત્ર વર્ણન કરતો હતો. ઇન્વેસ્ટિગેટિવ જર્નાલિસ્ટ અને ભૂતકથા લેખક સ્ટીડ 'ટાઇટેનિક' ડૂબી રહ્યું હતું, ત્યારે શાંતિથી ફર્સ્ટ ક્લાસના સ્મોકિંગ રૂમમાં બેસીને એવા નિરાંતે કોઈ પુસ્તક વાંચતો હતો કે જાણે કંઈ બન્યું જ ન હોય! અને આ માણસ 'ટાઇટેનિક' સાથે ડૂબી પણ ગયો હતો.

'ટાઇટેનિક' ડૂબવાની આગલી રાતે જ આ સ્ટીડ મહાશયે ઈજિપ્શિયન મમીના શ્રાપની વાત પણ કરી હતી. ઈશુના જન્મના ૧૫૦૦ વર્ષ પૂર્વે થઈ ગયેલી પ્રિન્સેસની મમીનું કૉફિન ૧૮૮૯ના અરસામાં બ્રિટિશ મ્યુઝિયમમાં આવ્યું હતું. આ કૉફિનનું ઢાંકણ હજી એ મ્યુઝિયમમાં છે પણ તો મમી ક્યાં?

લોકવાયકા મુજબ મમી ખૂબ કનડતું હતું અને આ રંજાડ પણ નાનીસૂની નહીં. મમી ટાઇટેનિક સાથે દરિયાને તળે જઈ બેઠું પણ આ 'અનલકી મમી'ના કૉફિનનું ઢાંકણ આજેય બ્રિટિશ મ્યુઝિયમમાં છે. 'ટાઇટેનિક' પર મમી હોવાની વાતને નકારી કાઢનારા કે રદિયો આપનારા સામે મહત્ત્વની વાત એ છે કે આ મમીના શ્રાપની સ્ટોરી 'ન્યૂયૉર્ક ટાઇમ્સ' જેવા અનેક પ્રતિષ્ઠિત અખબારમાં પ્રગટ થઈ હતી, છતાં કોઈ ખાતરીપૂર્વક નથી કહી શકતું કે મમીને પાપે ૧૫૦૦ના જીવ ગયા કે એ માત્ર કરુણ અને જીવલેણ યોગાનુયોગ હતો? સ્વાભાવિકપણે 'ટાઇટેનિક'ના પ્રવાસીઓથી જાનહાનિ બ્રિટિશ મ્યુઝિયમ માટે કાનૂની જવાબદારી ઊભી કરી શકે એટલે પોતાનું કોઈ મમી આ માટે જવાબદાર હોવાને વારંવાર રદિયો આપ્યા કરે છે.

પણ આમાં એ વાત બાજુ પર રહી ગઈ કે આ મમી કેવી કનડગત કરતું હતું? ૧૯૩૪માં ઇજિપ્શિયન પ્રાચીન ચીજોના નિષ્ણાત 'આ મમીએ જે કર્યું એવું કોઈ મમીએ ક્યારેય કર્યું નથી. આ મમીના કૉફિનનું ઢાંકણ ક્યારેય ટાઇટેનિક પર ગયું નહોતું.' આ મમીની દાદાગીરીની ધાક એટલી હતી કે ડૂબેલા 'ટાઇટેનિક'ના કાટમાળની શોધખોળ પણ મમીને ખલેલ ન પહોંચે એ ડરે માંડી વાળાયાના દાખલા મોજૂદ છે.

હજી ૧૯૮૦ના ૧૭મી ઑગસ્ટના 'વૉશિંગ્ટન પોસ્ટ'માં ટાઇટેનિક અને મમી સંબંધી અહેવાલ પ્રગટ થયો હતો. આ મુજબ આમેન-રાની રાજકુમારીનું મોત થયું ત્યારે ઘણાબધા અલંકારોથી સજાવેલી લાકડાની પેટી-કૉફિનમાં સુવડાવાઈ હતી. આ કૉફિનને નાઇલ નદીને કિનારે આવેલા લક્ઝર ખાતે ઊંડા પાણીમાં દફનાવી દેવાયું હતું.

...તો પછી એ મમી ઊંડા પાણીમાંથી બહાર કેવી રીતે આવ્યું? ૧૮૯૦ના અરસામાં ચાર ઇંગ્લિશ સાહસિક યુવાન લક્ઝર ખાતે ચાલતા ખોદકામની મુલાકાતે ગયા. ત્યાં તેમને આમેન-રાની રાજકુમારીના અવશેષ ધરાવતા પ્રાચીન કૉફિન ખરીદવાની ઑફર કરાઈ. આ કૉફિન ખરીદવા માટે ઘણા ઉત્સાહીઓ હતા. એક યુવાન હજારો પાઉન્ડ આપીને કૉફિન પોતાની હોટેલમાં લઈ ગયો. થોડા કલાકો બાદ આ યુવાન કંઈ વિચિત્ર અવસ્થામાં રણ ભણી જતો દેખાયો... અને એ ક્યારેય પાછો જ ન ફર્યો.

બીજા દિવસે એ ચારમાંના એક યુવાનને ગોળી વાગી. ઇજિપ્શિયન નોકર દ્વારા ભૂલથી છૂટેલી ગોળી ગંભીર રીતે ઘાયલ કરી ગઈ. એના હાથની હાલત એટલી બધી ખરાબ હતી કે આ કાપી જ નાખવો પડ્યો. ત્રીજો યુવાન હોટેલમાં પાછો ફર્યો ત્યારે આંચકો લાગ્યો કે પોતે જીવનભરની બચત-મૂડી રાખી હતી એ બૅન્ક ભાંગી પડી હતી. ચોથો યુવાન ભયંકર બીમાર પડી ગયો, નોકરી ખોઈ બેઠો અને રસ્તા પર માચીસ વેચવાની નોબત આવી ગઈ.

આટઆટલી આફતો છતાં કૉફિન તો ઇંગ્લૅન્ડ પહોંચ્યું જ અને આ મુસાફરી પણ વિઘ્નવિહીન નહોતી. કૉફિન લંડન લાવનારા વેપારીના કુટુંબીજનો માર્ગ અકસ્માતમાં ઘાયલ થયા અને ઘરમાં આગ લાગી ગઈ.

અંતે વેપારીએ આ બુંદિયાળ કૉફિન બ્રિટિશ મ્યુઝિયમને દાનમાં આપી દીધું. મ્યુઝિયમના ગોદામ પાસે ટ્રકમાંથી કૉફિન ઉતારાતું હતું, ત્યારે ટ્રક અચાનક રિવર્સમાં ચાલવા માંડી અને એક વટેમાર્ગુને અડફેટે લઈ લીધો, પછી જ્યારે બે મજૂર કૉફિન લઈને દાદરો ચડતા હતા, ત્યારે એક મજૂર પડી ગયો અને પગ ભાંગી બેઠો. બીજો સાવ સાજોસમો અને તંદુરસ્ત મજૂર બે દિવસ બાદ વિચિત્ર સંજોગોમાં મરેલો મળી આવ્યો.

માંડમાંડ 'પ્રિન્સેસ'ને મ્યુઝિયમના ઇજિપ્શિયન રૂમમાં બિરાજમાન કરાવાયાં. આ સાથે ખરી મુસીબતો શરૂ થઈ ગઈ. નાઇટ વૉચમૅનને કૉફિનની અંદરથી ઉગ્રતાપૂર્વક હથોડી ઠોકાવાના અવાજ સંભળાતા, તો ક્યારેક કોઈના રડવાનાં હીબકાં સંભળાતા. આ રૂમમાંની અન્ય ચીજવસ્તુઓ રાતે ફંગોળાતી દેખાતી હતી.

એક વૉચમૅનનો જીવ ડ્યૂટી પર જ ગયો અને બીજાએ નોકરી છોડી દેવાની જાહેરાત કરી. સાફસફાઈવાળા તો 'પ્રિન્સેસ'ની નજીક જવા જ તૈયાર ન થયા.

એક મુલાકાતીએ મજાકમાં કૉફિન પર ચીતરેલા ચહેરા પરની ધૂળ સાફ કરી, તો એનો દીકરો ઓરીને લીધે મરી ગયો.

અંતે આ કૉફિનને ભંડકિયામાં લઈ જવાયું. બધાએ હાશકારો અનુભવ્યો કે

ચાલો, આફત ટળી હવે, પરંતુ અઠવાડિયાની અંદર ભંડકિયાનો સુપરવાઇઝર પોતાના ટેબલ પર મૃતઅવસ્થામાં મળ્યો તો, ત્યાંનો નોકર ગંભીરપણે બીમાર પડી ગયો.

આ એક પછી એક બની રહેલી ઘટનાઓ અખબારો અને પત્રકારોથી છાની ન રહી. એક પ્રેસ ફોટોગ્રાફરે મમીના કૉફિનનો ફોટો પાડ્યો અને ફોટો ડેવલપ કર્યો તો તેના પર બિહામણો માનવ ચહેરો ઊપસી આવ્યો. પછી ફોટોગ્રાફરે ઘરે અને બેડરૂમમાં પોતાને પૂરી દીધા બાદ જાતને ગોળી મારીને આપઘાત કરી લીધો.

એક પછી એક મોત, બીમારી અને ઈજા જેવા બદનસીબ-કરુણ બનાવોથી વાજ આવીને બ્રિટિશ મ્યુઝિયમે એક ખાનગી સંગ્રાહકને મમી વેચી નાખ્યું.

૨૦

મમી પ્રિન્સેસનું, રાજાનું કે માત્ર કલ્પનાશક્તિનું ?

'ટાઇટેનિક'ના ડૂબવા બદલ ઇજિપ્તના આમેન–રાની રાજકુમારીના મમીનો શ્રાપ જવાબદાર હોવાની શક્યતાને કે અફવાની મોટા-નામાંકિત અખબારોએ ગંભીરતાપૂર્વક નોંધ લીધી. આ મમી નાઇલના મ્યુઝિયમમાં પહોંચી અને ત્યાં કેવાં જીવલેણ તોફાન મચાવ્યાં એ આપણે જોયું. અંતે કંટાળીને બ્રિટિશ મ્યુઝિયમે ખાનગી સંગ્રાહકને મમી વેચી નાખી. આ મહાશયે કૉફિનને ઘરના ભંડકિયામાં મૂકી દીધું.

ગૂઢ વિદ્યાના વિશ્વવિખ્યાત જાણકાર હેલેના બ્લાવટ્સ્કી આ સ્થળે પહોંચ્યા, તો પગ મૂકતાંની સાથે જ તેમણે એકદમ ધ્રુજારી અને આંચકાનો અનુભવ કર્યો. આ અસર માટે જવાબદાર 'અત્યંત પ્રભાવશાળી દુષ્ટાત્મા'ની શોધમાં અંતે મેડમ ભંડકિયામાં મમીના કૉફિન સુધી પહોંચી ગયા. આ દુષ્ટાત્માના છુટકારાની શક્યતાનું પુછાતાં હેલેના મેડમે જવાબ આપ્યો કે, 'હું તો સત્વરે આ ચીજ અર્થાત્ કૉફિનથી છુટકારો મેળવવાનું તમને કહીશ.'

પરંતુ આ છુટકારો આસાન નહોતો. એકેય બ્રિટિશ મ્યુઝિયમ આ કૉફિન રાખવા તૈયાર નહોતું. દશ વર્ષમાં તેણે વર્તાવેલા જીવલેણ કેરથી સૌ વાકેફ હતા. આખરે એક પ્રૅક્ટિકલ અમેરિકન માણસ મળ્યો. આ પુરાતત્ત્વવિદ્ તો મમી સાથે સંકળાયેલી ઘટનાઓને યોગાનુયોગ કે અકસ્માત માનતો હતો. ખૂબ સારી કિંમત ચૂકવીને તેણે મમી ખરીદી લીધું અને તેને ન્યૂયૉર્ક ખસેડવાની વ્યવસ્થા કરવામાં મંડી પડ્યો.

...અને ૧૯૧૨ના એપ્રિલમાં આ નવા અમેરિકન માલિકે પોતાના આ ખજાનાને ન્યૂયૉર્ક લઈ જવા માટે વ્હાઇટ સ્ટાર લાઇનના નવા જહાજ પર પસંદગી ઉતારી અને ૧૪મી એપ્રિલે પ્રિન્સેસ આમેન–રાનું કૉફિન ૧૫૦૦ મુસાફરોને લઈને

દરિયાના પેટાળમાં પહોંચી ગયું. એ જહાજ એટલે ટાઇટેનિક.

જોકે આ થિયરીનો વિરોધ કરનારાઓ કહે છે કે 'ટાઇટેનિક'ની માલ-સામાનની યાદીમાં ક્યાંય ઇજિપ્શિયન મમી કે એ દેશની કોઈ કલાકૃતિ સુધ્ધાં નહોતી. બ્રિટિશ મ્યુઝિયમ પણ દાવો કરે છે કે આ મમીના કૉફિનનો દરવાજો ક્યારેય મ્યુઝિયમની બહાર નીકળ્યો જ નથી, તો પછી શું આ ભૂતકથા માત્ર અફવા, અંધશ્રદ્ધા અને અધકચરા પત્રકારત્વની નીપજ છે?

'ટાઇટેનિક'ના ડૂબવાના કારણ અને રહસ્યની દિલચસ્પી ઘટવાને બદલે વધતી જ રહી અને આમાં બહાર આવી સાવ નવી વાત કે...

ઇજિપ્તના એક રાજાની પથ્થરની શબપેટીને અમેરિકાનો એક આર્ટ ડીલર દાણચોરીથી અમેરિકા લાવવાનો હતો. ન્યૂયૉર્કના એક જાણીતા મ્યુઝિયમને પાંચ લાખ ડૉલરમાં આ શબપેટી વેચી નાખવાની હતી અને પછી ઇજિપ્તના રાજાની ગુફામાંથી ચોરી કરનારાઓ સાથે આ રકમ વહેંચી લેવાનું કાવતરું ઘડાયું હતું: કહેવાય છે કે આ વ્યવસ્થા ઇજિપ્તના પ્રભુ અનુબીસને ન ગમી. આનું વેર વાળવા માટે અનુબીસે 'ટાઇટેનિક'ને ડુબાડી દીધી અને મમીને ચિરસ્થાયી આરામ આપ્યો.

ક્યાંક એવું પણ જણાવાયું છે કે આ મમી ઇજિપ્તના રાજાનું નહીં પણ આમેન–રાની રાજકુમારી કે સાધ્વીનું હતું.

એક અહેવાલ મુજબ મમીને લાઇફબોટ થકી ઉગારીને ન્યૂયૉર્ક લવાઈ હતી અને તેની નજીક જનારા શ્રાપનો ભોગ બને છે. બીજા અહેવાલ મુજબ આ મમીએ 'ધ એમ્પ્રેસ ઑફ આયર્લૅન્ડ' થકી ઇજિપ્ત પાછા જવાનો પ્રયાસ કર્યો પણ આ જ જહાજેય ડૂબી ગયું. બીજો પ્રયાસ 'લુસીટાનિયા' થકી થયો હતો!

ફિલીપ વાનડેનબર્ગે પણ શ્રાપ વિશે લખતાં ઉલ્લેખ કર્યો હતો કે 'ટાઇટેનિક' પર ૨૨૦૦ પ્રવાસી, ૪૦ ટન બટેટા, મિનરલ વોટરની ૧૨ હજાર બૉટલ, કૉફીના સાત હજાર પેકેટ, ૩૫ હજાર ઈંડાં અને એક ઇજિપ્શિયન મમી હતું. આ મમીને લોર્ડ કેન્ટરવીલ ઇંગ્લૅન્ડથી ન્યૂયૉર્ક લઈ જવા માગતા હતા. આ મમીને લાકડાંના ખોખામાં રખાયું હતું, પરંતુ તે 'ટાઇટેનિક'ના સામાન-કક્ષને બદલે કમાન્ડ બ્રિજ પાછળ રખાઈ હતી. સવાલ એવો પણ થયો કે શું કેપ્ટન સ્મિથે મમીની આંખમાં આંખ મેળવતા તેઓ શ્રાપનો શિકાર બની ગયા?

ચાર્લ્સ પેલેગ્રીનોના પુસ્તક 'અનઅર્થિંગ એટલાન્ટિસ'માં પણ મમીના શ્રાપનો ઉલ્લેખ છે. આ મુજબ ૧૯૧૦માં બ્રિટનના ઇજિપ્ત વિશેષજ્ઞ ડગ્લાર મરેને ઇજિપ્શિયન રાણીના શ્રાપનો અનુભવ થયો હતો. અમેરિકાના એક ખજાનો શોધનારાએ મરેનો કૈરોમાં સંપર્ક કર્યો અને રાણીના મમીની પેટી કે એના અંશ

વેચવાની ઑફર કરી, પરંતુ ડગ્લાસ મરેએ આપેલા ચેક વટાવતા અગાઉ જ અમેરિકનનો જીવ ગયો. ત્રણ દિવસ બાદ મરેના હાથમાંની બંદૂક અકસ્માતે ફૂટી અને તેના જમણા હાથના ફુરચા ઉડાડી દીધા. એમાંય ગેગરીન થતાં હાથ કાપી નાખવો પડ્યો. આ શબપેટી સાથે ઇંગ્લૅન્ડ ભણી જતી વખતે રસ્તામાં ટેલિગ્રામથી જાણ મળી કે એમના બે ગાઢ મિત્ર અને બે નોકરનાં ભેદી મોત થયા છે. ઇંગ્લૅન્ડ પહોંચવા સાથે મરેની શ્રદ્ધા પણ અંધશ્રદ્ધામાં ફેરવાઈ ગઈ. તેમણે પોતાની ગર્લફ્રેન્ડના ઘરે આ પેટી મૂકી દીધી. આ યુવતીને તરત જ કોઈ વિચિત્ર રોગ વળગ્યો. યુવતીની માતાનું ઓચિંતું મોત થયું અને તેના વકીલે ભેદી પેટી તરત જ મરેને પાછી પહોંચાડી. મરેએ તાત્કાલિક આ શબપેટી બ્રિટિશ મ્યુઝિયમને સોંપી પણ તેમને આની જરૂર નહોતી. આથી ન્યૂયૉર્ક સ્થિત અમેરિકન મ્યુઝિયમ ઑફ નેચરલ હિસ્ટરી સાથે અદલાબદલીનો સોદો થયો: તમે ડાયનાસોરનાં હાડકાં આપો અને શબપેટી લઈ જાઓ, પરંતુ બાર્ટર સિસ્ટમનો આ સોદો પાર પડે એ પહેલા જ બ્રિટિશ મ્યુઝિયમના ડિરેક્ટર ઑફ ઇજિપ્ટોલૉજી અને એના ફોટોગ્રાફરના જીવ ગયા. આથી બ્રિટિશ ક્યુરેટરે શબ પેટીમાંથી રસ ગુમાવીને એને નવી લાકડાંની પેટીમાં ગોઠવીને અમેરિકા મોકલવા માટે લાદી દીધી 'ટાઇટેનિક' પર.

એક વધુ થિયરી એવી છે કે મમીના શ્રાપની કથા કાલ્પનિક છે અને 'ટાઇટેનિક' પર ઘડી કઢાઈ હતી. પત્રકાર અને ભૂતકથા લેખક વિલિયમ થોમસ સ્ટીડે 'ટાઇટેનિક'ના પ્રવાસે જવાનું નક્કી કર્યું, ત્યારે તેમના એક સ્પિરિચ્યુઅલ દોસ્ત મિસ્ટર પેનીએ ચેતવણી આપી હતી કે આ પ્રવાસ માંડી વાળો, 'ટાઇટેનિક' દુર્ઘટનાગ્રસ્ત થવાનું જ છે. સ્ટીડે 'ટાઇટેનિક'ની સફરની ત્રીજી રાતે ડિનર ટેબલ પર આ વાત છેડી અને તેની સાથે બ્રિટિશ મ્યુઝિયમમાં સૌને કનડતી મમીની પેટીની વાત જોડી દીધી. આ સાંભળનારામાંથી જે લોકો બચી ગયા તેમણે મમીના શ્રાપની વાત પત્રકારોને કરી. આ સાથે 'ટાઇટેનિક'ને મમીના શ્રાપે ડુબાડ્યાની વાતને વેગ અને વજન મળ્યાં. કોઈક આને સ્મૃતિદોષ કહે છે, તો કોઈક ફળદ્રુપ કલ્પનાશીલતા અને ઘણાં વાતને નાટ્યાત્મક બનાવવાની વૃત્તિ ગણાવે છે.

પણ તો પછી 'ટાઇટેનિક' ડૂબતું હતું, ત્યારે સ્ટીડ ફર્સ્ટ ક્લાસના સ્મૉકિંગ રૂમમાં ચૂપચાપ પુસ્તક કેમ વાંચતા હતા? મૃત્યુની ખાતરી હતી? કે બચી જવાનો વિશ્વાસ?

૨૧

'ટાઈટેનિક' નામનું જહાજ ક્યારેય ડૂબ્યું જ નથી !

'આરએમએસ ટાઇટેનિક' ભલે ડૂબી ગયું, પણ એને લગતા વિવાદો શમવાનું નામ લેતા નથી. 'ટાઇટેનિક'ના વિવાદનું ભૂત ધૂણવાનું ક્યારેય બંધ નહીં કરે!

સૌથી આંચકાજનક દાવો એ છે કે 'ટાઇટેનિક' ક્યારેય ડૂબ્યું જ નથી. હા, હા, તમે સાચું જ વાંચ્યું કે 'ટાઇટેનિક' નામ ધરાવતું જહાજ કદાપી ડૂબ્યું જ નથી. તો પછી...

જેમ્સ કેમેરુનની સુપરહિટ ફિલ્મ 'ટાઇટેનિક' રિલીઝ થઈ તે અરસામાં જાણે ટાઇટેનિક-મેનિયા પ્રસરી ગયો હતો. ફિલ્મના પ્રમોશન રૂપે ઇરાદાપૂર્વક પબ્લિસિટી ન કરાઈ હોય તો જ નવાઈ. આ સમયગાળામાં રોબિન ગાર્ડીનરના પુસ્તકે સનસનાટી મચાવી દીધી. ગાર્ડીનરના પુસ્તકનું ટાઇટલ 'ટાઇટેનિક ધ શિપ ધેટ નેવર સેંક?'

ભલે શીર્ષકમાં સવાલ છે છતાં દાવો એવો કરાયો કે ૧૯૧૨ના એપ્રિલમાં એટલાન્ટિકના બરફીલા પાણીમાં ડૂબેલું જહાજ 'ટાઇટેનિક' નહોતું, પણ એનું ભગિની જહાજ 'ધ ઑલિમ્પિક' હતું. આમ કરવા પાછળ હતું મોટુંમસ ઇન્સ્યુરન્સ કૌભાંડ, એવી થિયરી ગાર્ડીનરે આગળ કરી હતી.

ઘણી કૉન્સપીરસી થિયરી સાંભળીએ, વાચીએ કે જાણીએ તો આશ્ચર્ય થાય પણ એ એકદમ ગૂંચવાડાભરી લાગે. આવું જ આ 'ટાઇટેનિક' કૌભાંડનું છે: ભારોભાર ગૂંચવાડો, શંકા ઉપજાવતા બનાવો ને સંભવિત ઘટનાઓનો આધાર.

હવે થોડા વિગતમાં ઊતરીએ ૧૯૧૧ની ૩૧મી મેના રોજ 'ટાઇટેનિક' તરતું મુકાયું અને ૧૯૧૨ની ૧૪મી એપ્રિલની રાતે ૧૧-૪૦ કલાકે ૧૦ સેકંડ માટે હિમશિલા સાથે થયેલી ટક્કર વચ્ચેની વાતો આ કાવતરાના વિચારના મૂળમાં છે.

આ પુસ્તકમાં હાઈલાઇટ કરાયેલી થિયરીના કેન્દ્રમાં છે વ્હાઇટ સ્ટાર લાઇનનાં બે જહાજ 'ટાઇટેનિક' અને 'ઑલિમ્પિક' બંનેની આરંભિક ડિઝાઇન અને દેખાવ એટલાં મળતાં આવે કે જોડિયા બહેન જોઈ લો, પરંતુ બાંધકામ આગળ વધતાં 'ટાઇટેનિક'ની ડિઝાઇનમાં ઘણા ફેરફાર થતા રહ્યા. આને લીધે બંને જહાજ એકમેકથી ઘણાં અલગ પડી ગયાનું માની શકાય.

જો કે આ હકીકતને વધુ મહત્ત્વ આપ્યા વગર ગાર્ડિનર પોતાના વિચાર-વિશ્વમાં મહાલતાં કહે છે કે કેવી રીતે ૧૯૧૧ના જૂનથી વ્હાઇટ સ્ટાર લાઇન માટે સક્રિય થયેલું અને કલંકિત રેકોર્ડ ધરાવતું 'ઓલિમ્પિક' કેવું બુંદિયાળ સાબિત થયું હતું. આગળ જતા 'ઑલિમ્પિક' મોટો બોજ બની ગયું અને એનાથી છુટકારો મેળવવાનું અનિવાર્ય બની ગયું. આથી માલિક વ્હાઇટ સ્ટાર લાઇન કંપનીએ જે તુક્કો વિચાર્યો એ આ કૌભાંડના મૂળમાં છે. એવું ગાર્ડીનરનું માનવું છે.

રૉબિન ગાર્ડીનર યાદ કરાવે છે કે ૧૯૧૧ની ૨૦મી સપ્ટેમ્બરે 'ઑલિમ્પિક'ની ટક્કર સધમ્પટન નજીક બ્રમબ્લેસ ચૅનલમાં રોયલ નેવીના ક્રુઝર એચએમએસ હૉક સાથે થઈ હતી. આ દુર્ઘટના પછી યોજાયેલી તપાસમાં બહાર આવ્યું હતું કે વાંક 'ઑલિમ્પિક'નો હતો અને એના માલિકો વ્હાઇટ સ્ટાર લાઇન અને એની પેરેન્ટ કંપની ઇન્ટરનેશનલ મર્કન્ટાઇલ મરિન (આઈએમએમ)એ વળતર ચૂકવવું પડશે.

અહીં કંઈક ખોટું થવાની ગુંજાઈશ જોતા ગાર્ડીનર કહે છે કે બંને કંપની માટે આ વળતર ચૂકવવાનો ચુકાદો ફટકા સમાન હતો કારણ કે વ્હાઇટ સ્ટારના ઇન્સ્યુરન્સે એમ કહીને વીમાનો દાવો ફગાવી દીધો. આ ઉપરાંત 'ઑલિમ્પિક'ના સમારકામમાં ઓછામાં ઓછા બે મહિના લાગવાનો અંદાજ હતો. આથી વ્હાઇટ સ્ટાર લાઇને સમારકામના ખર્ચ સાથે આવક ગુમાવવાની હતી. એમાંય એ સમયે 'ઑલિમ્પિક' તો કંપનીનું સૌથી નવું, સૌથી મોટું, સૌથી લોકપ્રિય અને સૌથી કમાઉ જહાજ હતું અને એ આવક રળવાનું બંધ કરવાનું હતું. છોગામાં વળતર ચૂકવવાનું ટેન્શન. જો 'ઑલિમ્પિક'નું સમારકામ હાથ ધરાય તો હાલૅન્ડ અને બેલફાસ્ટના વૉલ્ફ શિપયાર્ડ ખાતે ચાલતા 'ટાઇટેનિક'ના બાંધકામ પર માઠી અસર થાય. આનાથી સ્વાભાવિકપણે નવા અને મહત્ત્વાકાંક્ષી જહાજ 'ટાઇટેનિક'નું આગમન વિલંબમાં મુકાય. તો આમાંથી રસ્તો કાઢવો શું? લેખક ગાર્ડીનરના મતે તો મુશ્કેલીઓ વધુ હતી 'ઑલિમ્પિક'નું નુકસાન ધાર્યા કરતાં ઘણું વધારે હતું. આથી સમારકામ આટોપાયા બાદ એન્જિનમાં વધુ સમસ્યા સર્જાતાં ૧૯૧૨ના ફેબ્રુઆરીમાં 'ઑલિમ્પિક' જહાજવાડે પાછું ફર્યું.

રૉબિન ગાર્ડીનરને અહીં જ સૌથી મોટો લોચો દેખાય છે. ગાર્ડીનરની એકદમ ફિલ્મી લાગે એવી થિયરી મુજબ બેમાંથી એક જહાજ તૈયાર થઈ જાય, દરિયામાં દોડતું થઈ જાય અને થોકબંધ આવક રળતું જાય એવી વ્હાઇટ સ્ટાર લાઇનની ઇચ્છા. આથી સાવ ભંગાર કે પંગુ થઈ ગયેલા 'ઑલિમ્પિક'ને નવા રંગરોગાન અને વાઘા પહેરાવીને 'ટાઇટેનિક' બનાવી દેવાયું, અને મૂળ 'ટાઇટેનિક'ને આપી દેવાઈ 'ઑલિમ્પિક'ની ઓળખ. મામલા પૂરા ફિલ્મી હૈ. વાહ, દરિયામાં અફલાતૂન ડબલ રોલ! ગાર્ડીનર બૉલીવૂડમાં લેખક તરીકે જામે હોં.

નિષ્ણાતોના મતે ભલે બંને જહાજની ઓળખ, નેમપ્લેટ, સ્પેરપાર્ટ્સ, લાઇફબોટ્સ સહિતનું ઇન્ટિરિયર બદલી નખાયાનું કહે છે, પરંતુ આમાં એમનું જહાજ અને જહાજ-બાંધકામનું અજ્ઞાન છતું થઈ જાય છે. આ ઉપરાંતની બંને જહાજની ઘણી ભિન્નતાની પણ ગાર્ડીનરે ઉપેક્ષા કરી જ છે.

અને... અને... સૌથી અણિયાળો સવાલ એ છે કે જહાજવાડામાં 'ટાઇટેનિક' અને 'કોલંબિયા' માટે કામ કરતા પંદર-પંદર હજાર જેટલા મજૂરોથી આ ફેરફાર છાના રહી શક્યા? કોઈકે સરસ ટિપ્પણ કરી કે ૧૫ હજાર આઇરીશમૅન આવી વાત ગુપ્ત રાખી જ કેવી રીતે શકે?!

ગાર્ડીનરને 'ટાઇટેનિક'ના દરિયા સહેલની પરીક્ષા માટેના ટ્રાયલ્સમાં પણ ઘણું દેખાયું ઑલિમ્પિક્સના ટ્રાયલ્સને ૧૯૧૦માં બે દિવસ લાગ્યા હતા, તો 'ટાઇટેનિક'ના ટ્રાયલ્સને એક પૂરો દિવસ પણ ન લાગ્યો? લેખકજી કહે છે કે, બે વર્ષ અગાઉ ટ્રાયલ્સમાં સફળ થયેલા જહાજના ફરી ટ્રાયલ્સની જરૂર જ શી હોય? ગાર્ડીનરે દાવો કર્યો કે સત્તાવાર 'ટાઇટેનિક' ગણાવાયેલું જહાજ ક્યારેય પોતાની ક્ષમતા કરતાં અડધી ગતિથી દોડ્યું નહોતું, કારણ કે એ લાંબો ઝડપી પ્રવાસ સહન કરવાની ક્ષમતા જ ધરાવતું નહોતું! તો પછી 'ટાઇટેનિક'ની ઝડપના દાવા અને દસ્તાવેજનું શું? ગાર્ડીનર કહે છે કે, 'એ તો વીમાનું વળતર મેળવવા ઉપજાવી કઢાયેલાં જુઠ્ઠાણાં હતાં જુઠ્ઠાણાં. એની વાત માની લઈએ તો ૧૨ નોટથી વધુ ઝડપે ન ચાલી શકનારું 'ટાઇટેનિક' સાડા ચાર દિવસમાં દુર્ઘટના સ્થળે કેવી રીતે પહોંચ્યું? પુસ્તક મૌન છે.'

આ મામલે. રૉબિન ગાર્ડીનરના રિસર્ચ મુજબ વીમા કૌભાંડને પાર પાડવા માટે માની ન શકાય એવા સ્તરે બંને જહાજની અદલાબદલી થઈ હતી. હકીકતમાં સમારકામ ન થઈ શકે અને એકદમ ભંગાર જેવા 'ઑલિમ્પિક'ને ડુબાડવાનું હતું.

૨૨

'ટાઈટેનિક' ડૂબવાના સમયે કૅપ્ટન સ્મિથ એકદમ નશામાં હતા ?

૧૯૧૨ની ૧૪મી એપ્રિલે રવિવાર હતો. આરએમએસ ટાઇટેનિકમાં બેઠેલા હજારો માણસો માટે આ સપ્તાહ જીવનાંત બનવાને આરે હતો ત્યારે જહાજ પર ખરેખર શું ચાલી રહ્યું હતું? એટલાન્ટિક મહાસાગરના બરફીલા પાણી પર ટાઇટેનિક જહાજ અંધારામાં અજાણી, અણધારી અને જોખમી નિયતિ ભણી આગળ ધપી રહ્યું હતું, ત્યારે સૌના રખેવાળ સમા કૅપ્ટન એડવર્ડ સ્મિથ શું કરતા હતા? તેમણે કેવા પ્રયાસો કર્યા? તેઓ કેટલા સ્વસ્થ હતા? જવાબદારી પૂરી પાડવામાં કેટલા પૂરા ઊતર્યા? લાંબા સમય સુધી એવું મનાતું રહ્યું કે કૅપ્ટન સ્મિથ છેલ્લી ઘડી ઝઝૂમ્યા અને એક બહાદુરને છાજે એ રીતે ટાઇટેનિક સાથે જળસમાધિ લીધી. શાબાશ કૅપ્ટન.

...પણ આ કૅપ્ટન ભલો માણસ હોવાની માન્યતાને આંચ આવી છેક ૯૮ વર્ષે. ૧૯૧૨ના માર્ચ મહિનામાં આ ભયંકર જહાજ હોનારતમાંથી બચી ગયેલી મહિલાએ લખેલા પત્રથી એડવર્ડ સ્મિથની ઇમેજ એકદમ ગડથોલિયું ખાઈ ગઈ. વાત જાણીએ થોડી વિગતવાર.

'ટાઇટેનિક'ની પહેલીવહેલી સફરમાં મોકો મળ્યો એ બદલ પોતાને નસીબદાર માનનારા માનવીઓમાં એક હતી એમીલી રિચાર્ડસ. એ સમયે એની ઉંમર ૨૪ વર્ષ. આ પ્રવાસમાં સાથે બે પુત્ર વિલિયમ અને સિબલી, બહેન નેલી અને માતા એલિઝાબેથ હતાં. આ બધાં તો બચી ગયાં, પણ જે ૧૫૨૨ માણસોએ જીવ ખોયા તેમાં એમિલીનો ૨૩ વર્ષનો યુવાન ભાઈ જ્યૉર્જ પણ હતો.

'ટાઇટેનિક' હોનારતમાંથી બચાવી લેવાયા બાદ કાર્પેથિયા પરથી એમિલી રિચાર્ડસે પોતાની સાસુને પત્ર લખ્યો હતો. એમિલી રિચાર્ડસના આ પત્રના

ચોંકવનારા અંશ જોઈએ: 'રવિવારે રાતે ૧૧ વાગે બોટ(ટાઇટેનિક) હિમશિલા સાથે અથડાઈ. કૅપ્ટન સલૂનમાં ઢીંચીને આઉટ થઈ ગયા હતા અને તેમણે જહાજનું સ્ટિયરિંગ અન્ય કોઈને સોંપી દીધું હતું. આ કૅપ્ટનની ભૂલ હતી. મારો ભઈલો બિચારો જ્યૉર્જ ડૂબી ગયો...'

આ પત્ર અગાઉ ઇતિહાસે નોંધ્યું હતું કે ૬૨ વર્ષના કૅપ્ટન એડવર્ડ સ્મિથે હોનારતની સાંજ ફર્સ્ટ ક્લાસના રેસ્ટોરાંમાં યોજાયેલી ડિનર પાર્ટીમાં વિતાવી હતી અને પછી પોતાની કૅબિનમાં જતા રહ્યા હતા, જ્યારે જહાજ હિમશિલા સાથે અથડાયું, ત્યારે કૅપ્ટનને કૅબિનમાંથી જગાડાયા હતા. ત્યારબાદ એક સાચા, પરાક્રમીની જેમ કૅપ્ટને પ્રવાસીઓને અને જહાજને બચાવવાના ભરપૂર પ્રયાસ કર્યા હતા. સેંકડોને બચાવી લીધા પણ જહાજને બચાવવાનું શક્ય ન લાગતાં પોતે ભાગી છૂટવાને બદલે 'ટાઇટેનિક' સાથે જળસમાધિ લેવાનું પસંદ કર્યું હતું. દુર્ઘટના અંગેની તપાસમાં પણ કોઈને ક્યાંય કૅપ્ટનનો વાંક-દોષ દેખાયો નહોતો.

પરંતુ એ ભયજનક રાતનું એમિલી રિચાર્ડસના પત્રમાંથી મળતું વર્ણન એકદમ વિરોધાભાસી અને ભયંકર રીતે ડરામણું છે.

ટાઇટેનિક હોનારતના ૧૦૦ વર્ષ પૂરાં થવાના આરે જ એમિલી રિચાર્ડસનો લેટર-બૉમ્બ પ્રગટ થયો હતો. મૂળ પત્ર સાથે કાર્પેથિયા થકી ન્યૂયૉર્ક આવ્યા બાદ એમિલીએ લખેલો બીજો પત્ર પણ લિલામમાં મુકાયો હતો.

જોકે આ પત્રનું લિલામ કરનારી પેઢી હેન્રી એલ્ડ્રીજ ઍન્ડ સનના માલિક ઍન્ડ્રુ એલ્ડ્રીજે સરસ વાત કરી: પોતાના પ્રિય સ્વજન (ભાઈ)ને ગુમાવવાથી આ મહિલામાં લાગણીનું તોફાન ચાલતું હશે. તેનું મન આ હોનારત માટે કોઈકને દોષિત ઠેરવવા માગતું હશે અને તેણે કૅપ્ટન પર દોષારોપણ કર્યું. અમે જાણીએ છે ત્યાં સુધી તો હોનારતની રાતે કૅપ્ટન સલૂનમાં દારૂ ઢીંચતા હોવાના કોઈ સાક્ષી નથી. આથી એમિલી રિચાર્ડસનનો દાવો અન્ય ડઝનબંધના વર્ણન સાથે બંધબેસતો નથી. આ અત્યંત વિવાદાસ્પદ છે, પણ એ પોતે ત્યાં ઉપસ્થિત હોવાથી પત્રને પૂરેપૂરો અવગણી ન શકાય.'

જોકે બેલફાસ્ટ ટાઇટેનિક સોસાયટીના સહ-સ્થાપક ઊના રેઈલી સવાલ કરે છે કે, 'જો પોતે જે જોયું એ તે સાચું હોય તો એમિલી રિચાર્ડસે ખુલ્લેઆમ આક્ષેપ કેમ ન કર્યો. કદાચ એમિલીએ કૅપ્ટનને સલૂન બારમાં જોયો હશે, પણ તેઓ શું પી રહ્યા હતા. તે ખાતરીપૂર્વક ન કહી શકાય. કૅપ્ટનને ઓળખવામાં તેણે ભૂલ ન કરી હોય, કારણ કે એ ત્યાં હતી, પરંતુ ત્યારબાદ તેણે તપાસ કે ઇન્ટરવ્યૂમાં આ આક્ષેપ દોહરાવ્યા કેમ નહીં?'

હકીકતમાં તો 'ટાઇટેનિક' હોનારત બાદ કેપ્ટન એડવર્ડ સ્મિથ એકદમ હીરો તરીકે બહાર આવ્યા હતા. આથી જ વતન સ્ટાફોર્ડશાયરના લીચફિલ્ડમાં મુકાયેલી પ્રતિમા હજી એની સાદેહી પુરાવી રહી છે. તો શું એમિલી રિચાર્ડસને ભ્રમ થયો કે ગેરસમજણ? તેણે આવું જુઠ્ઠાણું ઇરાદાપૂર્વક ચલાવવાનું કોઈ કારણ દેખાતું નથી? દરિયાને તળિયે પોઢેલી 'ટાઇટેનિક'ની જેમ આ પત્ર અંગેનું સત્ય પણ હજી અંધારામાં છે. આ સત્ય ક્યારેય પ્રકાશમાં આવશે?

૨૩

ચંદ્ર છે પડદા પાછળનો ખલનાયક ?

'ટાઇટેનિક' દુર્ઘટનાને વીસમી સદીની સૌથી વધુ અભ્યાસ અને સંશોધન થયેલી હોનારત બેશક કહી શકાય. ગણ્યા ગણાય નહીં એટલાં પુસ્તકો, કેટલીય ફિલ્મો અને લાખો લેખમાં ૧૯૧૨ની ૧૪મી એપ્રિલની રાતે 'ટાઇટેનિક'ની ટક્કર, પડકાર, પગલાં અને શક્યતાની એટલી બધી ચર્ચાઓ થઈ કે એ બધું સમાવવા માટે 'ટાઇટેનિક' નાનું પડે અને એ 'ટાઇટેનિક'ને કોઈ હિમશિલા ડુબાડી ન જ શકે.

આ 'ટાઇટેનિક' શ્રેણીમાં આપણે અનસિન્કેબલ જહાજની ઘણી વાતો કરી અને દુર્ઘટનાની ઝીણી-ઝીણી વિગતો જાણી લીધી. પશ્ચિમી મીડિયા ક્યારેય ટાઇટેનિક-મુક્ત થઈ શકવાનું નથી. આ દુર્ઘટનાને એકસો વર્ષ પૂરાં થવાનાં હતાં, એ અગાઉ એક નવી થિયરી બહાર આવી હતી.

'ટાઇટેનિક'ને ડુબાડવા અને ૧૫૦૦ જેટલા માનવી માટેના જીવ લેવા બદલ દેખીતો વિલન ભલે હિમખંડ કે હિમશિલા હોય, પણ આ ભયંકર દુર્ઘટનામાં ક્યાંય નજરે ન દેખાતો કે જેનો નામોલ્લેખ સુધ્ધાં મળતો નથી એવો મેઇન વિલન મળી આવ્યો. એવી ચોંકાવનારી વાત આવી કે આ હિમશિલાને 'ટાઇટેનિક' સુધી પહોંચવાનું કામ ચંદ્રે કર્યું હતું! હા, આકાશમાંથી પ્રકાશ ફેલાવતા ચાંદામામાએ.

આ થિયરી એકાદ અંધશ્રદ્ધાળુ જૂથે ફેલાવી નથી કે નથી આ માત્ર અફવા. આ શક્યતા વ્યક્ત કરી વિશ્વ-વિખ્યાત ખગોળશાસ્ત્રી અને અવકાશ વિજ્ઞાનીઓએ.

'ટાઇટેનિક'ની નિયતિ કહો કે એના પર સવાર પ્રવાસીઓની બદનસીબી, પણ ૧૯૧૨ની ૧૪મી એપ્રિલની જીવલેણ દુર્ઘટનાનાં મૂળ ૧૨મી જાન્યુઆરીએ રોપાયાનું બહાર આવ્યું છે. ખગોળ અને અવકાશશાસ્ત્રની વિરલ ઘટના એ દિવસે બની હતી. જિંદગીમાં એક જ વાર બને એવા દુર્લભ ચંદ્રગ્રહણને કારણે 'ટાઇટેનિક'ને ગ્રહણ લાગ્યું હતું. આ કેવી રીતે બની શકે?

અમેરિકાની સાન માર્કોસ સ્થિત ટેક્સાસ યુનિવર્સિટીના ખગોળશાસ્ત્રીઓની ટીમે આ ચંદ્રગ્રહણનો એકદમ નવી પદ્ધતિથી અભ્યાસ કર્યો હતો. તેમની નેમ આ ગ્રહણથી 'ટાઇટેનિક' માટે સર્જાયેલી આફત, એનો માર્ગ અને એનાં મૂળ શોધવાનો હતો. એમના પરિશ્રમ અને પરિણામથી એ તોફાની રાતે જહાજ જોશભેર હિમશિલા ભણી કેવી રીતે ધસી ગયું એના પર પ્રકાશ ફેંકાયો હતો.

ભૌતિકશાસ્ત્રના નિષ્ણાતો ડૉનાલ્ડ ઓલ્સન અને રસેલ ડોશર ઉપરાંત આ અભ્યાસપત્ર સૌપ્રથમ પ્રગટ કરનારા 'સ્કાય ઍન્ડ ટેલિસ્કૉપ' સામયિકના સીનિયર કૉન્ટ્રીબ્યુટિંગ એડિટર રોજર સીનોર્ટેની બનેલી ટીમનો ૨૦૧૨ના એપ્રિલમાં જાહેર થયો હતો.

આ અભ્યાસમાં એક જૂની હકીકત નીચે ફરીથી લાઇન દોરાઈ કે અકસ્માતનું મૂળ કારણ તો જહાજનું હિમશિલા સાથેની ટક્કર જ હતી. દરિયામાં હિમશિલાઓની ઉપસ્થિતિ છતાં 'ટાઇટેનિક'ની ગતિ ધીમી પડી નહોતી અને જ્યાં હિમશિલાઓ પથરાયેલી પડી હતી એ દરિયાઈ વિસ્તારમાં 'ટાઇટેનિક' ધસી ગયું હતું. આ નિષ્ણાતોની ટુકડીએ ફોકસ એ વાત પર કર્યું કે પ્રચંડ હિમશિલા 'ટાઇટેનિક'ના માર્ગમાં આવી કેવી રીતે?

જાણીતા સમુદ્રશાસ્ત્રી સ્વ. ફર્ગ્યુસ જે. વુડના કાર્ય પરથી આ ટુકડીને પ્રેરણા મળી. આ સાન ડિયેગોવાસીના કહેવા મુજબ ૧૯૧૨ની ચોથી જાન્યુઆરીએ ચંદ્રની હિલચાલને લીધે અસાધારણ ઊંચી ભરતી આવી હોવી જોઈએ. આ છેડો પકડીને ટેક્સાસ સંશોધન ટુકડીએ આ અસાધારણ ભરતીનો અભ્યાસ આદરી દીધો.

આ અભ્યાસ મુજબ ચોથી જાન્યુઆરીએ સૂર્ય અને ચંદ્ર એવી રીતે એક લાઇનમાં આવી ગયા હતા કે બંનેની ગુરુત્વાકર્ષણ શક્તિમાં ભારે વધારો થાય. આનાથી થતી અસર 'સ્પ્રિંગ ટાઈડ'ને નામે ઓળખાય છે.

'ટાઇટેનિક' દુર્ઘટનાના ૧૪૦૦ વર્ષમાં ન બન્યું હોય એવું આ ગ્રહણ હતું. એ દિવસે ચંદ્રનું પૃથ્વી સાથેનું 'ચંદ્રનીચ' (એટલે કે ચંદ્રની કક્ષામાંનું પૃથ્વીની પાસેમાં પાસે કે નજીકમાં નજીકનું બિંદુ) અસાધારણ હતું અને એ થયું છ મિનિટના પૂર્ણ ચંદ્ર સાથે. આ ઘટનાના એક જ દિવસ અગાઉ પૃથ્વીનું સૂર્ય સાથેનું 'અર્કનીચ' (એટલે કે સૂર્યની કક્ષામાંનું નજીકમાં નજીકનું બિંદુ) નોંધાયું હતું. ખગોળશાસ્ત્રીય દૃષ્ટિએ આ બધાને લીધે અસાધારણ અસર સર્જાઈ હતી.

આ બધાને પ્રતાપે ચંદ્રની ભરતી સર્જવાની શક્તિમાં પ્રચંડ વધારો થયો અને પૃથ્વી પરના સાગરોમાં ભરતીના મોજાના કદ અને તાકાતમાં ઘણો વધારો થયો.

આ ભારે ભરતીની પ્રચંડ તાકાતને લીધે એટલાન્ટિક સમુદ્રમાં સૌથી વધુ હિમશિલા-હિમખંડ ધરાવતા ગ્રીનફિલ્ડ વિસ્તારમાં હિલચાલ ખૂબ વધી ગઈ હતી, પરંતુ નિષ્ણાતોને લાગ્યું કે જાન્યુઆરી ૧૯૧૨માં પણ જો હિમશિલા ગ્રીનફિલ્ડમાંથી છૂટી પડે તો પણ 'ટાઇટેનિક'નો માર્ગ અવરોધવા માટે તેણે (હિમશિલાએ) ઝડપી ગતિએ તરવું કે તણાવું પડે. એમાંય 'ટાઇટેનિક' ડૂબ્યું એ માર્ગ અને એ પછીના બચાવ-કાર્યમાં પ્રવૃત્ત જહાજને ઘણી હિમશિલાઓ વચ્ચેથી મંદ ગતિએ પસાર થવું પડ્યું હતું. એ કઈ રીતે બની શક્યું હશે?

૨૪

'ટાઇટેનિક' બની અતિ દુર્લભ ગ્રહણનો ભોગ ?

લાગે છે કે દરિયામાં ભરતી, ઓટ અને મોજાં આવતાં-જતાં રહેશે, ત્યાં સુધી 'ટાઇટેનિક'ની ચર્ચા શમવાની નથી. આ 'આરએમએસ ટાઇટેનિક' વિશે થોકબંધ વિગતો ઉપલબ્ધ છે અને જે નવી નવી વિગતો-સામગ્રી બહાર આવે છે તે ચપોચપ ઊપડી જાય છે, વેચાઈ જાય છે.

આપણે 'ટાઇટેનિક'ના ડૂબવા માટે પડદા પાછળ મેઈન વિલન ચંદામામા હોવાની શક્યતા જોવાની શરૂઆત કરી હતી. હકીકતમાં ૧૯૧૨ની ૧૪મી એપ્રિલે 'ટાઇટેનિક' ડૂબી ગઈ, એના માટેની હિલચાલ ચંદ્ર ઍન્ડ કંપનીએ છેક ૧૯૧૨ની જ ૧૨મી જાન્યુઆરીએ શરૂ કરી દીધી હતી. ખગોળ વિજ્ઞાનની ભાગ્યે જ બનતી ઘટનામાં એ દિવસે અસાધારણ ચંદ્રગ્રહણને લીધે જીવલેણ હિમશિલાનો પ્રવાસ 'ટાઇટેનિક'ની દિશામાં શરૂ થયાનું બહાર આવ્યું જે આપણે જોઈ ગયા.

અમેરિકાની ટેકસાસ યુનિવર્સિટીની ખગોળશાસ્ત્રીઓની ટુકડીએ ચંદ્રગ્રહણના નવતર પદ્ધતિના અભ્યાસથી આકાશમાંથી ચંદ્રે દરિયામાં તરતા હિમખંડો પર પાડેલા પ્રભાવનો અભ્યાસ કર્યો હતો.

નામાંકિત સમુદ્ર-વિજ્ઞાની સ્વ. ફર્ગ્યુસ જે. વુડે ચીંધેલી આંગળીને આધારે વિદ્વાન ખગોળશાસ્ત્રીઓ ડૉનાલ ઓલ્સન અને રશેલ ડોશર સાથે 'સ્કાય ઍન્ડ ટેલિસ્કોપ'ના સીનિયર પત્રકાર રોજર સીનોટની ત્રિપુટીએ આ અત્યંત અટપટો અભ્યાસ પાર પાડ્યો હતો. ૧૯૧૨ની ચોથી જાન્યુઆરીએ સૂર્ય અને ચંદ્ર કંઈક એવી રીતે એક લાઇનમાં આવી ગયા કે બંનેની ગુરુત્વાકર્ષણ શક્તિમાં ખૂબ ભારે વધારો થયો. ૧૪૦૦ વર્ષે થયેલી આ 'સ્પ્રિંગ ટાઇડ'ને નામે થતી અસરને લીધે શું થયું એ હવે જોઈએ. વિષય ટેક્નિકલ હોવાથી આ રીકેપ જરૂરી ખરી કે નહીં?

તો હવે આગળ. આ સંશોધક સાહેબોના મત મુજબ મહત્ત્વના સવાલોના જવાબ જમીનદોસ્ત (એટલે કે દરિયાદોસ્ત) થઈને પડેલા હિમખંડમાં છે. આ હિમખંડ આળસુની જેમ લગભગ એક જ સ્થળે પડ્યા-પાથર્યા રહે. જાણે રાજકારણી જેમ જાડી ચામડી હોય એમ આ હિમખંડને ગતિમાન કરવા માટે ભરતીની ભારે તાકાત જોઈએ કાં તેમની ચરબી ઓછી કરીને બરાબરના ઓગળી જાય પછી જ હિલચાલ શક્ય બને. એક મોટો હિમખંડ આગળ ધપવાનું શરૂ કરે પછી એના માર્ગમાં ઘણા વિરામ આવે. ક્યારેક તો પ્રવાસ વર્ષોનાં વર્ષ ચાલે.

જો કે ૧૯૧૨ની 'સુપર મૂન'થી સર્જાયેલી ભરતીની તાકાત ભલભલા ચમરબંધ હિમખંડની ઐસીતૈસી કરી નાખવાની હતી. આ તાકાત સાથે 'ટાઇટેનિક'ના પ્રવાસ-માર્ગમાં પહોંચી જવા માટે પૂરતો સમય પણ હતો. આ કારણસર જ ૧૯૧૨માં જહાજો માટેના નિશ્ચિત પ્રવાસ-માર્ગમાં ઘણા હિમખંડ કે હિમશિલા 'માન ન માન મૈં તેરા મહેમાન' બનીને પહોંચી ગયા હતા.

સૂર્ય, પૂર્ણ ચંદ્ર અને પૃથ્વીના 'અલ્ટ્રારેર' (અત્યંત દુર્લભ) મિલનને પ્રતાપે આ ભયંકર દુર્ઘટના થયાનું માનનારા હવે અનેક છે. પૂનમની રાતે થયેલી આ યુતિએ કાળોકેર વર્તાવ્યો ત્યારે અમાસની કાળી ડિબાંગ રાત હતી: એ કેવળ યોગાનુયોગ હશે.

'ટાઇટેનિક' હોનારતના ૧૪૦૦ વર્ષ અગાઉ સૂર્ય, પૂર્ણચંદ્ર અને પૃથ્વીની અતિ દુર્લભ ધરી રચાઈ હતી અને હવે છેક ૨૨૫૭માં એનું પુનરાવર્તન થશે. હકીકતમાં ૧૯૧૨ની ચોથી જાન્યુઆરીએ ચંદ્રની પૃથ્વી સાથેની નિકટતામાં ૪,૦૦૦ માઈલ એટલે કે ૬,૨૦૦ કિલોમીટરનો વધારો થયો હતો.

આને લીધે ભરતીની શક્તિમાં પાંચેક ટકા વધારો થયાનું નિષ્ણાતો કહે છે. આ પાંચ ટકા વધારાએ જ હિમખંડને આવો પ્રચંડ ધક્કો માર્યો અને જો વધારો પાંચ ટકા કરતા વધુ હોત તો? આ વિષય ખૂબ જ ગહન, અટપટો અને ખગોળશાસ્ત્રીઓને સમજાય એવો હોવાથી આપણે માત્ર જાણકારી અને માહિતી પૂરતા જ છબછબિયાં કર્યાં છે.

આપણી પરંપરા અને સંસ્કૃતિ મુજબ ૧૫૦૦ માણસોનાં મોત એક જ સ્થળે અને એક જ સમયે થાય એ માટે અભૂતપૂર્વ તૈયારી થઈ હતી. એમાં દરિયા અને બરફ ઉપરાંત પૃથ્વી, ચંદ્ર અને સૂર્યનો પણ ફાળો હતો.

૨૫

અસલી 'ટાઈટેનિક'નાં ભૂત નકલી 'ટાઈટેનિક' પર !

વૉલ્ટર લૉર્ડ નામના લેખકે ૧૯૫૫માં 'ટાઇટેનિક'ની આખરી રાત પર એક નવલકથા લખી 'અ નાઇટ ટુ રિમેમ્બર'. આના પરથી ૧૯૫૮માં બ્રિટિશ દિગ્દર્શક રૉય વૉર્ડ બેકરે એ જ નામની ફિલ્મ બનાવી. આ બ્લૅક ઍન્ડ વ્હાઇટ ફિલ્મના પ્રેક્ષકોમાં એક નામ હતું વેટ જાસોન મૂરનું પણ બધા એને ઓળખે 'ચક' તરીકે. આપણે પણ હવે ચક જ કહીશું.

'અ નાઇટ ટુ રિમેમ્બર' જોઈને ચકભાઈને ચાનક ઊપડી કે હું પણ જહાજ બનાવું. 'ટાઇટેનિક' જેવું. પરંતુ એ ખાવાનો ખેલ નહોતો. એટલે ચકે નક્કી કર્યું કે હું 'ટાઇટેનિક'ની અદલ પ્રતિકૃતિ-આબેહૂબ નકલ બનાવીશ અને એને માટે આ સિનેમાઘર-વૈરાગ્ય ('સ્મશાન વૈરાગ્ય'ની જેમ) નહોતો.

ચક તો ચોટલી બાંધીને મંડી પડ્યો. આ આર્કિટેક્ચરલ ડ્રાફ્ટસમેન સમયનું ભાન ભૂલીને આ કામ પાછળ પડી ગયો. પોતાના ચશ્માં સાથે બિલોરી કાચ લગાડીને નાનામાં નાની વિગતો અને સૂક્ષ્મ બારીકી સાથે ચકે આ મૂળ 'ટાઇટેનિક'ના ફોટા અને સામગ્રીનો અભ્યાસ કર્યો. પછી જાણે નવું 'ટાઇટેનિક' જહાજ જ બનાવવાનું હોય એમ મંડી પડ્યો.

ચકે માત્ર જહાજ જ ન બનાવ્યું. તેણે જહાજ પર થોડો ઘણો સમય જીવેલા જીવોનો પણ વિચાર કર્યો. નાવિકો, રમતાં બાળકો અને મહિલાઓને પ્રતિકૃતિ પર સ્થાન મળ્યું. પાર્ટી અને ગપ્પાંબાજી પણ આવી. અરે! ડેક પર શ્વાનને આંટો મરાવતા નાવિકોને પણ મૂક્યા. આમાંથી બે ચોપગા 'ટાઇટેનિક' ટ્રૅજેડીમાંથી જીવતા બચી ગયા હતા.

આ આબેહૂબ નકલ બનાવવામાં કરાયેલી મહેનત અને ધગશ તો ન માપી

શકાય. પણ કેટલો સમય લાગ્યો એના બે અહેવાલ છે. એક અહેવાલ મુજબ ૧૭,૩૬૮ કલાક લાગ્યા, તો બીજો અહેવાલ કહે છે કે નવ વર્ષથી થોડો વધુ સમય લાગ્યો હતો.

'ટાઇટેનિક'ની આ આબેહૂબ પ્રતિકૃતિ બનાવવામાં એક ખાસ ધ્યાન રાખવાનું હતું કે એ મ્યુઝિયમમાં મૂકી શકાય એટલી સારી ગુણવત્તા ધરાવતી હોવી જોઈએ અને ચકે એટલું સારું કામ કર્યું પણ ખરું.

પૉર્ટસમાઉથના રહેવાસી ચકે ૨૦૦૪માં ૨૦૦ પાઉન્ડ (લગભગ ૯૦.૭૨ કિલોગ્રામ) વજનનું નવ ફૂટ લાંબું 'ટાઇટેનિક' જહાજ બનાવી લીધું. 'ટાઇટેનિક'ની અદલ પ્રતિકૃતિ બનાવવાનું ભૂત તો વેટ જાસોન મૂર ઉર્ફે ચકના માથા પરથી ઊતર્યું તો ખરું પણ...

ઘાટ કંઈક 'બકરું કાઢતાં ઊંટ પેઠું' જેવો થવાનો હતો. બરાબર 'ટાઇટેનિક'ના ડૂબવાના ૧૦૦ વર્ષ પૂરાં થવાને આરે ચક મુરે પોતાની પ્રિય 'ટાઇટેનિક' પ્રતિકૃતિના ઘણા ફોટા પાડ્યા. પરંતુ ચકને આ ફોટામાં ડુપ્લિકેટ 'ટાઇટેનિક' ઉપરાંત એવું કંઈક દેખાયું કે એ સ્તબ્ધ થઈ ગયો! આ ફોટામાં ચકને ભૂત દેખાયાં અને આ ભૂત અસલી 'ટાઇટેનિક'ની હોનારતમાં માર્યા ગયેલા કમનસીબોના હતા! આ દાવો ખુદ ચકનો છે અને તેને મીડિયાએ ખૂબ ચગાવ્યો પણ હતો. ચકના કહેવા મુજબ 'ટાઇટેનિક'ના ભટકતા આત્માઓને મેં બનાવેલી પ્રતિકૃતિમાં આશ્રય મળ્યો છે.

જો કે ચકના આ ભૂતિયા દાવાને આસાનીથી સ્વીકારાયો નહોતો. આ વાત જાહેર થતાં જાણીતા પેરાનોમેલ ઇન્વેસ્ટીગેટર રે સેવિનો અને તેની ટીમ એકદમ કામે લાગી ગઈ. તેમણે 'ટાઇટેનિક' પર નજર રાખવાનું શરૂ કરી દીધું. ડુપ્લિકેટ જહાજની આબેહૂબ પ્રતિકૃતિની આસપાસ થતી ચહલપહલ, સંભળાતા અવાજ અને દેખાતી આકૃતિઓ (કે ભૂત)ને ઝડપવા માટે વિવિધ સાધનસામગ્રી ગોઠવી દેવાઈ. રે સેવિનોની ટુકડીએ ૨૦૦૯થી આ વિચિત્ર ભૂતિયા પ્રવૃત્તિ સંબંધી ૧૦૦થી વધુ પરીક્ષણ કર્યાં. આ સ્વૈચ્છિક સંસ્થાનો એક માત્ર પ્રયાસ એ હતો કે ચકના પૉર્ટસમાઉથ ઘરની અંદર થઈ શું રહ્યું છે?

રે સેવિનોના કહેવા મુજબ અમુક ધાતુ અને કેટલાંક પથ્થર ઊર્જાને શોષી-ચૂસી લેવાની ક્ષમતા ધરાવે છે અને ભૂત આ ઊર્જાને શોષી લે છે. જો કે 'ટાઇટેનિક'ના અવગતે ગયેલા મૃતાત્માઓને આકર્ષવા માટે એ હોનારતગ્રસ્ત જહાજના કોઈક અંશ ત્યાં (રૂમમાં) હોવા જોઈએ. જો કે ચકે બનાવેલી પ્રતિકૃતિમાં કે એને જ્યાં રખાઈ છે એ રૂમમાં સાચુકલા 'ટાઇટેનિક' જહાજની કોઈ ચીજવસ્તુ તો ઠીક નાનકડી ખિલ્લી કે કપડાનો ટુકડો સુધ્ધાં નથી.

પરંતુ ચક મહાશય માનતા હતા કે ભટકતા આત્માઓ પ્રતિકૃતિ સુધી પહોંચી ગયા છે. તસવીરોમાં જહાજની પ્રતિકૃતિમાં પૉર્ટ હૉલમાં ભેદી આકૃતિઓ નજરે પડતી હતી. ચકને તો આ આકૃતિ કોઈ મૂછ ધરાવતા ટાલિયા માણસની લાગતી હતી.

આનાથી વિપરીત માન્યતા રે સેવિનની ટીમની છે. એક સમયે જ મરણ પામેલી ચકની માતાનો આત્મા આસપાસ હોવાની શક્યતા સેવિને વ્યક્ત કરી. ચક 'ટાઇટેનિક'ની પ્રતિકૃતિ બનાવતાં મમ્મી ખૂબ જ પ્રેમપૂર્વક જોઈ રહેતી એટલે કદાચ ત્યાં મમ્મીનો આત્મા હોવાનું ચકને લાગે છે.

આ સ્થળે પહોંચેલી 'રિલિવિંગ ધેર લાઇવ્ઝ'—આરટીએલ ગ્રૂપે તો ટીવી ચૅનલ પર ખુલ્લેઆમ જાહેર કર્યું કે એ જહાજ પર નહીં પણ એ ઘરમાં કોઈક આત્મા જરૂર છે.

આવી જ બીજી એક વ્યક્તિ લીંઝી મેકલિંગ પણ સચ્ચાઈ જાણવા આગળ આવી. લીંઝીનું મુખ્ય શસ્ત્ર કે સાધન છે સંવેદના કે સ્પર્શ.

પ્રતિકૃતિવાળા રૂમમાં પ્રવેશતાવેંત જ તેને કંઈક વિચિત્ર અવર્ણનીય અનુભૂતિ થઈ કે 'ત્યાં કોઈક છે જરૂર. એ મહિલા છે, વૃદ્ધ મહિલા.' અને ચકની મમ્મીના હાથ જે રીતે ધ્રૂજતા હતા એવી જ ધ્રુજારીનો અનુભવ પણ લીંઝીને થયો.

ચક ખુદ ઇચ્છતો હતો કે વ્હાલસોયી મમ્મીનો આત્મા જ પોતાને નિહાળતો હોય. લીંઝીએ પણ કહ્યું કે, એ (મમ્મી) રૂમમાં આવી અને જતી રહી. પછી મને એની હાજરીની અનુભૂતિ ન થઈ, છતાં જાણે એ પોતાના પુત્રે બનાવેલી રચના જોવા પાછી ફરશે એવું લાગ્યા કરે.

આનાથી બે વિરોધાભાસી થિયરી બહાર આવી. ભૂત 'ટાઇટેનિક'ના અતૃપ્ત આત્માનું છે કે પ્રેમાળ માતાનું છે? આ વિરોધાભાસમાં એક વાત ઘણા ભૂલી ગયા કે ૨૧મી સદીમાં ભૂત હોવાની સ્વીકૃતિ બંને થિયરીમાં છે જ. બીજી રસપ્રદ વાત એ હતી કે આત્મા જેવો હોય એ, પણ નરી આંખે ન દેખાય, માત્ર ફોટામાં જ ઝડપાય!

૨૦૧૪ના ઑક્ટોબરમાં જ ચક મૂરેનું ૭૩ વર્ષની ઉંમરે અવસાન થયું, ત્યારે રહસ્ય રહે જ છે કે ચકને બે આત્મા દેખાતા હતા, એ 'ટાઇટેનિક'ના મૃતાત્માના જ હશે?

૨૬

બીમાર પપ્પાએ બાળકો માટે બગીચામાં બનાવ્યું 'ટાઇટેનિક'

'આરએમએસ ટાઇટેનિક' જહાજ ડૂબી ગયાનાં લગભગ ૧૦૦ વર્ષ બાદ ફરી દેખાયું! ના, આ 'ટાઇટેનિક'ના ભૂતની વાત નથી, નક્કર હકીકત છે.

આ એક માણસના ટાઇટેનિક માટેના પ્રેમની વાત છે. ઘેલછાની વાત છે. માણસ પણ સાવ નવરો નથી કે ટાઇમપાસ કરવા કે નખ્ખોદ વાળવા કંઈ પણ કરવા બેસી જાય. આ ટાઇટેનિકનો જન્મ પણ થયો આ માણસની પોતાના સંતાનો માટે કંઈક હટકે કરી છૂટવાની ખેવનામાંથી.

હવે થોડી માંડીને કરીએ વાત. સ્કૉટલૅન્ડની કલેડોનિયન નહેરને કિનારે છે ઇનવર્નેસ નામનું શહેર. હાઈલૅન્ડની રાજધાની ગણાતા ઇનવર્નેસમાં રહેતા એન્જિનિયર સ્ટાન ફ્રેઝરને ૧૭ વર્ષ અગાઉ વિચાર આવ્યો કે બાળકોના રમવા માટે બગીચામાં કંઈક બનાવવું જોઈએ. નહેરને કિનારે રહેવાનું અને માછીમાર પરિવારમાંથી આવવાને લીધે સ્ટાન ફ્રેઝરનું મગજ કઈ દિશામાં વિચારતું હોય એ સમજવાનું મુશ્કેલ નથી.

ફ્રેઝર વહાણવટાને લગતી ચીજવસ્તુઓ ભેગી કરવા માંડ્યા. આ સાથે તેમણે ઘરને એક થીમ આપવાનો નિર્ણય લીધો: નૉટિકલ થીમ. તેની નજર ભંગારવાડામાં પડેલા બે પૉર્ટહોલ્સ પર પડી. આ પૉર્ટહોલ્સ એટલે જહાજમાં હવાની અવરજવર માટે લગાવાતી નાની બારી. પછી તો વહાણવટાને લગતી એક પછી એક સામગ્રીઓ ઘરે લાવવા માંડ્યો: માછલી પકડવાની ટોપલી, જાળી, બોયું... આ સાથે તેણે નિર્ણય લીધો કે બાળકો માટે બગીચામાં હોડી બનાવવી.

નહેર, માછીમારી અને એન્જિનિયર એટલે મનમાં 'ટાઇટેનિક'નું નામ આવે જ. પાંચ સંતાનના પિતા પાસે લાઇફ જૅકેટ્સ, અન્ય જહાજોના મોડેલ, 'ટાઇટેનિક'ની હિમખંડ સાથેની ટક્કર અંગેના અખબારોના કટિંગ્સ હતાં...

સ્ટાન ફ્રેઝરે મમ્મી પાસે દરિયાખેડુઓની ઘણી વાર્તા સાંભળી હતી. પોતાનું ઘર જાંબાઝ દરિયાઈ સાહસિકોને અર્પણ કરવાનું તેમણે મન બનાવી લીધું. મારા ઘરના પાછલા બારણામાં પૉર્ટહૉલ લગાવ્યા. ત્યાર બાદ મારા પિતરાઈના ઘરે જૂની હોડીમાંથી ચાંચિયાઓનું જહાજ બનાવ્યું.

આ સમગ્ર પ્રક્રિયામાં સ્ટાન ફ્રેઝરને લાગ્યું કે 'ટાઇટેનિક' દુનિયાનું સૌથી વધુ સુંદર જહાજ છે અને આજના કોઈ પણ જહાજથી વધુ સુંદર છે. આથી ફ્રેઝરે 'ટાઇટેનિક'ની ડમી બનાવવાનું શરૂ કરી દીધું. આ સાથે એક વાત સમજાઈ ગઈ કે પોતે 'ટાઇટેનિક'ની નાનકડી પ્રતિકૃતિ નહીં બનાવી શકે, એ મોટી જ હોઈ શકે.

'ટાઇટેનિક' બાંધવા આડે અણધાર્યો ખૂબ મોટો અવરોધ આવ્યો. સ્ટાન ફ્રેઝરને M.E. (Myalgic Encephalomyelitis) નામની બીમારી વળગી. આમાં ચેપને લીધે માણસની સેન્ટ્રલ નર્વસ સિસ્ટમને હાનિ પહોંચે. આથી સ્નાયુ, મગજ અને કરોડરજ્જુમાં દુખાવો થાય, બળતરા થાય. આના ઘણા રોગીએ આપઘાત કરી લીધાનું નોંધાયું છે પણ...

રોજગાર મુશ્કેલ બનતાં સ્ટાન ફ્રેઝરે અટપટા રોગ સામે હાર માનવાને બદલે 'ટાઇટેનિક' બાંધવાનું ભગીરથ કાર્ય ચાલું રાખ્યું... ધીમે-ધીમે બગીચામાં પડેલા બે કેરેવાનનો ફ્રેઝરે 'ટાઇટેનિક'ના બેઝ તરીકે ઉપયોગ કર્યો. કોઈકે પોતાના જૂનાં શેડ વાપરવાની છૂટ આપી, તો ઘર બાંધતા એક મિત્રે જૂનાં લાકડાં અને ખિલ્લા આપ્યાં. વપરાયેલી અને ફેંકી દેવાની સામગ્રીને ફ્રેઝર ઉપયોગમાં લેવા માંડ્યા.

પોતાની આ પ્રવૃત્તિને એક મહાન જહાજ અને એના માર્યા ગયેલા પ્રવાસીઓને પોતાની અંજલિ ગણાવતા ફ્રેઝર કબૂલે છે કે પોતાની પાસે અસલી 'ટાઇટેનિક'ની એક પણ ચીજ નથી. પરંતુ આ જહાજની અને તેમાં બેસનારાઓની થોકબંધ માહિતી છે ખરી.

અંતે સ્ટાન ફ્રેઝરનું 'ટાઇટેનિક' તૈયાર થઈ ગયું. ૧૯૧૨ના એપ્રિલમાં ૧૫૦૩ના જીવ લેનારા 'ટાઇટેનિક' જહાજની આબેહૂબ પ્રતિકૃતિમાં એક પુલ, ત્રીજા વર્ગના મુસાફરોની કેબિન, કૉફી એરિયા અને વરંડા કાફે ઊભા કરાયા હતા. આમાં ચાર ફનેલ-ધુમાડિયા કે નાળચા હતા. એક નાળચામાંથી ધુમાડા પણ નીકળતા દેખાય, જે પ્રતિકૃતિ જાણે અસલ હોવાનો આભાસ કરાવે. આ ધુમાડાની પદ્ધતિનો જન્મ ફ્રેઝરે પોતાના બૅન્ડમાં વપરાતી ફોગ ઇફેક્ટ્સમાંથી થયો હતો.

આ 'ટાઇટેનિક'ને બગીચામાં ઊભું કરવામાં લાગ્યા પૂરાં બાર વર્ષ. અને 'ટાઇટેનિક'ની પ્રતિકૃતિ પણ કેવી હતી? મૂળ જહાજના દસમા ભાગના કદ જેટલી. પહેલા મુલાકાતીએ અસલ 'ટાઇટેનિક' જેવું જ હૉર્ન સાંભળ્યું અને પૉર્ટહોલ્સમાં લાઇટ ઝબૂકતી જોઈ અને એ જોતા જ રહી ગયા. શા માટે લોકો દંગ ન થઈ જાય. આની પાછળ સ્ટાનના બાર અને બે દીકરા જાસોન અને સ્કોટની છ-છ વર્ષની મહેનત હતી.

આગળ જતાં સ્ટાન ફ્રેઝરે મરીન મ્યુઝિયમ બનાવ્યું. આ મ્યુઝિયમમાં ૮૮ ફૂટના 'ટાઇટેનિક' ઉપરાંત ફિશિંગ બોટ્સ સબમરીન્સ અને લાઇફબોટ્સ પણ છે.

આ ભારે પરિશ્રમ વચ્ચે બીમારી સાથે અમલદારશાહીની આફત પણ ખરી જ. સ્થાનિક હાઈલૅન્ડ કાઉન્સિલ પાસેથી પરમિશન મેળવવામાં નાકે દમ આવી ગયો. સ્ટાન ફ્રેઝરને કાયમ ફફડાટ રહેતો ગમે ત્યારે એના 'ટાઇટેનિક'ને જમીનદોસ્ત કરી દેવાશે. એના મ્યુઝિયમ માટે કાર-પાર્કિંગની સગવડ પણ અપાઈ નથી.

સ્ટાન ફ્રેઝરને આ મ્યુઝિયમ થકી આર.એન.એલ.આઈ. (રૉયલ નેશનલ લાઇફબોટ ઇન્સ્ટિટ્યૂટ) માટે ડૉનેશન ઉઘરાવવું છે, જેનો ઉપયોગ લાઇફબોટ ચલાવનારા અને લાઇફગાર્ડ્સને બચાવવા માટે થાય. સ્ટાન ફ્રેઝર કહે છે, 'લોકો અહીં આવે, લટાર મારે અને પછી નિરાંતે કૉફી પીવે. મારે ક્યાં કંઈ પૈસા લેવા છે?'

અત્યારે ઇનવર્નેસ શહેરના જોવાલાયક સ્થળોમાં સ્ટાન ફ્રેઝરનો આ પ્રયાસ ત્રીજા નંબરના સૌથી લોકપ્રિય પર્યટન સ્થળ તરીકે છે.

* * *

www.ingramcontent.com/pod-product-compliance
Ingram Content Group UK Ltd.
Pitfield, Milton Keynes, MK11 3LW, UK
UKHW041313190726
13845UKWH00025B/245

9 789393 223210